வெ.நீலகண்டன்

தஞ்சாவூர் மாவட்டம், பேராவூரணி அருகே உள்ள முடச்சிக்காட்டை சேர்ந்தவர். பெற்றோர் கா.வெங்கிடாசலம் - விஜயா. தொடக்கத்தில் கூடாரம் என்ற இலக்கிய இதழை தொடங்கி நடத்திய இவர், பின்னர் தினமணி (திருச்சி), தினகரன் (நாகர்கோவில்) நாளிதழ்களில் பணியாற்றினார். தற்போது குங்குமம் வார இதழில் உதவி ஆசிரியராக உள்ளார்.

மனித உணர்வுகளை நுணுக்கமாக படம் பிடித்து எழுதும் திறன் கைவரப்பெற்றவர். 'நாங்களும் சில பூக்களும்' என்ற கவிதைத்தொகுப்பும் (கவிதைத்தோட்டம்), அய்யா வைகுண்டர் (விகடன் பிரசுரம்) என்ற ஆன்மீக வரலாற்று நூலும் இவரது படைப்புகள். இது இவரது மூன்றாவது நூல்.

ஊர்க்கதைகள்

வெ. நீலகண்டன்

சந்தியா பதிப்பகம்
சென்னை - 83.

ஊர்க்கதைகள்
© வெ. நீலகண்டன்

முதற்பதிப்பு: 2009 ● இரண்டாம் பதிப்பு: 2010 ● மூன்றாம் பதிப்பு: 2022

அளவு: டெமி ● தாள்: 60gsm ● பக்கம்: 200
அச்சு அளவு: 11 புள்ளி ● விலை: ரூ. 200/-
அச்சாக்கம்: அருணா எண்டர்பிரைஸஸ்,
சென்னை - 40.

சந்தியா பதிப்பகம்
புதிய எண் 77, 53வது தெரு, 9வது அவென்யூ,
அசோக் நகர், சென்னை - 600083.
தொலைபேசி: 044-24896979

ISBN: 978-93-95442-27-5

UOORKATHAIKAL

© Ve. NEELAKANDAN

Printed at Aruna Enterprises.,
Chennai - 40.

Published by
Sandhya Publications
Old No. 57, 53rd Street, 9th Avenue, Ashok Nagar,
Chennai - 600 083. Tamilnadu
Ph : 044 - 24896979

Price Rs. 200/-

sandhyapublications@yahoo.com
sandhyapathippagam@gmail.com
www.sandhyapublications.com

SAN-418

சமர்ப்பணம்

அப்பாவுக்கு...!

உளமார்ந்த அனுபவங்கள்

'கிராமம்/நகரம்' என்ற பெயரில் குங்குமம் இதழில் 35 வாரங்கள் தொடராக வந்த கட்டுரைகள் இப்போது 'ஊர்க்கதைகள்' என்ற பெயரில் நூல் வடிவம் பெற்றுள்ளன.

இந்தக் கட்டுரைகளுக்காக தமிழகம் முழுவதும் சுற்றிவரும் வாய்ப்பு எனக்குக் கிடைத்தது. அந்த பயணங்கள் எனக்கு உளமார்ந்த அனுபவத்தையும், படிப்பினையையும் தந்தன. ஓரிரு நாட்கள் அந்தந்த ஊர்களிலேயே தங்கி, முற்றிலும் அந்த வாழ்வியல் சூழலை உள்வாங்கி எழுதப்பட்டதால் ஓரளவுக்கு அந்த ஊர்களை தரிசிக்கும் உணர்வை வாசகர்களுக்கு இந்த கட்டுரைகள் வழங்கக்கூடும்.

கிராமங்கள் பற்றிய பொதுவான மதிப்பீடுகள் மெல்ல, மெல்ல அழிந்து வருவதை இந்த பயணங்களில் நான் உணர்ந்தேன். உலகமயம், தனியார்மயம் நிகழ்த்திய மறைமுகமான பொருளாதார வன்முறை பெரும்பாலான கிராமங்களை வெறிச்சோடச் செய்து விட்டது. குறிப்பாக, கிராமங்களில் இளைஞர்களைப் பார்ப்பதே அரிதாக இருக்கிறது. கிராமத்து வாழ்க்கையில் பயனில்லை என்ற எண்ணம் கிராமங்களை அனாதையாக்கி விட்டது. இதன் விளைவு நகரங்களில் எதிரொலிக்கிறது. தொடர் இடப்பெயர்வு காரணமாக நரகமாகி வருகின்றன நகரங்கள்.

கிராமங்களில் மிஞ்சியிருக்கும் போற்றத்தகுந்த பழக்க வழக்கங்கள், பதற வைக்கும் சடங்குகள், நகரங்களின் தொழில் போக்குகள், பழமைச்சிறப்புகள், சுற்றுச்சூழல் சிக்கல்கள் என பல தளங்களில் இந்தக் கட்டுரைகள் பயணிக்கின்றன.

இத்தொடருக்கான பயணத்தில் நான் எதிர்கொண்ட அனுபவங்கள் சுவாரஸ்யமானவை. குளித்தலையைச் சுற்றியுள்ள கிராமங்களில் வாழும் கம்பளத்து நாயக்கர்கள் மிகவும் ஆச்சாரமானவர்கள். பெண்களை ஒடுக்கும் பல்வேறு சடங்கு முறைகளை கைவிடாமல் வைத்துள்ள இந்த கிராமத்துக்குள் அந்நிய நபர்களை அனுமதிப்பதில்லை. நானும், சக பத்திரிகையாளர் வித்யாவும் மக்கள் தொகை கணக்கெடுப்பாளர்களாக இந்த கிராமங்களுக்குள் நுழைந்தோம். கடைசி நேரத்தில், நாங்கள் பத்திரிகையாளர்கள் எனத் தெரியவர, அந்த கிராமத்தில் இருந்து வெளியே வருவது சவாலான வேலையாக இருந்தது.

கரகாட்டக் கலைஞர்கள் பற்றிய கட்டுரைக்காக புகைப்படக் காரரோடு அந்த கலைஞர்கள் பயணித்த சிறிய வாகனத்திலேயே பயணம் செய்து மேடைவரை சென்று புகைப்படம் எடுத்ததும் குறிப்பிடத்தகுந்த அனுபவம். வறுமை காரணமாக சிறு வயதிலேயே பெண் குழந்தைகளை ஒப்பந்தக்காரர்களிடம் அடகு வைத்த அவலங்களை பாதிக்கப்பட்ட பெண்களின் வார்த்தைகளிலேயே கேட்க நேர்ந்தது அதிர்ச்சி தகவல்.

என்னை மிகவும் பாதித்த ஊர்கள் குறிச்சிக்குளமும், பெரிய விளையும். மிகச்சிறிய கிராமமான குறிச்சிக்குளத்தில் 30க்கும் மேற்பட்டவர்களுக்கு காது கேட்காது. வாய் பேச இயலாது. ஒவ்வொரு குழந்தை பிறக்கும் போதும் கிராமத்தை அச்சம் சூழ்ந்து கொள்கிறது.

பெரியவிளையில் ஜலதோஷம் பிடிப்பதைப் போல பலரை பீடித்திருக்கிறது புற்றுநோய். வாய், வயிறு, தொண்டை, பிறப்புறுப்பு என எந்த உறுப்பையும் விட்டு வைக்கவில்லை புற்று. மூளை வளர்ச்சியற்ற குழந்தைகள், குழந்தைகள் இல்லாத பெற்றோர்கள் என துயரம் இந்த கிராமத்தை சுற்றி சுழற்றியடிக்கிறது. அருகில் உள்ள மத்திய அரசின் மணல் ஆலை தான் இந்நிலைக்கு காரணம் என்கிறார்கள் சுற்றுச்சூழல் அறிஞர்கள்.

இந்த ஊர்களைப் பற்றிய கட்டுரைகள் பெரும் அதிர்வை ஏற்படுத்தின.

என்னை நெகிழச் செய்த ஊர்கள் கரிக்கிள்ளியும், சேதுராம லிங்கம்புதூரும். வெளியூர் பறவைகள் தங்கள் கிராமத்தை தேடி வருவதால் தங்கள் சுக, துக்கங்களைக் கூட தள்ளிவைத்து விட்டு பறவைகளை குழந்தைகள் போல பாதுகாக்கிறார்கள் கரிக்கிள்ளி மக்கள்.

சேதுராமலிங்கம்புதூர், ஜாதிக்கலவரத்தில் தரைமட்டமாகிக் கிடக்கும் கிராமம். நிசப்தமாக, மயான பூமியாக மாறிக்கிடக்கும் இந்த கிராமத்து இடிபாடுகளுக்குள் சகோதர பாசம், காதல் என பல உணர்ச்சிகளைக் கொண்ட கதைகள் உறைந்து கிடக்கின்றன. ஜாதிய வன்முறை நிகழ்த்தும் பேரழிவுக்கு நிகழ்கால சாட்சியாக இக்கிராமத்தை அடையாளப்படுத்தி கல்விச் சுற்றுலா கூட அழைத்துச்செல்லலாம்.

இதுபோலவே இந்நூலில் இடம் பெற்றுள்ள ஒவ்வொரு ஊருக்கும் ஒரு அடையாளமும், அதிர்ச்சி, வியப்பு, சோகம் கலந்த கதைகளும் இருக்கின்றன.

இக்கட்டுரைகளுக்காக நினைத்த இடத்துக்கு பயணிக்கவும், உணர்ந்ததை எழுதவும் எனக்கு முழு சுதந்திரம் அளித்த குங்குமம் முதன்மை ஆசிரியர் திரு.தி.முருகன் அவர்களுக்கும், முதன்மை பொறுப்பாசிரியர் திரு. வள்ளி அவர்களுக்கும் இந்த சூழலில் எனது மனமார்ந்த நன்றிகளைத் தெரிவித்துக் கொள்கிறேன். இக்கட்டுரைத் தொடர் சிறப்புற அவர்களின் வழிகாட்டுதலே முக்கியக் காரணம்.

இதுதவிர, புகைப்படக் கலைஞர்களின் பங்களிப்பையும், அற்புதமான வடிவமைப்பையும் குறிப்பிட்டாக வேண்டும். குங்குமம் மற்றும் தினகரன் குழும புகைப்படக்காரர்களுக்கும், திரு.பி.வேதா அவர்கள் தலைமையிலான குங்குமம் வடிவமைப்புக் குழுவுக்கும் நன்றிகள்.

இக்கட்டுரைத் தொடர் பண்பட காரணமாக இருந்தவர்கள் இன்னும் மூன்று பேர்.

தேனுகா என் மீது மகனுக்குரிய கனிவு காட்டுபவர். ஒப்பனை இல்லாமல், உள்மனதின் வார்த்தைகளால் மட்டுமே பேசுபவர். ஏற்ற, இறக்கம் பார்த்துப் பழகாத பண்பாளர். இந்நூல் வெளிவர பெரும் உந்துதலாக இருந்தவர்.

அ.கா.பெருமாள். நாட்டார் வாழ்க்கை, கலைகள் பற்றிய இவரது ஆய்வுகள் பிரமிக்கத் தக்கவை. எந்த நேரத்தில் சந்தேகம் கேட்டாலும் முகம் சுழிக்காமல் விரிவாக பேசக் கூடியவர்.

ஹேமாவதி என் வாழ்க்கைத் துணைவி. என் எழுத்தின் நிறை குறைகளை சமரசம் இல்லாமல் வெளிப்படுத்தும் தேர்ந்த விமர்சகி.

இந்த மூன்று பேருக்கும் நன்றிகளை தெரிவிக்கிறேன். தொடரை நூலாக வெளியிட அனுமதியளித்த குங்குமம் நிர்வாகத்துக்கும், இந்நூலை அழகுற வடிவமைத்து வெளியிடும் சந்தியா பதிப்பகத் தாருக்கும், ஊர்க்கதைகளை கேட்க செவி கொடுத்துள்ள உங்களுக்கும் நன்றிகள்!

வெ.நீலகண்டன்
சென்னை-53.

பொருளடக்கம்

1. கம்பளத்து நாயக்கனூர் 13 ● 2. அனாதையூர் 21

3. ஐம்பொன்னூர் 26 ● 4. நீரூர் 31

5. தீர்க்கசுமங்கலியூர் 36 ● 6. காதலூர் 42

7. இசையூர் 48 ● 8. பறவையூர் 53

9. திருநங்கையூர் 58 ● 10. வேட்டியூர் 65

11. ஏரியூர் 69 ● 12. புற்றுநோயூர் 74

13. மிலிட்டரியூர் 80 ● 14. பாத்திரக் கடலூர் 86

15. சந்தையூர் 91 ● 16. கேளாவூர் 96

17. பட்டுச்சேலையூர் 101 ● 18. சாக்கடையூர் 106

19. குடுகுடுப்பையூர் 111 ● 20. தத்தங்கியூர் 116

21. கலையூர் 122 ● 22. சுயபிரசவமூர் 128

23. தேவாங்கனூர் 134 ● 24. குடியூர் 139

25. கடல்கொண்ட ஊர் 144 ● 26. மொய்யூர் 149

27. இருளரூர் 154 ● 28. தீப்பெட்டியூர் 160

29. சாலையூர் 164 ● 30. கூத்தூர் 168

31. நரிக்குறவரூர் 173 ● 32. அகதியூர் 179

33. சிற்பியூர் 184 ● 34. பூவூர் 189

35. மீனூர் 194

கம்பளத்து நாயக்கனூர்

'எனக்கு வயசு அப்போ 17. அந்த வயசுல கல்யாணமாகாம இருந்த ஒரே பொண்ணு நாந்தான். நிறைய படிக்கனுன்னு ஆசை இருந்துது. எங்க பெரியம்மா மகளுக்கு கல்யாணமாகி புள்ள இல்ல. அதனால அவுக புருஷன் என்ன கட்டித்தறீங்களான்னு அப்பாக்கிட்ட கேட்டாரு. அப்போ அந்த மாமாவுக்கு வயசு 60. எங்க ஊட்டுல சொந்தம் விடக்கூடாதுன்னு அந்த மாமாவையே கட்டிக்க சொல்லிட்டாங்க. எதுத்து பேச வழியில்ல. மூணு வருஷத்துக்கு முன்னாடி கட்டிக்கிட்டேன். ஆனா...' அதற்கு மேல் சீதாவிடம் வார்த்தைகள் இல்லை.

சிறிய இடைவெளிக்குப் பிறகு திணறலாகப் பேசுகிறார்.

'கல்யாணம் ஆகி நாலைஞ்சு வருஷமாகியும் எனக்கும் இது வரை புள்ள இல்ல.' குமுறல் அழுகையாக வெடிக்க, கண்நீரை மறைத்தபடி பேசும் சீதா தான் அந்த ஊரில் பத்தாம் வகுப்பு படித்த ஒரே பெண்.

'பத்தாம் வகுப்பு வரைக்கும் படிச்சிருக்கே. கல்யாணம் வேண்டாம்னு சொல்லியிருக்கலாமே?'

'எங்க இனத்துலேயே பத்து வரைக்கும் பள்ளிக்கொடம் போன புள்ள நாந்தான். எனக்குப்புறம் கொஞ்சம் பேர் புள்ளைகள

பள்ளிக்கொடம் அனுப்புனாக. நா மட்டும் எதுத்து பேசியிருந்தா படிச்சதிமிருல சாதிக்கட்டுப்பாட்டை மீறுதுன்னு சொல்லி எல்லா புள்ளக படிப்பயுமில்ல நிறுத்திருவாக'.

வெள்ளந்தியாக பேசினாலும் சீதாவின் பேச்சில் விபரமும் இருக்கிறது.

சீதாவின் ஊர் குளித்தலையில் இருந்து சொற்ப தூரத்தில் இருக்கும் கீழவாழியப்பட்டி.

'இங்க மட்டுமில்ல.., இதைச்சுத்தியுள்ள 10, 15 கிராமங்கள்ல இதே மாதிரி தான். சின்ன பசங்களுக்கு பெரிய பொம்பளைகளா கட்டி வைக்கிறது, கெழட்டுப் பயலுக்கு சின்ன பொண்ணுகள கல்யாணம் பண்ணி கொடுக்கிறது, வயசுக்கு வந்தா ஊரோரம் ஒதுக்கிவச்சு கொடுமைப்படுத்துறது, சாதி சனத்துக்குள்ள யாரு, யாரு கூட வேணுன்னாலும் 'ஒன்னாமன்னா பொழங்குறது', காதலிச்சு கல்யாணம் பண்ணிக்கிட்டா செத்துட்டதா நினைச்சு கருமாதி பண்ணி ஊரைவிட்டு விரட்டி விடுறதுன்னு ஏகப்பட்ட வெவகாரம்' என்று ஒரு முதியவர் சொல்ல,

அவர் சுட்டிக்காட்டிய கிராமங்களில் ஒன்றான மேற்கு வாழியப்பட்டிக்கு சென்றோம் நானும் வித்யாவும்.

கிராமத்தில் கால் வைத்த எங்களை சந்தேகக்கண் கொண்டு பார்த்த ஒரு பெரியவர், 'யாரப்பா நீங்க' என்று வழி மறித்தார். 'இதெல்லாம் கம்பளத்து நாயக்கர் ஊருக. சுத்த பத்தமா இருக்கணும். மிதியடிய கழட்டி எல்லைக்கு வெளிய வச்சிட்டு ஊருக்குள்ள வாங்க'

மிரட்டலான தொனியில் கலவரப்படுத்திய அந்த நபரைக் கடந்து கிராமத்துக்குள் நுழைந்தோம்.

கூம்பு வடிவத்தில் மக்கிப்போன கீத்து வீடுகளைத் தாண்டி ஆங்காங்கே புதிதாக கட்டப்பட்ட ஓட்டு வீடுகள். வீட்டுக்கு வீடு நான்கு ஐந்து வேட்டை நாய்கள். தலையில் முண்டாசு, தோலிலும் இடுப்பிலும் இரண்டு துண்டுகள், காதில் கடுக்கன், கால் விரல்களில் மெட்டி.

தனிமைப்படுத்தி பார்க்க தோன்றும் தோரணையில் ஆண்கள். கையிலும், தோளிலும் குழந்தைகளுடன் இளம் பெண்கள்.

வாழியப்பட்டி ஊர்த் தலைவர்களில் ஒருவரான பழனிச்சாமி நாயக்கரை சந்தித்தோம்.

‘எங்களுக்குனு சில கட்டுப்பாடுகள் இருக்கு. அதுபடி தான் எல்லா நடக்கும். எங்க சாதிக்குள்ளாற மாமா, மச்சான்னு சொந்தத்துல யாரு, யாருகூட வேணுன்னாலும் ஆணு பொண்ணுக ஒன்னாமன்னா பொழங்கிக்குவோம். ஆனா அடுத்தாளுக உள்ள நுழைய முடியாது. சொந்தம் விட்டு போய் சொத்து போயிரக் கூடாது பாருங்க. அதுக்காகத்தான் சின்ன வயசுல கல்யாணம் பண்றோம். தாய்மாமனுக்கு பொண்ண கட்டுறதும் அதுக்காகத் தான். ஐந்து அக்காமாரு இருந்தாலும் அஞ்சு வூட்டுலயிருந்தும் மாமன், பொண்ணு எடுக்கலாம். ஆம்பிள எத்தன பொண்ண வேணாலும் கட்டலாம். காடு கரைய பாக்க ஆள் தேவப்பட்டா தாலி கட்டி பொண்ணுகள கூட்டிட்டு போகலாம். பெருசா வயசு வித்தியாசம் பாக்கமாட்டம். ஆனா பொம்பளக்கு நெறய கட்டுப் பாடுகள் இருக்கு. சாவு, கல்யாணம் எதுக்கு வந்தாலும் மாராப் பில்லாம தான் வரணும். ஒருத்தன கல்யாணம் கட்டுன பின்னாடி அவன் செத்துப்போனா, பொம்பள திரும்ப கல்யாணம் கட்டப் புடாது. புள்ளப் பெத்துக்காம யார் கூட வேணாலும் பொழங்கிக் காலம். ஆனா புள்ள பெத்துகிட்டா அவள ஊரவிட்டு ஒதுக்கி வச்சுருவோம். அதே மாதிரி, காதல் பண்றவங்க, தாலி கட்டினவன விட்டு வேற ஒருத்தன் கூட ‘‘நெரந்தரமா’’ வாழனுன்னு நெனக்குற வங்கள ஊர விட்டு ஒதுக்குறதோட அவுங்களுக்கு ‘குட்டி வெட்டு’ பண்ணிடுவோம்.’

ஒளிவு மறைவின்றி நிதானமாக தங்கள் வழக்கங்களை அடுக்கினார் பழனிச்சாமி.

அது என்ன குட்டி வெட்டு?

அது ஒரு கொடூரமான சடங்கு.

புருஷனை விட்டுட்டு ‘வேற ஆம்பள கூட நெரந்தரமா வாழ நெனக்கிற கல்யாணம் ஆன பொம்பளக, அடுத்த ஜாதிக்காரங் களை காதலிக்கிறவங்க, இவங்களோட மொத்த சொத்தையும் ஊரு பொதுவுல சொந்தக்காரவுகளுக்கு எழுதி கொடுக்கனும். அதுக்கப்பறம் அவுக செத்துட்டதா நெனச்சு கருமாதி காரியம் நடத்துவோம். ஆட்ட வெட்டி, அந்த ரத்தத்த ஊரு முழுசும் தெளிப்போம். அதுக்கு பெறவு மாட்டுப்பால்ல பச்சலை கலந்து

அதே மாதிரி தெளிப்போம். இந்த சடங்கு முடிஞ்சா அவுகளுக்கும், தாயி, தகப்பன், சொந்த பந்தத்துக்கும் ஒரு ஒட்டு, உறவும் கெடையாது'

நம் ஆர்வத்தை பார்த்து விட்டு ஊர் பெரிசு ஒன்று, குட்டி வெட்டுக்கு விளக்கம் கொடுத்தது.

'பெண்கள் உடல்ரீதியா தயாராகிறதுக்கு முன்னாடி வயசான ஆம்பிளைகளுக்கு கல்யாணம் பண்றது தப்பில்லையா?' வித்யா தான் இந்தக் கேள்வியைக் கேட்டார்.

'யாரம்மா நீயி.. வெவரம்கெட்ட புள்ளையா இருக்க. வயசா யிட்டா நிலபொலன்கள பராமரிக்காமயா விடுறோம்? அது மாதுரி தான். கட்டின ஆம்பள பொட்டுன்னு போயிட்டான்னா பொம்பளை நில புலனை பாத்துக்கிட்டு, ஆடு குட்டிய மேச்சுக்கிட்டு எங்க ஆம்பிளைக கூட அப்பிடி, இப்பிடி இருந்துக்க வேண்டியதான். என்ன ஒன்னு கொஞ்சம் பயம்பத்துறமா பொழங்கணும். புள்ளைகுட்டின்னு ஆகிப்போனா வெவகாரமா ஆயிடும். அந்தா போறா பாரு. அவ பேரு மலரு. 16 வயசு ஆரம்பிக்கும் போது அதுக்கு கல்யாணம் கட்டுனாங்க. சொந்த தாய் மாமன். அப்ப அந்தாளுக்கு வயசு 57. மூணு வருசத்துக்கு முன்னாடி செத்துட்டாரு. இப்ப அவ சந்தோஷமா வாழாமயா போயிட்டா' என்கிறார் பொம்மக்கா. மிரண்டு போனோம்.

மொட்டுலேயே வாழ்க்கையை தொலைத்து விட்டு ஆடு மேய்த்துக்கொண்டிருந்த மலரின் முகத்தில் கணவனை இழந்தவர் என்பதற்கு அடையாளமாய் மூக்குத்தியும், தோடுகளும் இல்லை. 'எங்கூட வாழ அந்தாளுக்கு குடுத்து வைக்கல. அவரு மேச்ச ஆட்டுக்குட்டிய இப்ப நா மேக்கிறன்' என்று கூறிவிட்டு வரப்பு தாண்டிய ஆட்டை விரட்ட ஓடுகிறார் மலர்.

தெலுங்கை தாய் மொழியாக கொண்ட கம்பளத்து நாயக்கர் களுக்கு விவசாயம் தான் தொழில். எல்லோருமே காடுகரைக்கு குறைச்சல் இல்லாமல் தான் இருக்கிறார்கள். வானம் பார்த்த மானாவாரி பூமி. தேவராட்டம், சேவையாட்டம் ஆகியவை இவர் களின் இன சார்புக்கலைகள். 3 நாள் தொடர்ந்து நடக்கும் திருமண சடங்குகளில் இந்த ஆட்டங்கள் கலை கட்டும். கடும் உழைப்புக்கு பெயர் போன இவர்கள், தங்கள் தொன்மையான பண்பாட்டு மரபுகளை கைவிடாதவர்கள். அடுத்தவர்களுடன் பேசும் போது பத்தடி தள்ளி நின்று தான் பேசுகிறார்கள். மாந்த்ரீகம், செய்வினை

உபதொழில். விவசாயம் போக வேட்டையாடுதல் பொழுதுபோக்கு. தெலுங்கும், தமிழும் கலந்த மொழிகளில் இவர்கள் போடும் உத்தரவுக்கு வீடுகளில் வளர்க்கும் ஆளுயர நாய்கள் இயங்குவதை பார்த்தால் கிலி ஏற்படும்.

இந்த கிராமத்தில் சாராயம், சிகரெட்டுக்கு அனுமதியில்லை. வெளியூர் சென்றால்கூட யாரும் சிகரெட்டை சீண்டுவதில்லையாம். அதே போல டாக்டர்களிடமும் செல்வதில்லை. உடம்பு சரியில்லை என்றால் மந்திரம் தான். ஒருவேளை ஆஸ்பத்திரி செல்ல நேர்ந்தால், திரும்பி வரும்போது எல்லையிலேயே மாட்டுப்பால், பச்சிலை தெளித்து தங்களை சுத்தம் செய்து கொண்டு தான் ஊருக்குள் நுழைவார்கள். பிரசவத்திற்கு கூட மருத்துவமனை பக்கம் பெண்கள் ஒதுங்குவதில்லை. ஒவ்வொரு ஊரிலும் இருக்கும் மூதாட்டிகளே 'கை' தேர்ந்த மருத்துவச்சிகளாக மாறிவிடுகின்றனர்.

'சுத்தபத்தமா இருக்கலன்னா சாமிக்குத்தம் ஆகிப்போகும். பொம்பள புள்ளக வயசுக்கு வந்துட்டா ஊருக்கு பொதுவா உள்ள இடத்துல குச்சு கட்டி 16 நாள் தனியா ஒதுக்கிருவோம். யாரும் அந்த புள்ளய தீண்டப்புடாது. அதே மாதிரி மாத தீட்டு நேரத்துலயும் தனியா வச்சுருவோம். ஊர விட்டு வெளியூரு போனா வேற ஜாதி வூட்டுக்குள்ள நுழையப்புடாது. யாரு கைலயும் தண்ணி வாங்கி குடிக்கப்புடாது. ஊர விட்டு ஒதுக்கி வச்ச மக்கள எங்காது வெளியில பாத்தா 10 அடி தள்ளி நின்னு தான் வெசாரிக்கனும். இந்த கட்டுப்பாடுகளை ஏத்துக்கலைன்னா ஊர விட்டு ஒதுக்கிரு வோம்' என்கிறார் முப்பிடாதியம்மா.

உப்பிடாமங்கலத்தை சேர்ந்த 70 வயது மாதாநாயக்கரும், 50 வயது தொப்பமக்காளும் இப்போதுதான் ஓட்டு வீடு கட்டியிருக் கிறார்கள். பக்கத்தில் உள்ள பாரம்பரிய குடிசை வீட்டில் பிள்ளைகள். இடுப்பில் ஒன்றும், கையில் ஒன்றுமாய் குழந்தைகளை சுமந்து கொண்டு நிற்கும் மாதாநாயக்கரின் மருமகள் பிச்சையம் மாவுக்கு வயசு 20. 'பதுனஞ்சு வயசுல கல்யாணம் கட்டுனேன். இப்போ அஞ்சு புள்ளக. தாய் மாமனத்தான் கட்டுனேன் என்று வெட்கப்படுகிறார் பிச்சையம்மா.

குளித்தலைக்கு அருகில் அய்யர்மலையில் கம்பளத்து நாயக்கர்களுக்காக வாரந்தோறும் நடக்கும் சந்தைக்கு சென்றோம். அங்கு பொருட்கள் வாங்கி கொண்டிருந்த செட்டிமணியை ஓரம் கட்டினோம்.

எனக்கு வயசு 37. ஊரு மணப்பாறை பக்கம். இன்னம் கலியாணம் ஆவலை. இப்ப இங்க மாமா வூட்டுல தான் இருக்கேன்' என்றவரிடம் 'ஏன் இன்னும் கல்யாணம் செஞ்சுக்கலை' என்றோம்.

'அக்கா மவ இன்னும் பெரிய புள்ளயா ஆவலை. புள்ள படிக்கனுமின்னு ஆசப்படுது. இன்னும் ரெண்டு வருஷத்துலே முடிச்சுருவேன்'

'உங்க அக்கா மகளுக்கு வயசு என்ன?'

இப்போ ஒம்பது. பதினொன்னுல கட்டிர வேண்டியதுதான்'.

சொல்லும் போதே வெட்கப்படுகிறார் செட்டிமணி. நமக்குத் தான் அதிர்ச்சியாக இருக்கிறது.

கம்பளத்து நாயக்கர்களால் ஊரை விட்டு ஒதுக்கி வைக்கப் பட்டவர்கள் நெய்தலூர், ஜெ.பி நகர், குச்சிப்பட்டி, வடமதுரை, வையம்பட்டி ஆகிய கிராமங்களில் இடம் பெயர்ந்துள்ளனர்.

'எம் புருஷனும் நாத்தனாரும் எப்படி பாரு என்கூட சண்டை புடிச்சுக்கிட்டே இருப்பாக. அப்ப இவுரு பக்கத்து வீட்டுல இருந்தாரு. ரெண்டு பேருக்கும் அப்போத்தொட்டு ஒறவு இருந்துச்சு. அப்ப நான் கட்டுனவனுக்கு வயசு 40. அந்த மனுஷங்கூட வாழ புடிக்காம, பஞ்சாயத்து வச்சு என் சொத்தை அந்தாளுக்கே எழுதி குடுத்துட்டு இவரு கூட வந்துட்டேன். எங்களுக்கு மூணு புள்ளக இருக்காங்க. சந்தோஷமாத்தான் இருக்கோம். ஆனா அக்கா தங்கச்சிவள பாக்க முடியாதது தான் வருத்தம்' என்று ஏக்கம் தொனிக்க பேசுகிறார் ராக்கம்மா.

'பிச்சையம்மாளுக்கு கல்யாணம் கட்டி புள்ள இருந்துது. நானும் புள்ளை, பொண்டாட்டின்னு தான் இருந்தேன். அப்பவே எங்க ரெண்டு பேருக்கும் தொடர்பு இருந்துச்சு. வெளியில தெரியாம ஒண்ணுமன்னா பொழங்கிக்குவோம். ஆனா அப்படி வாழுறது பிடிக்கல. இவளுக்கு நிறைய சொத்து இருந்துச்சு. நான் தான் வேணுன்னு சொல்லி எல்லா சொத்தையும் புருஷங்கிட்ட எழுதிக் குடுத்துட்டு வந்துட்டா'' என்கிறார் ஒதுக்கி வைக்கப்பட்ட பூச்சி.

தென்காசி, மணப்பாறை, கரூர், தேனி, திண்டுக்கல், கடலூர் உள்ளிட்ட பல்வேறு பகுதிகளில்கம்பளத்து நாயக்கர்கள்வாழ்ந்தாலும் அவர்களின் வாழ்க்கை முறை கொஞ்சம் மாறிவிட்டது. அதீத

தெய்வ நம்பிக்கை தவிர, பாரம்பரியம் என்ற பெயரில் கட்டாயமாக வைத்திருக்கும் கொடூர நடைமுறைகள் கரூரை தவிர மற்ற பகுதிகளில் இல்லை. மேலும் கரூர் வட்டார கம்பளத்து நாயக்கர் களோடு திருமண பந்தம் வைத்துக்கொள்வதை மற்ற கம்பளத்து நாயக்கர்கள் விரும்புவதில்லையாம்.

'20 வருஷமா கம்பளத்து நாயக்கர்கந்க ஜாதியில ஊரை விட்டு ஒதுக்கி வக்கப்பட்டவங்க எங்க கிராமத்துக்கு வருவாங்க. இன்னிக்கும் யாராவது ஒருத்தர் வந்துக்கிட்டே தான் இருக்காங்க. என்ன பிரச்னைன்னாலும் அவங்களுக்குள்ளேயே தீர்த்துப்பாங்க. உடனே பஞ்சாயத்து கூட்டிடுவாங்க. எல்லா கிராமத்துலயும் ரெண்டு குரூப் இருக்கும். பெரிய கட்சி சொல்றதை சின்ன கட்சி எதுக்கும். விடிய, விடிய பேசுனாலும் தண்டனை என்னவோ ஒன்னேகால் ரூபா அபராதம் தான். அடுத்த ஜாதி மக்களுக்கிட்டே இருந்து எப்பவுமே அவங்க தள்ளியே தான் நிப்பாங்க' என்கிறார் ஆலத்தூர் பகுதியின் கவுன்சிலர் ஞானசேகரன்.

கம்பளத்து நாயக்கர்களின் வாழ்க்கை முறைப்பற்றி அ.கா. பெருமாளிடம் பேசினேன்.

'இது போன்ற கொடுமையான பழக்க வழக்கங்கள் பல்வேறு ஜாதிகளில் இருந்தது தான்' என்றார் அவர். 'ஆனால் காலப்போக்கில் பெரும்பாலான சமூகங்களில் அப்பழக்கம் மறைந்து விட்டது. கட்டுப்பாடற்ற செக்ஸ் கூட புது விஷயமில்லை. 50 வருஷத்துக்கு முன்பு வரை களக்காடு பகுதியில் உள்ள ஒரு கிராமக்கோவிலில், திருவிழாவின் போது விருப்பத்தின் அடிப்படையில் யார், யார் கூட வேண்டுமானாலும் செக்ஸ் வைத்துக்கொள்ளலாம் என்ற வழக்கம் இருந்தது. செக்ஸை விவசாயத்தோடு சம்மந்தப்படுத்தி பார்க்கும் கலாச்சாரம் நிறைய ஜாதிகளில் இருந்துள்ளது. அதன் மிச்சம் தான் கம்பளத்து நாயக்கர்களின் வழக்கமும். காலப்போக்கில் மற்றவர்கள் மாறிவிட்டார்கள். கம்பளத்து நாயக்கர்கள் அதை விடாப்பிடியாக பிடித்து வைத்திருக்கிறார்கள்..' என்றார் பெருமாள்.

பேராசிரியர் தொ.பரமசிவனிடமும் இதுபற்றி விவாதித்தேன். அவரும் கவலைகளை பகிர்ந்து கொண்டார்.

'அரசின் திட்டங்கள் அம்மக்களுக்கு சென்றடைய வேண்டும். மருத்துவ விழிப்புணர்வு வழங்கப்பட வேண்டும். மாவட்ட நிர்வாகம் தீவிர கவனம் செலுத்தி அம்மக்களை மீட்க வேண்டும்' என்றார் அவர்.

நெருங்கிய சொந்தங்களுக்குள் திருமணம் செய்தால் குழந்தைகள் ஊனமாக பிறக்க வாய்ப்புள்ளது என்கிறது அறிவியல். 18 வயதுக்கு உள்பட்ட மைனர் பெண்ணுக்கு திருமணம் செய்வது தண்டனைக் குறிய குற்றம் என்கிறது சட்டம். வயது வித்தியாசத்தில் திருமணம் செய்தால் உடல்நலம் பாதிக்கும் என்கிறார்கள் டாக்டர்கள். எல்லா இந்திய குழந்தைகளுக்கும் தொடக்க கல்வி கட்டாயம் என்கிறது மத்திய அரசு. ஆனால் இதில் எந்த குரலுமே கம்பளத்து நாயக்கர் களின் கிராமங்களை எட்டவில்லை என்பதுதான் வேதனை.

ஐஐ

அனாதையூர்

நெல்லைக்கு அல்வா ஒரு அடையாளம் என்றால், இன்னொரு அடையாளம் அரிவாள். கடல் போல சுழன்றோடும் தாமிரபரணியில் அலை இல்லாத நாள் உண்டு... ஆனால், அங்கு கொலை இல்லாத நாள் இல்லை. சின்னதாக முளைக்கும் சில்லறை சண்டை கூட, தலை எடுக்கும் தகராறாகிவிடும் ரத்த பூமி. காதல், கள்ளக்காதல், பாகப்பிரிவினை, பரம்பரைப் பகை, அரசியல், சூது என ஒவ்வொரு கொலைக்கும் ஒவ்வொரு முகம். இப்படி உறவுகளைப் பறிகொடுத்து அனாதையாகிப் போனோர் நெல்லைச் சீமையில் ஏராளம் பேர்.

ஆனால், ஒரு கிராமமே மனிதர்கள் இல்லாமல் மயானமாக மாறிப்போன அவலம் நெல்லைக்கே மூன்றாம் அடையாளமாக முளைத்து நிற்கிறது. ஜாதி அரக்கன் ஆடிய கோரதாண்டவத்தால், ஆள் அரவமற்று அனாதையாகக் கிடக்கும் அந்த கிராமம் சேதுராமலிங்கபுதூர்.

தார் பொங்கித் ததும்பி நிற்கும் நெல்லை தூத்துக்குடி சாலையில் 17வது கிலோமீட்டரில் உள்ளது தெய்வசெயல்புரம். அங்கிருந்து மேற்கே, கப்பிகள் பெயர்ந்து கால் வதைக்கும் பாதையில் 11 கிலோமீட்டர் பயணித்தால் ஒரு வண்டல் காட்டில் அமர்ந் திருக்கிறது பூவாணி கிராமம். இங்கிருந்து செல்லும் சிறிய

தார்ச்சாலைதான் சேதுராமலிங்கபுதூருக்கு வாசல். மனிதர்களின் பாதம் படாமல் சூம்பிக்கிடக்கும் அந்த சாலையே அவலத்தின் அடையாளமாக இருக்கிறது. வரவேற்பு வளைவாக கூர்முகம் காட்டி நிற்கும் கருவைமுறக்களுக்குள் நுழைந்து சேதுராம லிங்கபுதூரைத் தொடுவது சவால்தான்.

இருபுறங்களிலும் வாடிக்கிடக்கும் வண்டல் காடுகள் எல்லாம் பூவாணிக்காரர்களுடையது. அனாதையூரின் அண்மையை விரும் பாமல் இந்தத் திசையையே அவர்கள் வெறுக்க, தரிசாக முகம் மாறத் தொடங்கி விட்டன வயற்காடுகள். வெறுமை சூழ்ந்த வெளிச்சத்தில் விழிகளை நுழைத்து நடந்தால்... அதோ... அதோ... அனாதையூர்.

லேசாக வளைந்து நிமிரும் பாதையில், சிறிய சிதைவோடு மிஞ்சியிருக்கும் பிள்ளையார் கோயில். வாசற்படிகள் பெயர்ந்து, நந்தியின் முகம் உடைந்து, மேல்பூச்சு உதிர்ந்து... ஊரின் தன்மையைப் படிமமாக உணர்த்துகிறது அந்தக் கோயில். அதைத் தொட்டு உள்ளே நுழைந்தால்... உறைந்து கிடக்கிறது பூமி. கலைந்து கிடக் கின்றன செங்கற்கள். உடைந்து கிடக்கின்றன வீடுகள். ஆழ் மனதுக்குள் வந்து அமர்ந்து கொள்கிறது இனம் புரியாத அச்சம்.

சிறிதும் பெரிதுமான 70 வீடுகளின் மிச்சங்கள். கலைநயத் தோடு செதுக்கப்பட்ட உத்திரங்கள், வேலைப்பாடமைந்த தூண்கள், அழகழகாக ஓவியங்கள் கீறப்பட்ட கதவுகள். கலையும், வளமும் கலந்தோடிய அத்தனை வீடுகளும் இடிந்து கிடக்கின்றன.

என்னதான் நிகழ்ந்தது இந்த கிராமத்துக்கு?

பூவாணிக்கு திரும்பி, காயும் நெல்லுக்கு காவல் இருந்த காந்தாரிப்பாட்டியிடம் கேட்டோம்.

''அந்த கட்டமண்ணாப்போன ஊரையா மக்கா கேக்க? அதோ இருக்காரு பாரு முருகையா புள்ள... அவருகிட்ட கேளு... புட்டுப் புட்டு வப்பாரு...''

காந்தாரிப்பாட்டி கைநீட்டிய திசையில் வெண்தாடியோடு அமர்ந்திருந்த முருகையாபிள்ளையை கேள்வியோடு பார்க்கிறோம்.

''இந்த ஊரைப்பத்தி தெரிஞ்சுக்கணும்னா மொதல்ல ஆலந் தாவுல இருந்து தொடங்கணும்...''

ஆலந்தா...! கொடியங்குளத்தை ஒட்டியிருக்கும் சிறுகிராமம்.

நெல்லும் வாழையுமாக பசுமை போர்த்தியிருக்கும் இந்த ஊரில் ஜாதி பார்க்காமல் எல்லா இன மக்களும் தாய் பிள்ளையாக வாழ்ந்த காலம் அது. சில அரசியல் சூத்திரதாரிகளின் பாதம் பட்டதால் பாவத்துக்குள்ளான இந்த பூமி இப்போது பதற்றம் படுத்துறங்கும் பகுதியாக மாறிவிட்டது. சில ஆண்டுகளுக்கு முன், ஆலந்தாவுக்கு அருகில் இருக்கும் சாவலப்பேரியில் நிகழ்ந்த ஒரு கொலை, கொஞ்சம் கொஞ்சமாகத் ஜாதிய உணர்வைத் தட்டி யெழுப்ப, இருதரப்பிலும் வெட்டி வீழ்த்தி பந்தாடப்பட்டன தலைகள். அதன் விளைவு, அண்டை கிராமமான கொடியங்குளம் வரலாறுகளில் இடம் பெறும் அளவுக்கு ரத்தம் பூசிக்கொள்ள நேர்ந்தது.

இங்கிருந்து எழுந்த ஜாதிய நெருப்பு, அன்பு ததும்பிய ஆலந்தா வையும் அரவணைத்துக்கொள்ள, அதுவரை ரோடால் மட்டுமே கோடிடப்பட்ட இருவேறு இனங்களின் எல்லைகளில் அரிவாளும், கம்புகளும் அணி வகுத்து நின்றன. ஆலந்தாவும் ரத்தக்காடானது. அண்ணன் தம்பி உறவுகள் அறுந்து அத்தனையும் அந்நியமாயின. ஒரு புறம் அரிவாள் துரத்த, இன்னொரு புறம் லத்திகளோடு விரட்டினர் போலீசார். எல்லோரும் உடமைகளை விட்டுவிட்டு உயிரை அள்ளிக்கொண்டு ஓட வேண்டியிருந்தது.

அப்படி ஓடிப்போன பலருக்கு அடைக்கலம் தந்தது சேது ராமலிங்கபுதூர். அந்த சம்பவம் நிகழும் வரை, சகலரும் வசித்த சமத்துவ பூமி அது.

''அது ரெட்டியாருங்க அதிகம் இருந்த ஊரு மக்கா. மத்த பிரிவுகளும் இருந்துச்சு. நாட்டுக்கம்பு, பருத்தி, மல்லின்னு எப்பவும் மானாவாரி நிலங்கள்ல பச்சை இருந்துகிட்டே இருக்கும். ஆட்டுக்கு ஆடு வவுத்துப்புள்ளக்காரி கணக்கா தானிய படைப்பு முட்டிக்கிட்டு நிக்கும். வறுமை இல்லா மண்ணு...''

மெல்ல மெல்ல முருகையாபிள்ளையை கைபிடித்து அழைத்துக் கொண்டு மீண்டும் அனாதையூர் நோக்கி நீள்கிறது பயணம்.

''அதோ இருக்கே அரண்மனை மாதிரி ஒரு ஆடு. அது மேலவூட்டு ரெட்டியாருது. அதே மாதிரி கெழக்கே ஒரு ஆடு இருக்குல்ல... அது கீழவூடு. மேலவூட்டுக்காரரு தன்னோட தங்கச்சியை கீழவூட்டுக்காரருக்கு கொடுத்திருந்தாரு. மேல வூட்டுக்காரரு சொல்றதுதான் ஊருல சட்டம். அரசாங்கத்துலயும் அவருக்கு அவ்ளோ மரியாதி. அவரு போன் போட்டு அழச்சாலே

அதிகாரிங்கல்லாம் ஆடிப்போயி ஓடி வருவாங்க. மேலவீடும், கீழவூடும் ஒரே மாதிரி இருக்கும். உள்ளாற இருக்க தூணெல்லாம் கொள்ளை அழகு மக்கா. அண்ணன், தங்கச்சிக்குள்ளாற அம்புட்டுப் பாசம். பொங்கல், தீபாவளிக்கு சீரு செனத்தின்னு கீழவூட்ட அன்பால நெறைப்பாரு மேலவூட்டு ரெட்டியாரு. தங்கச்சி வூட்டுக் காரரு திடீர்னு செத்துப்போனாரு. அதுக்குபெறவு தங்கச்சியை மகளா நெனச்சுப் பாத்துக்கிட்டாரு மேலவூட்டு ரெட்டியாரு...'' முருகையாபிள்ளை முகத்தில் பழைய நினைவுகள் பிம்பங்களாகத் தோன்றி மறைகின்றன.

ஆலந்தா, கொடியங்குளம் பகுதிகளில் ஜாதித்தீ' பற்றியெரியத் தொடங்கியதும், பலர் இங்கு தஞ்சம் புகுந்தனர். அதன் வழி கொஞ்சம் கொஞ்சமாக காடு, கரை தாண்டி இந்த மண்ணிலும் பரவியது கலவரம். வண்டல்காடு செம்மண் வேடம் தரித்தது. வேரூர் ஆட்களுக்கு அடைக்கலம் கொடுத்தவர்களே வேரூர் நாடி அஞ்சியோட வேண்டிய நிர்ப்பந்தம் வந்தது.

''வெட்டு, குத்து, அடிதடின்னு ஊரே ரத்தக்களறியாப்போச்சு. கம்பீரமா ஒசந்து நின்ன வீடுக குட்டிச் சுவரா கெடக்க, ஊருல மிஞ்சுனது நாலே நாலு பேரு. மேல வீட்டு ரெட்டியாரு, அவரு பொண்டாட்டி, தங்கச்சி, ஒரு வேலைக்காரப்பொண்ணு...'' முருகையா பிள்ளையின் கண்களில் லேசாக துளிர்க்கிறது கண்ணீர்.

பல உயிர்களைகாவு வாங்கிய கலவரம் ஒரு வழியாக முடிவுக்கு வந்தது. பலர் கைது செய்யப்பட, பாதிக்கப்பட்ட கிராமங்கள் புனரமைக்கப்பட்டன. ஓடி ஒளிந்தவர்கள் தங்கள் கிராமங்களுக்குத் திரும்பினர். ஆனால், சேதுராமலிங்கபுதூர் மட்டும் வெறுமை போர்த்திக் கொண்டது. பலர் இந்த கிராமத்தில் இருக்கப் பிடிக்காமல் தங்கள் வீடுகளை இடித்து, உத்திரங்களையும் ஜன்னல்களையும் பெயர்த்து எடுத்துக்கொண்டு வேறு பகுதிகளுக்கு இடம் பெயர்ந் தனர். கிராமம் நிர்வாணமானது. ஜனத்திரளால் நிறைந்திருந்த பூமி குட்டிச்சுவராக, தனிமையில் தவித்தனர் ரெட்டியார் குடும்பத்தினர்.

''என்ன சாபமோ தெரியல மக்கா. ஒரு நா ராத்திரி கீழவூட்டுல தனியா இருந்த ரெட்டியாரு தங்கச்சிய, வெளியூரு தறுதலப்பய ஒருத்தன் பலாத்காரம் பண்ண முயற்சி பண்ணுனப்போ அந்த அம்மா சத்தம் போட, கழுத்தை இறுக்கிக் கொன்னுப்புட்டான். சடலத்த பக்கத்துல இருக்கிற ஏரியில பொதைக்கும் போது அந்தப் பக்கமா ரெட்டியாரு வந்திருக்காரு.

அவரு பாத்திருப்பாரோன்னு சந்தேகப்பட்டு, அந்த பாதகப்பய அரிவாள எடுத்துக்கிட்டு வந்து வீட்டுக் கதவ தட்டியிருக்கான். ரெட்டியாரு பொண்டாட்டி கதவ தொறக்க... ஒரே போடு... தலை தனியா கழண்டுருச்சு. சத்தம் கேட்டு ஓடியாந்த ரெட்டியாரு, வேலைக்காரி ரெண்டு பேருக்கும் வெட்டு... எல்லாரும் அதே எடத்துல எறந்துட்டாங்க. எந்த சாமி குத்தமோ, ஊரே அனாதையா போச்சு. இந்த பாதகத்த செஞ்ச பாவிப்பய கொஞ்ச நாளைக்கு முன்னாடி எய்ட்ஸ் நோயால செத்துட்டானாம்...'' பூவாணி பஞ்சாயத்து உறுப்பினர் மாதவசாமி சொல்லும்போதே வார்த்தைகள் நெஞ்சுக்குள் ஊடுருவி அதிரச் செய்கின்றன.

அழிவுகளைப் பற்றி வரலாற்றுப் பாடத்தில் படித்துவிட்டு மறப்பது ஒரு சம்பிரதாயம். இங்கே கண்ணுக்கு முன் மனித இனத்தையே வெட்கித் தலைகுனியச் செய்யும் ஜாதி அரக்கனின் கோர முகம்... ஊருக்கு நடுவில் இடிபாடுகளில் மிஞ்சியிருக்கும் பள்ளிக்கூடமே இங்கு பாடமாக மாறியிருக்கிறது. அதற்குள் அடைந்து கிடக்கும் வெளவால்களின் எச்சங்களில் குழந்தைகள் அமர்ந்த தடங்கள் காணாமல் போய் விட்டன. பள்ளிக்கு அருகில் இருக்கிற அம்மன் கோயிலின் கருவறைக்குள் காரை முற்செடி மரமாகி நிற்கிறது. அநீதிகளுக்கு எதிராக சாபமிடுபவள் சக்தி... சக்திக்கே இங்கு சாபம்.

மகன்களை இழந்த தந்தைகள், கணவர்களை இழந்த மனைவிகள், தந்தையை இழந்த குழந்தைகளோடு... மனிதர்களை இழந்து, ஜாதிக் கலவரத்தின் சாட்சியாக நெல்லைச் சீமையில் மிஞ்சியிருக்கிறது சேதுராமலிங்கபுதூர்.

ஐஐ

ஐம்பொன்னூர்

தமிழர்களின் வீரமும் கலையும் உலகை வியக்க வைக்கும் கம்பீரம் மிக்கவை. குறிப்பாக சோழ வளநாட்டின் கலைச்சிறப்பு இணையற்றது. நுணுக்கமான வேலைப்பாடுகளுடன் வான் தொட்டு நிற்கிற பேரழகு ஆலயங்கள், சோழப் பேரரசர்களின் கலை தாகத்துக்கு சான்று.

கல்லுக்கும் மண்ணுக்கும் உயிர் கொடுக்கும் ஆற்றல்மிக்க கைவினைஞர்களின் பூமி தஞ்சை. ஆயிரமாயிரம் ஆண்டுகள் தொட்டு இன்று வரை, தமிழர்களின் திறனை உலகுக்கு உரக்கச் சொல்லும் கலைக்கோயிலாக பிரவாகமெடுத்து நிற்கிறது சோழ மண்டலத்தின் சுவாமிமலை.

கும்பகோணத்தில் இருந்து திருவையாறு செல்லும் வழியில் 8வது கிலோமீட்டரில் உள்ளது சுவாமிமலை. முருகப்பெருமானின் அறுபடைகளில் நான்காவது வீடு. இன்றளவும் இங்கிருந்து உலகம் முழுமைக்கும் செல்லும் ஐம்பொன் சிலைகள், சுவாமி மலைக்கு மட்டுமின்றி தமிழகத்தின் சிரசுக்கே கிரீடம் சூட்டுகின்றன.

நெற்களஞ்சிய தஞ்சை, கலைக் களஞ்சியமாகவும் சிறக்க எது காரணம்? குடகில் உதித்து கண்ணகி மண்ணில் கடல் தொடும் காவிரித்தாய்தான். ஆம்... வழி நெடுகிலும் ஆர்ப்பரித்து அருவியாய்

விழுந்து, மேகமாய் எழுந்து வரும் காவிரி, தஞ்சைப்படுகையில் தடவிச் செல்லும் வண்டல் மண்தான், ஐம்பொன் சிலையின் அத்தியாவசிய மூலம்.

ஒரு காலத்தில் நஞ்சைபூமியாகப் பச்சைபூத்துக் கிடந்த சுவாமி மலை, சிற்பக்கூடமாக மாறியது எப்படி?

10ம் நூற்றாண்டில் தஞ்சையை ஆண்ட ராஜராஜன், தஞ்சை பிரகதீஸ்வரர் கோயிலைக் கட்ட, தமிழகம் முழுமையிலும் சிற்பிகள் தேடினான். அப்போது செஞ்சியும், காரைக்குடியும்தான் சிற்பிகளின் வாழ்விடம். அவர்களை ஒருங்கிணைத்து தஞ்சைக்கு அழைத்து வந்தவர் வீரசோழ குஞ்சரமல்ல பெருந்தச்சன். சிற்பக்கலை ஜாம்பவான் குஞ்சரமல்லரின் தலைமையில் நூற்றுக்கணக்கான சிற்பிகள் 26 வருடம் இரவு பகலின்றி உழைத்து வடித்ததுதான் தஞ்சை பெரிய கோயில்.

பெரிய கோயிலுக்கு சிலை வடிக்கும் பணிகள் குடந்தையைச் சுற்றி பல இடங்களில் நடந்தன. அதில் சுவாமிமலையும் ஒன்று. பெரியகோவில் பணிகள் முடிவுற்றதும் கங்கை கொண்ட சோழபுரம், தாராசுரம் ஐராவதீஸ்வரர் கோயில் பரிபாலனப்பணிகள் தொடர்ந்தன. இக்காலக்கட்டத்தில், உற்சவ மூர்த்திகளை ஐம்பொன்னில் வார்க்க வசதியாக காவிரித்தாய் தன் மடி முழுக்க வண்டல் மண் சுமந்து நின்றாள். இந்தியாவில் வேறெங்கும் கிடைக்காத அந்த வண்டல், வார்ப்பை எளிதாக்கி, படைப்பை சிறப்பாக்கியது. இந்த அகத்தில் சொக்கிப்போன சிற்பிகள் சுவாமிமலையையே தங்கள் இருப்பிடம் ஆக்கிக் கொண்டனர்.

இதுதான் சுவாமிமலை சிற்பக்கிராமமான வரலாற்றுச் சுருக்கம்.

சுவாமிமலையை தழுவிச் செல்லும் காவிரியிலும், அதன் கிளையான அரசலாற்றிலும் அரை அடி உயரத்துக்கு படிந்து கிடக்கிறது வண்டல்மண். நயமான இந்த வண்டல் மண்ணைத் தான் வெளிமாநில சிற்பிகளெல்லாம் வந்து வாரிச் செல்கிறார்கள். பொலிவோடு கையொட்டும் இந்த மண்ணை 'மின்னும் மண்' என்கிறார்கள்.

விஸ்வகர்ம பரம்பரையில் சில்பி என அழைக்கப்படுகிறார்கள் ஸ்தபதிகள். சுவாமிமலையில், சிற்பசாஸ்திரம் அறிந்து பாரம்பரியமாக சிலை வடிக்கக்கூடிய 60 ஸ்தபதிகள் வசிக்கிறார்கள். இதனன்றி

200க்கும் அதிகமான பிற சமூகத்தினரும் சிலை வார்ப்பைத் தொழிலாகக் கொண்டு இயங்குகிறார்கள். ஐம்பொன் சிலைகள் மட்டுமின்றி, கோயில் திருப்பணிகள், கல் விக்கிரகங்கள், கதவுகள், கொடி மரங்கள், படியலங்காரம், பல்லக்குகள், வாகனங்கள் செய்வோரும் சுவாமி மலையைச் சூழ்ந்துள்ளனர்.

நேர்கோடு கிழித்தாற்போல கட்டுக்கோப்பாக, கலைநயமாகச் செய்யப்பட்டுள்ளன சுவாமிலை வீதிகள். ராஜ வீதியும் வடம் போக்கி தெருவும் பாரம்பரிய சிற்பக் கலைக்கூடங்கள் நிறைந்த பகுதிகள். ஒற்றைத்தெருவில் பிற சமூகத்தினரின் சிற்பக்கூடங்கள். தீமங்குடி, வளப்போட்டை, துரும்பூர் பகுதிகளிலும் ஐம்பொன் பட்டறைகள் உண்டு.

ஐம்பொன் சிற்பங்கள் செய்வதில் இயந்திரங்களின் பயன்பாடு இல்லை. முழுக்க முழுக்க கைவேலைப்பாடுகள் தான். ஒரு ஆலயத்துக்குரிய சிலையை செய்வதற்கு முன், அந்த ஊர், சிலையை உபயமாக செய்பவர், செய்யப்படும் விக்கிரகம் மூன்றுக்குமான பொருத்தங்கள் சரிபார்க்கப்படும். இதற்கு ‘ஆயாதி கணித்தல்’ என்று பெயர். அந்த கணிதத்தின் அடிப்படையில் விக்ரகத்தின் உயரத்தை தீர்மானித்தபின், ஸ்தபதிகள் தேடுவது தென்னை ஓலையைத்தான். சிலையின் உயரத்துக்கு தென்னை ஓலையை நறுக்கி, 124 பாகங்களாக மடித்து, அந்த மடிப்புகளை வைத்தே சிற்பத்தின் அங்கங்களை தீர்மானிக்கிறார்கள். ஒரு விக்கிரகத்தில் உச்சி முதல் பாதம் வரை 123 பாகங்கள் வடிக்க வேண்டும்.

முதலில் தேன்மெழுகை உருக்கி, சிற்பியின் மனநிலைக்கும், சிற்ப விதிகளுக்கும் தகுந்தவாறு கை, கால், வாயிட்டு சிலைக்கு உயிர் கொடுக்கிறார்கள். மெழுகால் செய்யப்பட்ட உருவத்தை காவிரியில் அள்ளிவரும் வண்டல் மண்ணால் பூசுகிறார்கள். கீழே மட்டும் சிறிய ஓட்டை இட்டு அதற்கு மேல் கம்பிகள் வைத்து, மேலும் மண் கொண்டு பூசிக் காய வைக்கிறார்கள். இதுதான் கரு.

குழந்தையை சுமக்கும் தாய்மை உணர்வோடு தயார் செய்யப்படும் கருவை, தலைகீழாக வைத்து லேசான பதத்தில் சூடாக்குகிறார்கள். இவ்விதம் சூடாக்கும்போது உள்ளேயிருக்கும் மெழுகு கரைந்து, ஓட்டை வழியாக வெளியேறி விடுகிறது. உட்கூடாக இருக்கும் கருவை வெகு கவனமாக சூளையில் இட்டு சுடுகின்றனர். சுட்ட கருவின் வாய் மேல்புறம் தெரியும்படி பூமியில் புதைத்து வைக்கின்றனர்.

இன்னொரு பக்கம் 82 சதவிகிதம் செம்பு, 15 சதவிகிதம் பித்தளை, 3 சதவிகிதம் ஈயம், சிறிதளவு தங்கம், வெள்ளி கலந்த கலவை, 'மூசை' என்று அழைக்கப்படுகிற குவளை மூலம் சூடாக்கப் படுகிறது. இந்த மூசைக் குவளைகள் ராஜமுந்திரி பகுதியில் கிடைக்கும் ஒரு வகை மண்ணால் தயாரிக்கப்படுகிறது. 2 ஆயிரம் டிகிரி சென்டிகிரேட் வெப்பத்தை அனாயாசமாக தாங்கக்கூடியது இந்த குவளை. ஆயிரத்து 400 டிகிரி சென்டிகிரேட் வெப்பத்தில் இந்த உலோகங்களை உருக்கி, கருவின் வாய் வழியே கூட்டுக்குள் ஊற்றுகின்றனர். போதுமான நாட்கள் இடைவெளியில் உலோகம் குளிர்ந்தவுடன் மேல்கூட்டை உடைத்தால் விக்கிரகத்தின் முக்கால் பாகம் தயார்.

பின்னர் தேவையில்லாத பகுதிகளை வெட்டி, அரம் கொண்டு ராவி, நகாசு வேலைகள் செய்தால்... அழகான ஐம்பொன் விக்கிரகம் தயார். மூக்கின் அழகே முக்கியம் என்பதால் அதுதான் கடைசி பணி. சிலையின் முக வெட்டுக்குத் தகுந்தாற்போல்!

உலகம் முழுமைக்கும் இங்கிருந்து விக்கிரகங்கள் அனுப்பப்படு கின்றன. சென்னை, மும்பை என இந்தியாவின் எந்த பகுதியில் ஐம்பொன் சிலைகள் விற்றாலும், அவை சுவாமிமலை மண்ணில் பிறந்தவையாகத்தான் இருக்கும். தேவை குறையாதிருப்பதால் எல்லாக் காலங்களிலும் வேலைக்குப் பஞ்சமில்லை. இதைச் சார்ந்து இருக்கக்கூடிய பல்லாயிரக்கணக்கான தொழிலாளர்களின் வாழ்வில் பட்டினி இல்லை என்பதே இந்த தெய்வீகக் கலையின் வெற்றிக்குச் சாட்சி. 400 ரூபாயில் இருந்து 4 லட்சம் ரூபாய் வரை சிலைகள் செய்யப்படுகின்றன.

சுவாமிமலை ராஜவீதி அருகிலுள்ள கலைக்கூடங்களில் பரபரப்பாக இயங்குகிறார்கள் ஸ்ரீகண்ட ஸ்தபதியும், மோகன்ராஜ் ஸ்தபதியும். தஞ்சை பெரியகோயிலை நிர்மாணித்த குஞ்சரமல்ல பெருந்தச்சனாரின் 15வது வாரிசுகளாக அரசால் அறிவிக்கப்பட்ட இருவரும் விக்கிரக ஏற்றுமதியில் முன் நிற்பவர்கள். இரவு பகலின்றி இயங்குகிறது இவர்களின் உற்பத்திக்கூடம்.

விக்கிரகப் பட்டறைகளில் பணியாற்றும் தொழிலாளர்களுக்கு 100 முதல் 250 ரூபாய் வரை தினகூலி. ஆயிரக்கணக்கானோர் இந்தப் பணியில் ஈடுபட்டாலும் பெண்களுக்கு இத்தொழிலில் போதிய பிரதிநிதித்துவம் இல்லை. நுணுக்கமான வேலைப்பாடுகள் பெண்களுக்குக் கைவராது என்பது இத்தொழில் முன்னவர்களின்

கருத்து. ஆனாலும் இந்த பணியில் கோணக்கரை கிராமத்தைச் சேர்ந்த சரஸ்வதிக்கு மட்டும் விதிவிலக்கு. கணவரின் இறப்புக்குப் பிறகு, வாழ்க்கை கொக்கியாகத் தொக்கி நிற்க, தைரியமாக அரம் பிடிக்கத் தொடங்கிய சரஸ்வதிக்கு இப்போது வயது 40. பாதி வேலைகள் இவருக்கு அத்துப்படி.

தமிழர் பழம்பெருமையையும் பாரம்பரியத்தையும் நிலை நாட்டும் சுவாமிமலையை 'யுனெஸ்கோ, உலக பாரம்பரிய கலைப் பிறப்பிட'மாக அங்கீகரிக்க வேண்டும் என்பது மட்டுமே இக்கலை கிராம மக்களின் கோரிக்கை.

౸౸

நீரூர்

குடகில் பிறக்கும் காவிரி, காடுமேடுகளைக் கடந்து, முக்கொம்பைத் தழுவும்போது உருக்கொள்கிறது கொள்ளிடப் பெருவாய்க்கால். வெள்ளத்தில் மூழ்கி கர்நாடகம் காணாமல் போகாமல் காக்கும் வடிகால் தெய்வம், இந்தக் கொள்ளிடம்தான். வெள்ளக்காலத்தில் கடைமடை விளைநிலங்களை மட்டுமின்றி, கரை விட்டு விலகி யிருக்கும் வீடுகளையும் கலைத்துப்போட்டு, கொள்ளிடத்தாய் ஆடும் ருத்ரதாண்டவம் அச்சங்கொள்ளத்தக்கது.

வழிநெடுக கிளை கிளையாக நீர்க்கோடுகளைக் கிழித்துக் கொண்டே வரும் இந்தத் தண்ணீர் தேவதை, இயற்கையாக சில மணலோவியங்களையும் செதுக்கி வைத்திருக்கிறாள். அப்படி செதுக்கப்பட்ட தீவு கிராமம்தான் ராமநல்லூர்.

நேர்க்கோடாக ஓடிவரும் கொள்ளிட நீரை, இரண்டாகக் கிழித்து, மூன்றாவது கிலோமீட்டரில் மீண்டும் இணைத்து வைத்திருக்கிறது ஒரு பிரமாண்ட மணற்திட்டு. பொலபொல வென கால் புதையும் இந்த மணற்திட்டில் மூன்று நூற்றாண்டு களாக 400 குடும்பங்கள் ஜீவித்து வருகின்றன.

நான்கு திசைகளிலும் தண்ணீர் வேலி. கொஞ்சம் மேடேறினால் கண்களைத் தழுவும் பசுமை. முப்போகம் நெல் விளையும்

ஆதிதஞ்சையில், சாகாமல் மிஞ்சியிருக்கும் சாகுபடி நிலங்கள். கடலை, கரும்பு, கொத்தவரை, மிளகாய், கருணைக்கிழங்கு என பொன்போல செழிக்கும் வண்டல் பூமி.

ஆனாலும், எந்த நேரத்திலும் கொள்ளிடத்தாய்க்கு கோபம் வரலாம் என்பதால், இந்த பூகோள ஆச்சரியத்தில், உயிர் அச்சம் எப்போதும் உறுத்திக்கொண்டே இருக்கிறது. கர்நாடக வெள்ளம், உள்ளூர் கனமழை, மேட்டூர் சாதனை, காவிரியில் பெருக்கு... இந்தச் செய்திகள் எல்லாம் கடைமடை விவசாயிகளின் காது களுக்குத் தேன். ராமநல்லூர் மட்டும் நடுங்கிப் போகிறது.

தஞ்சாவூரில் இருந்து 25 கிலோமீட்டர் தொலைவில், கபிஸ்தலத்துக்கு வடக்கே இருக்கிறது ராமநல்லூர். கொள்ளிடம் ஆறு கரை தொடும் ஆழம் குறைந்த இடத்துக்கு குடிகாடு என்று பெயர். அதுதான் ராமநல்லூருக்கு நுழைவாயில். படகில் 15 நிமிடம் பயணித்து ராமநல்லூரை அடைய முடிகிறது. தலைக்கு மேல் வெள்ளம் போனால் மட்டுமே படகுப்பயணம். மற்ற நேரங்களில் நீச்சல் தெரிந்தவருக்குத் தான் வழி வசப்படும்..

பள்ளி செல்லும் குழந்தைகள், ஆஸ்பத்திரிக்குப் பயணிக்கும் பெரியவர்கள், வலி சுமந்து பரிதவிக்கும் கர்ப்பிணிகள்... எல்லோ ரையும் கரை சேர்க்கும் கடவுள், வெல்லம் காய்ச்சும் வட்ட வடிவிலான கொப்பரைதான். கொப்பரைக்குக் காத்திருக்க விரும்பாத இளவட்டங்கள், லுங்கியை அவிழ்த்து தலையில் கட்டிக்கொண்டு, வாழைத்தண்டின் முகப்பில் ஒரு அச்சுக் கம்படித்து அதை பிடித்தபடி நீந்திக் கரையேறுகின்றனர். எடை குறைந்த கல்யாண முருங்கை மரத்தைப் பற்றியபடி நீந்துவோரும் உண்டு.

மணல் மூட்டைகளை அடுக்கி வைத்துக்கொண்டு, ஒரு அபாயத்தை எதிர்நோக்கி அமர்ந்திருக்கிறது ஆறு கிழியும் இடத்துக்கு அருகில் உள்ள மேலராமநல்லூர். எல்லையில் விரிந்திருக்கும் பச்சையம்மன் கோயில், மணலுக்குள் புதைந்து கிடந்து மீட்கப் பட்ட ஆச்சரியம். நாற்புறமும் நீர் சூழ, முகத்தில் கோபாவேசம் காட்டும் இந்த அம்மனை வணங்க, வெளி மாவட்டங்களில் இருந்தெல்லாம் சுமங்கலிப் பெண்கள் கொள்ளிடம் கடந்து குவிகிறார்கள்.

ராமநல்லூரில், கண்கள் தொடும் இடமெல்லாம் சிவலிங்க சிலைகள். சிதிலமடைந்து கிடக்கும் அந்த சிலைகளுக்குப்

பின்னால் ஏதோ ஒரு அரசனின் ஆன்மிக புனிதம் மறைந்து கிடக்கலாம். ஆனால் இதுபற்றி கவலைப்படவோ, ஆய்வு செய்யவோ அங்கு யாருக்கும் அவகாசமில்லை.

எல்லா காலங்களிலும் பரபரப்பாக இயங்குகிறார்கள் விவசாயிகள். இந்திய நிலங்களை மழுங்கடித்த ரசாயன உரங்களுக்கும், பூச்சி மருந்துகளுக்கும் இங்கு இடமில்லை. வீட்டுக்கு வீடு சகஜீவன்களாக ஆடு, மாடுகள். ரோட்டுக்கு ரோடு உரக்குழிகள். வாயைப் பொக்காத கரும்பு, உப்புகள் கலக்காத நெல், விஷம் தோயாத காய்கறிகள்.

இந்த வளம்தான் இவர்களை அபாயம் மிக்க இந்த தண்ணீர் கிராமத்தை காதலிக்க வைத்த காரணங்கள். 'கொள்ளிடம் தாண்டி வேறெங்கினும் வீடு தரும் நீங்கள், இப்படி பசுமை மாறாமல் காய்க்கும் காடு தருவீர்களா?' என்று இந்த மக்கள் கேட்கும் கேள்வி அதிகாரிகளை அசர வைக்கிறது.

ஆனாலும் விளைச்சலை பணமாக்குவதற்குள் இன்னொரு பிறப்பு எடுக்க வேண்டியிருக்கிறது. கரும்புக்கட்டுகளை தண்ணீர் கடந்து கொண்டு செல்வது சவாலானதால், சாறெடுத்து, வெல்லம் செய்து விற்கிறார்கள். காய்கறிகளை மூட்டையாக்கி, கொப்பரைகளில் வைத்து, அதை தள்ளியபடியே நீந்தி அக்கரைக்கு கொண்டு சென்றால்தான் பயிர் பணமாகும். நெல்லென்றால், 'எப்போடா நீர் வற்றும்' என காத்திருத்தல் நீள்கிறது.

தண்ணீர் வற்றிய தருணங்களில், மாட்டு வண்டிகளில் வைத்து பாபநாசமோ, கபிஸ்தலமோ கொண்டு செல்ல வேண்டும். தங்கள் குழந்தைகளைப் போல, வீட்டு விலங்குகளைப் பராமரிக்கிறார்கள் இவர்கள். வெள்ளத்தில் அவை இறக்க நேர்ந்தால் துக்கத்தில் துவண்டு போகிறார்கள். போன ஆண்டு ஆடுமாடுகளை இழந்த சேகர் இன்னும் துக்கத்திலிருந்து மீளவில்லை. "புள்ளயபோல வளத்தன் சார்... அத்தனையையும் கொண்டு போயிருச்சு தண்ணீ. மனசு ஆத்தமாட்டாமே அடிச்சுக்குது..." என்று புலம்பும் சேகரின் கண்களில் நீர் கோர்க்கிறது.

தண்ணீரில் தத்தளிக்கும் இந்த கிராமத்தில் பெண் கொடுக்க உறவுகள்கூட முன்வருவதில்லை. 300க்கும் அதிகமான பெண்கள் உள்ளூரிலேயே திருமணம் செய்து ஜீவிக்கிறார்கள்.

மேலராமநல்லூரில் இருந்து அரை பர்லாங் தூரத்தில் இருக்கிறது கீழராமநல்லூர். கிழிந்த ஆறு இங்குதான் இணை

கூடுகிறது. வீட்டின் முகப்பையும், பின்புறத்தையும் தண்ணீர் முத்தமிடும் அளவுக்கு நெருக்கமான மண்.

''மழை பேஞ்சு தண்ணி வந்தா உசுரயும், ஆடு மாடுகளையும் கையில புடிச்சிக்கிட்டு அந்தா தெரியுது பாரு மணத்திட்டு, அங்க போயிருவோம்'' என்று தங்கள் வாழ்க்கையை வார்த்தைகளாக்க முயல்கிறார் சங்கர்.

ரேணுகாவும், சத்யாவும் கபிஸ்தலத்தில் 10ம் வகுப்பு படிக்கிறார்கள். ''யூனிஃபார்மையும் புத்தக மூட்டையையும் பாலிதீன் பையில வச்சு கொப்பரையில் உக்காந்துக்குவோம். அப்பாவோ, அண்ணனோ கொப்பரைய புடிச்சு தள்ளிக்கிட்டுப் போயி அக்கரையில விடுவாங்க. அங்க உள்ள மறைவுல யூனிஃபார்மை மாத்திக்கிட்டு பள்ளிக்கொடம் ஓடுவம். பயலுகளெல்லாம் இங்கருந்து நீந்தி வருவாங்கெ. நெறைய படிக்கணும்னு மனசுக்குள்ள ஆசையிருக்கு. ஆனா, இதுக்கெ நாக்கு தள்ளுது. பத்தாம் வகுப்போட பொம்பளப்புள்ளங்களுக்கு படிப்பு அவ்வளவு தான்'' வாழ்க்கைச் சூழல் கற்றுத் தந்த வார்த்தைகளில் சரளமாகப் பேசுகிறார்கள் இருவரும்.

மேலராமநல்லூரில், ஆற்றுக்கு ஆறேழு அடி தூரத்திட்டில் உள்ளது நடுநிலைப்பள்ளி. 139 மாணவர்களுக்கு 3 ஆசிரியர்கள். ஆற்றோர கிராமம் என்ற எண்ணத்தில் வரும் ஆசிரியர்கள், கொள்ளிடத்தையும் கொப்பரையையும் பார்த்து மிரண்டு, அழாத குறையாக டிரான்ஸ்பர் வாங்கி ஓடி விடுகிறார்கள்.

இப்படி ஒரு இக்கட்டான வாழ்க்கை ஏன்? இடம் பெயர்ந்தால் என்ன?

கேள்வியே இந்த ஊரின் இளைஞர் திருவேங்கடத்தை கோபப்படுத்துகிறது.

''நான் சாஃப்ட்வேர் இன்ஜினியர். இந்தத் தண்ணிக்கு நடுவில பெறந்து, படிச்சுத்தான், இந்த உயரத்துக்கு வந்திருக்கேன். இப்போ லண்டன்ல வேலை செய்யிறேன். என்னால இந்தியாவில பெரிய நகரத்துல கூட வசதியா வாழ்க்கை நடத்த முடியும். ஆனா, இந்த மண்ண விட்டு 6 மாசத்துக்கு மேல இருக்க முடியல சார். ஏதேதோ அர்த்தமில்லாத திட்டத்துக்கெல்லாம் கோடிக்கணக்கில கொட்டி, பணத்தை வீணாக்குறாங்க. ஊரோட இணைக்க ஒரு பாலம் வேணும்னு 3 தலைமுறையா அலையுறோம். எந்த சாமியும்

கண்ண தொறக்கல. தேர்தலுக்கு தேர்தல், ஆட்சிக்கு ஆட்சி வெறும் உறுதிமொழியா வந்து காத்தோட போயிருதுங்க அந்த பாலம்'' ஆதங்கத்தோடு பேசுகிறார் திருவேங்கடம்.

தண்ணீருக்காக இன்னொரு உலகப்போர் நடக்கும் சாத்தியமுண்டு என்று கவலைப்படுகிறார்கள் விஞ்ஞானிகள். ஆனால், தினம் தினம் தண்ணீரோடு போரிடும் ராமநல்லூர் மக்களைப் பற்றி கவலைப்படத்தான் யாருமில்லை.

ஜஐ

தீர்க்கசுமங்கலியூர்

'அதோ அவரு சுல்தான் அகமது ஷாகிபு. அவர் ரெண்டாம் தாரமா கட்டிக்கிட்டது நாயுடுவூட்டுப் பொண்ண. கவுண்டர் வூட்டு காகுத்தன் அனந்தர் கட்டிக்கிட்டது ஹமீதா பேகத்தை. அவுரு மகளைக் கட்டிக்கிட்டது செட்டியார் வீட்டுப் பையன். சிவனேசம் நாடார் மகனுக்கு பொண்ணெடுத்தது நாயக்கர் வீட்டுல. செல்வராசு நாயக்கர் மாணிக்கஐயருக்கு சம்மந்தி. ஐயரோட இன்னொரு மகனுக்கு ஐயங்காரு பொண்ணு கொடுத்துருக்காரு...'

ஏதோ ஒரு பின்னிரவில் வந்துபோகும் கனவுக்காட்சி போல இருக்கிறது இந்த வார்த்தைகளைக் கேட்கும்போது. ஆனால், நம்பத்தான் வேண்டும். ஆங்காங்கே கீரியும், பாம்புமாகச் சீறிக் கொள்ளும் 69 ஜாதிக்காரர்கள் அண்ணன், தம்பி, மாமா, மருமகனாகப் பின்னிப் பிணைந்து ஒன்றாக ஜீவிக்கும் அந்த தெய்வீக கிராமம் மெய்வழிச்சாலை.

திராவிட இயக்கங்கள் தொட்டுவிடத் துடிக்கிற பிரமாண்டமான மாற்றத்தை, எந்தச் சத்தமும் இன்றி ஆன்மிகம் செய்து சாதித்த மெய்வழிச்சாலை புதுக்கோட்டை மாவட்டத்தின் வடகோடியில் இருக்கிறது. புதுகை மணப்பாறை சாலையில், சித்தன்ன வாசலுக்கு அருகில் தெற்கே பிரியும் சிறிய சாலை வழி சென்றால் கீழக் குறிச்சியை அடுத்து ஒரு சிறிய வரவேற்பு வளைவு. அது மெய்

வழிச்சாலைக்குள் அழைத்துச் செல்லும். சுமார் 60 ஏக்கர் பரப்பளவு. சுற்றிலும் முள்கம்பி வேலி. முகப்பில் பெரிய வாயிற்கதவு. உள்ளே நுழைந்தால் அமானுஷ்ய அமைதி. மயிலின் அகவலும், மரங்களடைந்த பறவைகளின் சின்னச் சின்ன 'கிரீச்' சத்தங்களும் தவிர, காற்று கூட வாய் மூடி தழுவிச் செல்லும் ஆச்சரிய கிராமம். பள்ளி செல்லும் சிறுவர்கள் தொடங்கி ஆடு மேய்க்கும் மனநலம் பாதிக்கப்பட்ட மனோன்மணி வரை எல்லோரின் தலையிலும் வெள்ளை டர்பன்.

இருபுறமும் சாமரம் வீசும் மரங்களைக் கடந்து உள்ளே நுழைந்தால்... 'உத்தரவின்றி உள்ளே வராதே' என மிரட்டுகிறது விளம்பர பலகை. உத்தரவு பெற்று உள்ளே போனால், அத்தனை கண்களும் ஒருவித எச்சரிக்கை உணர்வோடு நம்மை எதிர்கொள்கின்றன.

அடுத்த பத்தடியில் இன்னொரு அறிவிப்புப் பலகை 'வாகனத்தில் வருவோர் இங்கேயே இறங்கிச் செல்லவும்'.

நேர்நேரான கூரைக் குடில்கள். விழியைக் குளிர்விக்கும் வெள்ளை நிறச் சுவர்கள். கால் புதையும் மணல். அண்ணாந்து பார்த்தால், இன்னொரு உலகுக்கு வந்துவிட்ட உணர்வு. நாவல், வாகை, வேம்பு மரங்கள் சூழ்ந்து நிற்க, நடுவில் இருக்கிறது பொன்னரங்க தேவாலயம். இரவு பகலின்றி எல்லா நேரமும் ஆலயத்தைச் சுற்றி காவி டர்பன், கஷாயம், பஞ்சகச்சம், பிறை வடிவ கில்நாமம், 6 இழை பூணூல் தரித்த அனந்தர்கள் தவிர அந்நியர்களின் காலடித் தடங்கள் அறவே இல்லை.

மின்சாரம் இல்லை. அமைதி குலைக்கும் ஆடம்பரப் பொருள்கள் இல்லை. வீடுகளுக்குக் கதவுகள் கூட இல்லை. பத்தடிக்கு ஒரு கல்தூணில் எண்ணெய்த்திரியிட்ட விளக்கு மட்டுமே வெளிச்சம். இப்போது அங்கொன்றும், இங்கொன்றுமாக சூழலைச் சிதைக்காத சோலார் விளக்குகள்.

ஒரு மர்ம கிராமமாகவே மெய்வழிச்சாலையை அடையாளப்படுத்துகிறார்கள் புதுகை மக்கள்.

'அங்கெ ஒரு கண்ணாடி இருக்கு. அதப் பாத்தீயன்னா திரும்ப வர முடியாது. அந்த மதத்திலேயே சேந்துர வேண்டியதான். அவிங்ககிட்ட மயக்கப்பொடி இருக்கு. அதை மேல தூவி விட்டால் மயங்கி விழுந்திருவாங்க..'

ஊரு புல்லா தங்கம் பொதைச்சு வச்சிருக்கானுவ. ராத்திரி பகலா ஆள்மாத்தி ஆளு காவல் காத்து நிக்கும்..'

'அந்த ஊருக்குள்ள வேத்தாளுக காலடிபட விட மாட்டாவ. மீறிப்பட்டா காலு அழுகிடுமாம். மினிபஸ்ல போற டிரைவரு, கண்டக்டரே பஸ்ஸ விட்டு எறங்குறது இல்லை தெரியுமா?'

இப்படி வாய்க்கு வாய் உலவுகிறது வதந்தி.

வெகுஜன நெருக்கம் இல்லாத இந்த சாலைவாசிகளின் பின்னணி என்ன?

நூறாண்டுகளுக்கு முன், இஸ்லாமிய குடும்பத்தில் பிறந்த காதர்பாட்ஷாதான் மெய்வழிச்சாலையின் ஆண்டவர். சிறு வயதில் மரணம் பற்றிய ஒரு பிரசங்கத்தை கேட்ட பாட்ஷாவுக்கு, நரகம் பற்றிய பயம் வந்து தூக்கம் கெட்டது. மனைவி, மக்கள் என்று இல்லறம் இனித்தாலும் நாளொரு சாமியாரை நாடி சொர்க்கத்துக்கு பாதை கேட்பதையே முழுநேரப் பணியாக்கி விட்டார் அவர்.

ஒரு தருணத்தில், வடலூர்வள்ளலாரின் குருவான தணிகைமணி பிரானை சந்திக்க நேர்ந்தது. அந்த பிரானின் ஆற்றலில் மனம் திரும்பி, குடும்பத்தைத் துறந்து 12 ஆண்டுகள் அவரின் வழியிலேயே சுற்றிய காதர்பாட்ஷா, திருப்பரங்குன்றத்தில் 12 ஆண்டுகள் தவங்கழித்து சொர்க்கத்தின் திசையறிந்தார். அதன்பிறகு கால்போன போக்கில் திரிந்த அவர், மதுரை பழஞ்சாலையில் முற்கள் மண்டிக்கிடந்த ஒரு இடத்தில் பெரிய குடில் அமைத்து பிரசங்கம் செய்யத் தொடங்கினார்.

அது 1946. மதுரையில் வீதியுலா வந்த பிரிட்டிஷ் கவர்னர் வேவல்துரை, காதர்பாட்ஷா கட்டியிருந்த பிரமாண்ட குடிலையும், அது தாங்கி நிற்கும் நிலத்தையும் பார்த்து, விமான நிலையத்துக்காக அவ்விடத்தைத் தருமாறு கேட்க, மறு பேச்சின்றி வழங்கினார் காதர்பாட்ஷா. அதற்காக கவர்னர் வழங்கிய வெகுமதி, 1 லட்சத்து 36 ஆயிரம் ரூபாய்.

இவ்வளவு பெரிய தொகையை பணமாக வைத்துக் கொள்ள பயந்த காதர்பாட்ஷா, அத்தனையையும் தங்கமாக்கி சுமந்து கொண்டு கீழ்த்திசை நோக்கி பயணித்தார். புதுகைக்கு அருகில் பரந்து விரிந்திருந்த ஊறல்மலைச்சாரலை வந்தடைந்த பாட்ஷா, பாப்பநாச்சிக்குளம் என்று அழைக்கப்பட்ட இப்பகுதியில் 22 ஏக்கர் நிலத்தை வாங்கினார். கருவேலம் முட்களும், ஊமத்தை

மரங்களும் நிறைந்த காடான இப்பகுதியைச் சீரமைத்து குடிலமைத்தார். தங்கங்களை பாதுகாக்க பூமிக்கு கீழே குழிகள் தோண்டி புதைத்து வைத்தார்.

தான் கண்டடைந்த இறைவழியை ஊராரும், உலகாரும் உணர வேண்டுமென விரும்பிய பாட்ஷா, 'மறலி கை தீண்டா மெய்வழி மதம்' என்றொரு அமைப்பை நிறுவினார் (மறலி என்றால் எமன் என்று பொருள்). மரணத்தை வெல்லும் வழியை கூறுகிறேன் என்று அறைகூவல் விடுத்த பாட்ஷாவை நாடி மதம் கடந்து, ஜாதி கடந்து சீடர்கள் குவிந்தனர். தொழிலதிபர்கள், பெரிய நிறுவனங்களில் பணியாற்றிக் கொண்டிருந்த பொறியாளர்கள், மருத்துவர்கள் என பலர் தங்கள் பணிகளை உதறிவிட்டு, மெய்வழிச்சாலையைச் சரணடைந்தனர். இன்னொரு புறம் காணிக்கைகள் குவித்தன. தன் வழித்தொடர்பாளர்களை அனந்தர்கள் என்று அழைத்தார் பாட்ஷா. அந்தப்பகுதியை மெய்வழிச்சாலை என்றும், பாட்ஷாவை ஆண்டவர் என்றும் அழைக்கத் தொடங்கினர் அனந்தர்கள்.

அடர்காடாகக் கிடந்த பூமி மெல்ல மெல்ல மனிதர்கள் ஜீவிக்கும் தகுதி பெற்றது. மணி கோர்த்தாற்போல் நட்ட நடு நேராக சுவரெழுப்பி ஆயிரத்து 200 வீடுகள் கட்டினர். நிரந்தரமாக ஆண்டவர் சேவைக்கு 600 பேர் அங்கேயே தங்கவும், மற்ற அனந்தர்கள் வெளியூர்களில் கொள்கை பரப்பவும் முடிவெடுத்தனர்.

அந்தச் சூழலில்தான் அரசியல்வாதிகளின் கண்களை மெய் வழிச்சாலை உறுத்தத் தொடங்கியது. இந்திராகாந்தி பிரதமராக இருந்த தருணத்தில், மெய்வழிச்சாலையில் திடீர் சோதனை மேற் கொள்ளப்பட்டது. கூடை கூடையாக தங்கம் தோண்டியெடுக்கப் பட்டு கண்காட்சியாக்கப்பட்டது. செங்கல் செங்கல்லாக செதுக்கப் பட்ட தங்கக் கட்டிகள் பொதுமக்களை புருவம் உயர்த்த வைத்தன. இது தொடர்பாக நீண்ட சட்டப்போராட்டம் நடந்தது. சாலை ஆண்டவர் 1976 பிப்ரவரியில் அடக்கமானார்.

அவரது உடல் அடக்கம் செய்யப்பட்ட இடமே இப்போது பொன்னரங்க தேவாலயம் (சாலைவாசிள் பயன்படுத்தும் பெரும் பாலான வார்த்தைகள் மூக்கின ஒலியால் ஆனவை). ஆண்டவரின் மரணத்துக்குப் பிறகு, அவரது அடிதொழுது கொள்கை பரப்பிய பல்வேறு ஜாதிகளைச் சேர்ந்த 5043 அனந்தர்கள் முழுநேரம் ஆண்டவ நாமம் பேசப் பணிக்கப்பட்டனர். அனந்தர்கள் பெயருக்கு

முன் 'மெய்வழி' என்ற வார்த்தையையும், மதம் சார்ந்த பிறர் 'சாலை' என்ற அடையாளத்தையும் பயன்படுத்தத் தொடங்கினர்.

''இப்போ எங்க ஆண்டவர் மேல நம்பிக்கை வச்சு மெய்வழிச் சாலையை நாடி நிறைய பேர் வர்றாங்க. அதனால மெய்வழிச் சாலைக்கு வெளியேயும் வீடுகள் கட்டியிருக்கோம். சாலைக்கு வெளியே உள்ள வீடுகள்ல டி.வி., ஏ.சினு சுகபோக பொருளெல்லாம் இருக்கு. சாலைக்குள்ள அந்த பொருளுக்கெல்லாம் அனுமதி இல்லை.

சாலையில உள்ளவங்க, அதிகாலை 4 மணிக்கு நடக்குற பஞ்சணை எழுச்சி நிகழ்ச்சியில தொடங்கி, நைட்டு 3 மணிக்கு நடக்குற வணக்க நிகழ்ச்சி வரை எல்லா வழிபாட்டுக்கும் ஆலயத்துக்கு வரணும். ஜாதி, மதமெல்லாம் பாக்குறதில்லை. அதே மாதிரி காதல் கல்யாணத்தையும் எதுக்கிறதில்லே. சாயங்காலம் 6 மணிக்கு மேல வெளியாளுங்க சாலைக்குள்ள தங்க அனுமதியில்ல. 6 மணி வழிபாட்டில இந்து, முஸ்லீம், கிறிஸ்தவ முறைப்படி வழி பாட்டுப் பாடல்களைப் பாடி வணங்குவோம். ராத்திரி முழுவதும் 2 மணி நேரத்துக்கு ஒரு குழு பாதுகாப்புக்கு ஊரைச் சுத்தி வரும். மெய்வழி ஆண்டவரை நாடி வந்தவங்கள, அடக்கமான பின்னாடியும் மண் தொடாதுங்கிறது எங்க நம்பிக்கை'' என்கிறார் மெய்வழி கமலமுனி அனந்தர்.

''மெய்வழி ஆண்டவரோட இந்த சாலையில பெண்களுக்கு சமஉரிமை உண்டு. அனந்தர்களுக்கு இணையா அனந்தகிகளையும் ஆண்டவர் நியமிச்சிருக்காரு. மனிதனா பொறந்த எல்லாருக்கும் சாவுக்குப் பெறகு இன்னொரு வாழ்க்கை இருக்கு. அதனால யாரு இறந்தாலும் நாங்க அழறதில்லை. கணவனை இழந்த பெண்கள்கூட அழமாட்டாங்க. அடக்கஸ்தலம் வரைக்கும் போயி, சிரிச்ச மொகத் தோட அடக்கம் பண்ணிட்டு வருவாங்க. கணவன் எறந்த பிறகு பெண்கள் தாலியக் கழட்ட மாட்டாங்க. பூ பொட்டு வச்சுப்பாங்க. எந்த விழாவுலயும் பெண்கள ஒதுக்க மாட்டாங்க. மரணத்துக்காக சின்ன வருத்தத்தைக் கூட இங்க பாக்க முடியாது..'' என்கிறார் மெய்வழி ஞானசவுந்திர அனந்தகி.

மெய்வழி மதத்தின் இப்போதைய சபைக்கரசர் வர்க்கவான். இவர் பாட்ஷாவின் கடைசி மகன். '' 69 ஜாதிகளைச் சேர்ந்தவங்க இங்க அனந்தர்களா இருக்காங்க. அதில, தலித் மக்களும் அடக்கம். ஆண்டவர் நாமத்தை உச்சரிச்சிட்டா ஜாதி, மதமெல்லாம் அழிஞ்சு

போயிடும். தலித் மக்களை ஆண்டவர் புராதனர்கள்னு அழைப்பார். பிள்ளைகளுக்கு பேர் வைக்கும் போது கண்டிப்பா தமிழ்ல தான் வைக்கனுன்னு எங்க ஆண்டவர் கட்டளை இட்டிருக்கார். சாலை மக்கள் இறந்துபோனா, உடம்பில் இருந்து எந்த கெட்ட நீரும் வெளியேறாது. முகம் வாழ்ந்த காலத்தில இருந்த மாதிரியே பொலிவா இருக்கும். எந்த கெட்ட நாத்தமும் அடிக்காது. ஜாதிங்கிற பேர்ல மனிதர்களப் பிரிக்காம, இயற்கையோட இணைஞ்சு, மரணமில்லா பெருவாழ்வு வாழ எங்க ஆண்டவர் வழி காமிச்சிருக் கார். அதுக்காகத்தான் எல்லா நேரமும் அவரு நாமத்தையே உச்சரிச்சிக்கிட்டிருக்கோம்'' என்கிறார் வர்க்கவான்.

பாட்ஷாவின் முதல் மனைவிக்குப் பிறந்த ஆயிஷா 100 வயதைக் கடந்து விட்டார். இன்னும் இயல்பாகச் செயல்படக் கூடிய ஆயிஷாவை மெய்வழிச்சாலையே 'அம்மா, அம்மா..' என்று கொண்டாடுகிறது.

''ஆண்டவுக நாமத்தை சொல்லிக்கிட்டே தங்க ரதத்துக்காக காத்துக் கெடக்கேன்'' வார்த்தைகள் பிசிறின்றி வருகின்றன அவரிடமிருந்து.

அமைதியையும், ஆனந்தத்தையும் பருக விரும்புவோர்க்கு மெய்வழிச்சாலை சொர்க்கம். ஆன்மிகம் தவிர்த்து ஆய்வு நோக்கத் தோடு நுழைவோர்க்கு இந்த சின்ன கிராமம் மர்மதேசமாகவே தெரியக்கூடும்.

௵

காதலூர்

'காதலித்துப்பார்
உனக்குப் பின்னால்
ஒளி வட்டம் தெரியும்'

இது காதலுக்கு கவிப்பேரரசு சூட்டிய கவிதை மகுடம். எஸ். பட்டியில் உள்ள எல்லா மனிதர்களின் தலைக்குப் பின்னாலும் கவிஞர் சொன்ன ஒளிவட்டம் தெரிகிறது.

'ஜாதிகளை ஒழிப்போம்; மதங்களை மறப்போம்' என்றெல்லாம் மேடையில் முழங்கிவிட்டு, இறங்கியதும் மறந்துவிடும் மனிதர் களுக்கு மத்தியில், மாபெரும் அமைதிப்புரட்சியை அலட்டல் இல்லாமல் செய்து கொண்டிருக்கிறது எஸ்.பட்டி. இந்த சின்ன கிராமத்தின் ஒவ்வொரு வீடும் காதல் ஜோதியால் ஒளிர்கிறது. ஜாதி கடந்து, மொழி கடந்து, மதம் கடந்து காதல்... அந்த கிராமத்து மனிதர்கள் காதல் என்ற ஓரிழையில்தான் பிணைந்து வாழ்கிறார்கள்.

திருப்பத்தூருக்கும், தர்மபுரி மாவட்டம் அரூருக்கும் இடையில் இருக்கிறது எஸ்.பட்டி. இந்த ஊரை சக்கிலியப்பட்டி என்று அடையாளப்படுத்துகிறது அரசு பதிவேடுகள். கரும்பு, நெல், அவரை, துவரை என்று எல்லாக்காலங்களிலும் பசுமை போர்த்திக் கொள்ளும் பூமி. இந்த சின்ன கிராமத்தின் பெயரைச்சொன்னால், தர்மபுரி மாவட்டமே கொஞ்சம் தள்ளி நின்றுதான் பேசுகிறது.

ஒற்றுமைக்கு பெயர் போன கிராமம். தங்களை நாடி வரும் காதலர்களை சேர்த்து வைக்க, உயிரைக் கொடுக்கவும் சரி, எடுக்கவும் சரி! தயங்குவதே இல்லை.

ஆதி திராவிடர்கள் கிராமமாக இருந்த இந்த பூமி, இப்போது சகல ஜாதிக்காரர்களும் வாழும் சமத்துவபுரம். இந்த சாதனைக்கு வித்திட்டது காதல். இந்த கிராமத்தில் சின்னதும், பெரிதுமாக 200க்கும் மேல் காதல் கதைகள். சுவாரசியமும், சோகமும், சந்தோஷமும் நிரம்பிய அந்தக் கதைகளின் முடிச்சு வாழ்க்கையாக இறுகிக் கிடக்கிறது.

சண்முகத்துக்கு இப்போது வயது 50. கொங்கத்தில் தையல் கடை வைத்திருந்தபோது, எதிரே பெட்டிக்கடை வைத்திருந்த தனபாக்கியம் மீது காதல். தனபாக்கியம் கவுண்டர் இனம். பலத்த எதிர்ப்பை மீறி தனபாக்கியத்தை கைப்பிடித்த சண்முகத்துக்கு ஊரே துணை நின்றது. 25 வருட இனிமையான இல்வாழ்க்கையில் இரண்டு பையன்கள். மூத்த மகன் செல்வன் உள்ளூரிலேயே ஒரு பெண்ணை 'லவ்', இளைய மகன் துரையோ, அரூரைச் சேர்ந்த ஆஷாவை அழைத்து வந்து விட்டார். ஆஷா இஸ்லாமியப் பெண்.

"நாங்களே காதல் கல்யாணம் பண்ணவங்கதான். புள்ளங்களோட காதலை ஏன் எதுக்கணும்? பொண்ணுங்க நம்ம குடும்பத்துக்குத் தகுந்தது மாதிரி இருக்காங்களான்னு பாத்தோம். உறுதியா இருப்பீங்களான்னு கேட்டோம். கண்டிப்பா இருப்போம்ன்னாங்க. வாங்கன்னு அழைச்சிக்கிட்டோம்" என்ற சண்முகம் தம்பதியிடம், "வரதட்சணை விவகாரமெல்லாம்..?" என்று இழுத்தேன்.

"அது வெட்கங்கெட்ட வேலை. அதெல்லாம் யாருக்கு வேணும்? ஆம்பளக்கு உழைச்சு சோறுபோட துப்பில்லன்னா எதுக்கு பொண்டாட்டி? எங்க கிராமத்துல யாரும் யாருக்கும் வரதட்சணை கொடுக்கவோ, வாங்கவோ மாட்டோம்" வார்த்தைகள் பட்டாசாக வெடிக்கின்றன.

கணேஷ் சித்ரா திருமணத்துக்கு ஊரில் எல்லா இளைஞர்களும் சேர்ந்து பெரிய வாழ்த்து கட் அவுட் வைத்திருந்தார்கள். அந்த விளம்பரம் வைத்த எல்லோரும் காதலித்து மணம் முடித்தவர்கள், காதலித்துக் கொண்டிருப்பவர்கள்.

சித்ராவுக்கு சொந்த ஊர் ராஜபாளையம். திருவண்ணாமலையில் ஆசிரியர் பயிற்சி படித்தபோது, அக்கல்லூரியின் மாணவர் தலைவராக

இருந்த கணேஷ் நண்பரானார். ஒரு திருமணத்துக்கு சென்றிருந்த போது கணேஷ் வீட்டில் தங்க நேர்ந்தது. அன்று, 'நாம கல்யாணம் செஞ்சுக்கலாமா?' என்றார் கணேஷ். அவ்வப்போது கனவுக் குதிரையில் கணேஷுடன் பயணித்துக்கொண்டிருந்த சித்ரா, சிறிதும் யோசிக்காமல் தலையசைக்க, காதல் வளர்ந்தது.

சித்ரா வீட்டில் பயங்கர எதிர்ப்பு. வழக்கம் போலவே, 'எஸ்.பட்டி' கணேசுக்கு துணை நிற்க, சித்ராவை சிறை மீட்டு, ஊரே வாழ்த்த வாழ்க்கைத் துணையாக்கிக் கொண்டார்.

''வாழப்போறது நாந்தேனே? நல்லா யோசிச்சுதான் கணேஷோட வந்தேன்'' வெட்கத்தில் முகம் சிவந்தாலும், சித்ராவின் வார்த்தைகளில் உறுதி தெரிகிறது.

''எங்க கிராமத்து இளவட்டப் பசங்க 200 பேருக்கும் மேல காதல் கல்யாணம் பண்ணியிருப்பாங்க. பெரும்பாலான பொண்ணுங்க வேற ஜாதிக்காரங்க. பசங்க எந்த பொண்ணையாவது அழைச்சுட்டு வந்து, 'காதலிச்சுட்டேன்'னு சொன்னா... எல்லாரும் ஒண்ணு சேந்து அவங்கள சேத்து வப்போம். ஒலகமே எதுத்தாலும் உறுதியா இருப்போம்'' என்ற ராமசாமியிடம், 'காதல்ங்கிற பேர்ல திருமண வயது வராத பொண்ணுங்களுக்கு கல்யாணம் பண்ணி வக்கிறது சட்ட விரோதம் இல்லையா?' என்றேன்.

''ஒரு பொண்ண எங்க ஊர் பையன் அழைச்சிட்டு வந்தான்னா, 'உடனே வா, தாலிகட்டு'ன்னு சொல்ல மாட்டோம். அந்த பொண்ணக் கூப்பிட்டு தீர விசாரிப்போம். ஒரு வேளை அந்தப் பொண்ணு, பெத்தவங்ககூட போறேன்னு சொன்னா, பெத்தவங்ககிட்ட பொண்ண ஒப்படச்சுடுவோம். யாரையும் கட்டாயப்படுத்துறது இல்ல. என்னதான் இப்போ பெத்தவங்க எதிர்த்தாலும் புள்ள குட்டின்னு ஆயிட்டா ஒண்ணாசேந்துடுவாங்க'' இயல்பாகப் பேசுகிறார் ராமசாமி. ராமசாமியும் காதல் திருமணம் செய்தவர்தான்.

''ஒரே ஜாதிதான். பொண்ணப் பிடிச்சுச்சு. கொஞ்ச நாள் காதல். அப்பறம் பெரியவங்க சம்மதத்தோட கல்யாணம். இப்போ என் தம்பி ஒரு பொண்ண காதலிச்சுக்கிட்டு இருக்கான். பொண்ணு போலீசா இருக்கு. அடுத்த ஐப்பசியில கல்யாணம்'' என்கிறார்.

பெயின்டர் முத்து கூத்தாடிப்பட்டிக்கு வேலைக்குப் போன இடத்தில் கவுண்டர் வீட்டுப்பெண்ணான வனிதாவோடு காதல். கூத்தாடிப் பட்டியே எதிர்க்க, வனிதாவை இங்கு அழைத்து

வந்துவிட்டார். இப்போது நான்கு பிள்ளைகளுடன் இனிய வாழ்க்கை.

என்னதான் காதல் வாழ்க்கை இனித்தாலும், வனிதாவின் வார்த்தைகளில் வலியே பிரதானப்படுகிறது. ''அந்த வயசுலே, நான் எடுத்த முடிவுதான் சரின்னு பட்டுச்சு. கொஞ்சம் யோசிச் சிருக்கணும். இன்னைக்கு நிம்மதியாத்தான் இருக்கேன். ஆனா, கூடப்பொறந்தவங்கள, அப்பா, அம்மாவ பாக்க குடுத்து வைக்கலயே... பாத்தா பத்தடி தள்ளி மறைஞ்சிக்கிறாங்க. ஒரு அம்மா, பெத்த புள்ளய வெறுக்கிறான்னா, எந்த அளவுக்கு புண்பட்டிருப்பா? நெனச்சாலே நெஞ்சு அடைக்குது...'' என்கிறார் வனிதா.

குப்புசாமியின் காதல் வேறு ரகம். அவருக்கு 54 வயது. மூன்று மாதத்துக்கு முன்தான், 40 வயது முருகம்மாளை திருமணம் செய்திருக்கிறார். இதுவும் காதல் திருமணம்!

''என் கல்யாணத்துக்கு முன்னாடியே முருகம்மாவ லவ் பண்ணுனேன். ஆனா, கல்யாணம் கட்டிக்க முடியலே. கொஞ்ச நாளைக்கு முன்னாடி எம் பொண்டாட்டி இறந்துட்டா. நமக்கும் காலாகாலத்துக்கு ஒரு தொணை வேணுமே... முருகுவுக்கும் வாழ்க்கை சரியில்ல. அதான் காதல புதுப்பிச்சு, கல்யாணத்துல இணைஞ்சிட்டோம்...'' இந்த வயதிலும் வெட்கம் வார்த்தைகளைத் தடுக்கிறது.

ஓமலூர் கல்லூரியில் படித்த சிவா, டிகிரியோடு நாயுடு இனப் பெண்ணான புஷ்பாவையும் கொண்டு வந்துவிட்டார். புஷ்பா வீட்டில் வெட்டுக்குத்து என்று மல்லுக்கட்ட, எஸ்.பட்டியே திரண்டு நின்று காதலர்களைக் காத்தது.

பாப்பிரெட்டிபட்டிக்கு கரும்பு வெட்டப் போன இடத்தில் வைகைவாணி மேல் சிவக்குமாருக்கு காதல் பற்றிக் கொண்டது. கரும்புக்கட்டை வீசிவிட்டு, வாணியைத் தூக்கிவந்துவிட்டார். விவகாரம் பெரிதாக, ஊர் கூடி கல்யாணம் செய்து வைத்தது. இன்று இனிய வாழ்வுக்கு சாட்சியாக இரு குழந்தைகள்.

ராதாகிருஷ்ணன் மனதை கொள்ளைகொண்ட அமுதா பிராமணப் பெண். ஞானவேல் காதலித்து மணம் முடித்த அனார்கலி இஸ்லாமியப் பெண். இருவரும் எஸ்.பட்டியின் மகள்களாவே மாறிவிட்டனர். இப்படி எழுத எழுத இனிக்கும் கதைகள் எஸ்.பட்டி மண்ணில் ஏராளமாகப் புதைந்து கிடக்கின்றன.

''எங்க ஊர நம்பி வந்துட்டாங்கன்னா, அவங்களோட ஒரே அடையாளம் பொண்ணுங்கிறது மட்டுந்தான். ஜாதி, மதமெல்லாம் பேச்சுக்குக்கூட இங்க இல்ல'' என்கிறார் ராமசாமி.

எல்லா திசைகளிலும் காதல் திருமணம் செய்த ஆண்கள். அல்லது பெண்கள்..?

''வெளியூர் பையன லவ் பண்ணி கல்யாணம் பண்ணிக்கிற பெண்கள் ரொம்ப கம்மி. உள்ளூர்லயே லவ் பண்ணி கல்யாணம் பண்ணிக்கிறாங்க. அவங்க காதலை எந்த பெற்றோரும் எதுக்கிற தில்லை...''

சின்ன கிராமமான எஸ்.பட்டியில் வீட்டுக்கு ஒரு பட்டதாரி. குறிப்பாக பெண்களுக்கும் சரிசம கல்வி. எப்படி நிகழ்ந்தது இந்த மாற்றம்?

''ஒரு காலத்துல ஜமீன்தார்களோட ஆளுமையில இருந்த பூமி சார் இது. கரும்பு, நெல்லு, கொள்ளு, சாமை, உளுந்துன்னு வளம் கொழிக்கிற இந்த பூமி, ஜமீன் சொத்தா இருந்துது. இந்த ஜனங்க அடிமையா இருந்து உழைச்சு கொடுத்தாங்க.

அப்பதான் இந்த ஊருக்கு அப்பாத்துரை வாத்தியாரு வந்தாரு. தீவிர கம்யூனிஸ்ட்காரரு. ஜனங்களோட அடிமை வாழ்க்கைய பாத்துட்டு, கண்ணீர் வடிச்ச அவரு, பள்ளிக்கொடத்த விட்டுட்டு மக்களுக்கு பாடம் நடத்துனாரு. அவரு போட்ட விதைதான், இந்த எல்லா மாற்றத்துக்கும் காரணம்.

தர்மபுரி மாவட்டத்துலேயே அதிக பட்டதாரிகள் இருக்கிற கிராமம் எஸ்.பட்டிதான். நெறைய பேரு ஆசிரியர்கள். வருஷத்துக்கு 30, 40 பேரு டிகிரி முடிக்கிறாங்க. வேட்டரபட்டி மேல்நிலைப் பள்ளியில எங்க ஊரு பசங்கதான் ஃபஸ்ட் மார்க்'' முதுகலை பட்டதாரிகளான நெப்போலியன், பாரதி, சிவபெருமாள் மூவரின் பேச்சிலும் கம்பீரம்!

எஸ்.பட்டியில் இறங்கியதிலிருந்து, ஞானியைப் போன்ற தீர்க்கமான பார்வையோடு, பீடி புகைத்தபடி என் பின்னாலேயே சுற்றிக்கொண்டிருந்தார் ஒரு இளைஞர்(?).

வித்தியாசமான அந்த இளைஞரைப்பற்றி விடைபெறும் தருணத்தில் விசாரித்தேன்.

''அவுரு பேரு சங்கரு. ஒரு பொண்ண தீவிரமா காதலிச்சாரு. பெத்தவங்க ஒத்துக்காம வேற பொண்ண கல்யாணம் பண்ணி

வச்சுட்டாங்க. அதுலயிருந்து இப்பிடி ஆகிட்டாரு. காலையில இருந்து ராத்திரி வரைக்கும், காதலிச்ச பொண்ணு வீட்டையே பாத்துக்கிட்டு உக்காந்திருப்பாரு..."

சங்கரின் கதையை கேட்டவுடன் யாரோ ஒரு கவிதாயினி, ஏதோ ஒரு தருணத்தில் பாடிய கவிதை நினைவுக்கு வந்தது!

'காதல் என்பது கத்திமுனை பயணம். அதில் கரணம் தப்பினால் மரணம்!'

ஜை

இசையூர்

நஞ்சையும் புஞ்சையும் கொஞ்சி விளையாடும் தஞ்சைத்தரணி தான் தமிழர்களின் கலைநகரம். தஞ்சையின் ஆதி தமிழ் அரசர்கள் போற்றி வளர்த்த இயல், இசை, நாடகக்கலை இன்று உலகெங்கும் சிற்சில சிதைவுகளோடு மிஞ்சி, தமிழ் பண்பாட்டின் பெருமை பேசுகிறது.

தமிழர்களின் அடையாளமாக அறியப்படுகிற பரதநாட்டியத்தின் தாய்வீடு, தஞ்சைக்கு பக்கமுள்ள பந்தநல்லூர். வயற்காடுகளிலும், விழாக்காலங்களிலும் நிகழ்ந்த தமிழர்களின் ஆடற்பாடல்களை வகைப்படுத்தி, இலக்கணம் வகுத்து, வடிவம் தந்தவர்கள் தஞ்சை நால்வர் சின்னையா, பொன்னையா, வடிவேல், சிவானந்தம். தமிழ் பண்பாட்டு வரலாற்றைத் தொகுக்கும் பணிக்குள் ஊடுருவிய ஆதிக்க சக்திகள், தஞ்சை நால்வரை தொட்டால் தீட்டென தட்டிக் கழித்ததால், அந்த முன்னோடிகளின் பெரும் பங்களிப்பு வெளிச் சத்துக்கு வராமலே முடங்கிப்போய் விட்டது.

காந்தாரப்பண், முல்லைப்பண், குறிஞ்சிப்பண், வியாழக் குறிஞ்சி, மேகராக வியாழக்குறிஞ்சி, தக்கராகம், நட்ட பாடை, இருகுரல் குறிஞ்சி, காந்தரப்பண் என தமிழர்கள் இயற்கையின் இயல்பறிந்து வடிவமைத்த இசைவகைகள் எல்லாம் நாயக்கர் களின் காலத்தில் தெலுங்குக்கு தாரை வார்க்கப்பட்டது. விளைவு,

தமிழ் இசைக்கூறுகள் 'கர்நாடக' இசையாக கறுப்பு வடிவம் எடுத்தன. உடல் வலியின்றி இசைதுப்பும் கருவிகளை பொறுக்கிக் கொண்டு, உயிர் வருத்தி இசைக்க வேண்டிய தவில், நாதஸ்வரம், தபேலா, தப்பு, உடுக்கைகளை நசுக்கப்பட்டோரின் கருவிகளாக அடையாளப்படுத்தினர் ஆரியக் கூத்தாடிகள். இசை வரலாறின் இருண்ட பக்கங்கள் இவை.

தாரை, தப்பட்டை என தொடங்கிய இசை மரபு, காற்றை வசப்படுத்தி இசையாக்கத் தொடங்கியபோது உதித்தது நாதஸ்வரம். இருக்கும் இசையாயுதங்களிலேயே இசைக்க சிரமமானது இதுதான். தமிழின இசை மரபின் கூறுகள் சாகாமல் காத்து நிற்கும் நாதஸ் வரத்தின் இசை இலக்கணம் வலுவானது. அதிகாலையில் பூபாளம், வெயில்காலையில் மழைய மாருதம், உச்சியில் மத்தியமாவதி, அந்தியில் கல்யாணி, இரவில் நீலாம்பரி என தட்ப வெப்பத்துக்கு தகுந்தவாறு, அடிஉயிரின் உச்சத்தில் இருந்து காற்று கொணர்ந்து, நாதம் குழைத்து, ஸ்வரம் கோர்த்து இசையாக்கும் நுட்பம் வேண்டும் நாதஸ்வரம் இசைக்க. வாசிப்பதைக் காட்டிலும் சிரமமானது அதை உருவாக்குவது.

கும்பகோணத்திலிருந்து மயிலாடுதுறை செல்லும் வழியில், 17வது கிலோ மீட்டரில் இருக்கும் நரசிங்கம்பேட்டைதான் நாதஸ்வரத்தின் தாய் வீடு. காற்று கலைத்துப்போட்ட சீட்டுக்கட்டாக, காலம் கலைத்துப் போட்ட வாழ்க்கை. ஆனாலும் வழிவழியாக ஐந்து குடும்பங்கள் மட்டும் மரம் குடைந்து, காற்றை இசையாக்கும் பணியை தொடர்கிறது.

மிகப்பெரும் சைவ மடமான திருவாவடுதுறை ஆதீன தலைமையகத்தின் அண்மையில் இருக்கும் இந்த கிராமத்துக்கு ஏராளமான புராண சிறப்புகள் உண்டு. சிவமும், வைணவமும் தழைத்து நின்ற புனித மண். நரசிம்மவர்மன் திறம்பட ஆண்டதால் நரசிங்கபுரம் ஆனதென்பதும், நரசிம்மமூர்த்தி வீரஹத்தி தோஷம் நீக்க, இங்கே எழுந்தருளி சுயம்புநாதரை வழிபட்டதால் நரசிங்கம் பேட்டையானதென்பதும் வழக்குச் செய்திகள்.

உலவு, அனசு, சீவாளி என்று மூன்று பகுதிகளைக் கொண்டது நாதஸ்வரம். அனசு என்பது உருண்டை வடிவ பீடம். காற்றுக்கு ஒலிவடிவம் தருவது சீவாளி. உலவு, ஒலியை வகைப்படுத்தி இசையாக்கித் தரும் மந்திரக்குழல். வேங்கை, ரோஸ்வுட், தேக்கு மாதிரியான கடின மரங்களை உளியால் கரைத்து, அரத்தால்

தேய்த்து, கரத்தால் வளைத்து செய்யப்படுகிறது அனசு. உலவுக்கு தகுந்தது ஆச்சா மரம். இமயமலைக் காடுகள் தவிர வேறெங்கும் காணக்கிடைக்காதது ஆச்சா. வளையும் தன்மையுடைய இந்த மரம், பசுமை இருக்கும் வரை பயன்படுத்த ஒவ்வாது. வெட்டி நூறாண்டுகள் ஆன மரம்தான் வாட்டப்படும். வெயில் பட்டால் வெடித்து விடும் ஆச்சாக்கட்டைகளில், ஆறேழு வருடம் தண்ணீரில் ஊறினாலும் ஈரம் நுழையாது. நரசிங்கம்பேட்டை நாதஸ்வர கர்த்தாக்கள் யாருமே இதுவரை பச்சை தோய்ந்த ஆச்சாமரத்தைக் கண்டதில்லை. தமிழகம் மட்டுமின்றி இந்தியாவெங்கும் பெரும் தனக்காரர்களின் வீடுகளில் உத்தரமாகவும், நிலைகளாகவும் பயன்படுத்தப்படும் ஆச்சா மரங்களை தேடிப்பிடித்து வாங்கி வருகின்றனர். 1 கிலோ 50 ரூபாய். இம்மரக்கட்டைகளை வைரம் போல பாதுகாத்து வைத்து, தேவைக்கேற்ப வெட்டி எடுத்துக் கொள்கின்றனர்.

நாதஸ்வரத்தில் பாரி, திமிரி என இரண்டு வகை உண்டு. ஒரு நாதஸ்வரம் உருவாக தச்சு, கொள்ளு, கடைசல் வேலைகள் அத்தியாவசியம். இரண்டரை அடி அகல, நீளத்தில் மரத்தை சக்கையாக்கி கடைசல் செய்து அனசு உருவாக்கப்படுகிறது. அதற்கு தகுந்தாற்போல ஆச்சா மரத்தை அறுத்து, உளி கொண்டு நீளமாக செதுக்கி, கடைசல் உளி, மட்ட உளி, பல்லு உளி, அடுக்கழகு போன்ற கைக்கருவிகள் கொண்டு தரணையிட்டு கடையப்படுகிறது.

அடுத்து இரண்டு புறங்களையும் ஓட்டை மூலம் இணைக்கும் தரணை பொக்குதல், உலவு போடுதல், உலவு கடைதல். பழக்கப் பட்ட கரங்களுக்கே சாத்தியப்படும் நுணுக்கமான வேலைகள். நாதஸ்வரத்தையொத்த ஒரு வடிவம் கிடைத்த பிறகு, மட்டப் பலகை கொண்டு அளவெடுத்து 8 முறை பட்டை ராவுதல். பளபளப்பாகும் இசைக்குழாயை இலக்கணப்படி அளவெடுத்து, சிறிய ட்ரில்லர் மூலம் சட்ஷமம், ரிஷபம், காந்தாரம், மத்திமம், பஞ்சமம், தயபு, நிஷா என 7 ஸ்வரக்குழிகள் இடப்படுகின்றன. அவைகளின் அருகிலேயே 5 பக்கஸ்வர துளைகள். நாதஸ்வரம் தயார். 3 பேர் சேர்ந்தால் 5 நாட்களில் ஒரு நாதஸ்வரம் தயாரிக்கலாம்.

நாதஸ்வர உற்பத்தியில் சிகரம் தொட்டவராக கூறப்படுபவர் ரங்கநாத ஆசாரி. ஒரு சிற்பியைப் போல தெய்வீக உணர்வுடன் இவர் செதுக்கி தரும் நாதஸ்வரத்தை வாங்க, உலகின் எல்லா திசைகளில் இருந்தும் நரசிங்கம்பேட்டைக்கு வந்தோர் ஏராளம்.

இப்போது வழக்கில் இருக்கும் பாரி நாதஸ்வரத்தின் தந்தை இவர் தான். பாரி நாதஸ்வரத்தை பயன்படுத்திய நாதஸ்வர சக்கரவர்த்தி திருவாவடுதுறை ராஜரெத்தினம் பிள்ளை, 'நான் உயிருடன் இருக்கும் வரை யாருக்கும் இது போன்ற நாதஸ்வரத்தை செய்து தரக்கூடாது' என்று எழுதி கையெழுத்து வாங்கிக் கொண்டதாக சொல்கிறார்கள். இவருக்கு பின் இப்போது நாதஸ்வர உற்பத்தியில் உயிர்ப்புடன் இருப்போர் செல்வராசு, சக்திவேல், அருணாசலம், கண்ணன், வைத்தியானந்தன் ஆகியோர் மட்டுமே. உயிர் வளர்க்கும் அளவுக்கு உரிய வேலைவாய்ப்பு இல்லாததால் மற்றவர்கள் வாழைக்கத்தி செய்யவும், தயிர் கடையும் மத்து செய்யவும் சென்று விட, இந்த 5 குடும்பங்கள் மட்டும் இன்னும் நாதஸ்வரம் செய்வதை ஒரு தவமாகக் கருதி இயங்குகிறார்கள்.

செல்வராசு, ரங்கநாத ஆசாரியின் மகன். ரங்கநாதனின் மற்ற பிள்ளைகள் வேறு தொழில் நாடி சென்றுவிட, செல்வராசு மட்டும் தந்தையின் வழி தொடர்ந்து நிற்கிறார்.

''ஒரு நாதஸ்வரம் 2000 ரூவாயில இருந்து 3000 ரூவா வரை வெலை போகுது. லாபம் தர்ற தொழிலா இதை செய்ய முடியாது. என் அப்பா விட்டுட்டு போன கடமையா நெனச்சு, இந்தத் தொழில செய்யுறேன். புள்ளங்கல்லாம் படிக்குதுவ. எனக்கு பெறவு எங்குடும்பத்துல இதை செய்ய யாருமில்லை. நாதஸ்வரம் வாசிக்கிறது சிரமம்ங்கிறதாலே யாரும் இந்தக் கருவி கேட்டு வர்றதில்லே. ஆனாலும் வெளிநாடுகள்ல இருந்து நெறைய பேரு வந்து வாங்கிட்டு போறாங்க'' என்கிறார் செல்வராசு.

அருணாசலம் ஆசாரி முகவீணை செய்வதில் வல்லவர். சிறிய அளவில் நாதஸ்வர வடிவத்திலான முகவீணை 350 ரூபாய் முதல் கிடைக்கிறது. ஆயினும் முகவீணைக்கு பெரிய விற்பனை வாய்ப்பு இல்லாததால் மத்து, சப்பாத்திக்கட்டை செய்வதையும் உப தொழிலாக வைத்திருக்கிறார்.

சீவாளி செய்யப் பயன்படுவது காவிரிக் கரையோரம் விளையும் கொருக்குத்தட்டை என்ற நாணல். காவிரியின் மடி வற்றிய கோடை காலத்தில் அறுவடை செய்யப்படும் இந்த நாணலை தண்ணீரில் ஊறவைத்து, நெல்லுடன் சேர்த்து அவித்து, திரும்ப நீராகாரத்தில் ஊறவைத்து, வெட்டி, தட்டி, அடிப்பாகத்தில் வெண்கலத்தால் ஆன கெண்டையை மாட்டி, குச்சி வைத்து திரட்டி, கிட்டிப் பனையில் சொருகி நெருக்கி, கட்டி முடிச்சுப்போட்டால் சீவாளி

ரெடி. 1 டஜன் 700 ரூபாயிலிருந்து 1000 வரை. ஆளுக்கு தகுந்த சுதி. சுதிக்கு தகுந்த நீளம்.

திருவாலங்காடு, திருவீழிமிழலை, திருவாவடுதுறை உள்ளிட்ட பகுதிகளில் 10க்கும் மேற்பட்ட இசைவேளாளர்கள் சீவாளி தயாரிப்பில் ஈடுபட்டுள்ளனர். திருவாவடுதுறை நடராஜசுந்தரம் பிள்ளை கைபட்ட சீவாளி சுத்தமத்திமம் பேசும் என்பார்கள். இப்போது இவரது பேரன் முத்துராமனின் தயாரிப்புக்கு பலத்த வரவேற்பு. எம்.காம் படித்து விட்டு அப்பாவின் மரணத்துக்கு பிறகு உணர்வுப்பூர்வமான ஈடுபாட்டோடு இந்த தொழிலைச் செய்கிறார் முத்துராமன்.

பழமையும் பெருமையும் வாய்ந்த தெய்வீக இசைக்கருவியான நாதஸ்வரத்தை உற்பத்தி செய்யும் நரசிங்கம்பேட்டைகாரர்களுக்கு போகுமிடமெல்லாம் சிறப்பு கிடைத்தாலும், ஆழமான குமுறல் ஒன்றும் உண்டு. இசைக் கலைஞர்களுக்கு விருதுகளை வாரி வழங்கும் அமைப்புகள், உற்பத்தியாளர்களை ஊக்குவிக்க நினைப்பதில்லை. அரசு வழங்கும் விருதுகளும் இவர்களின் திசையை தொடுவதில்லை. கர்த்தாக்களை புறக்கணித்துவிட்டு, கலைஞர்களை மட்டும் பாராட்டுவது என்ன நியாயம்? முத்தமிழ் பேரவை நடத்தும் முதல் அமைச்சர் இந்த குமுறலை கருத்தில் கொள்ள வேண்டும்.

∞

பறவையூர்

பிரமாண்டமான அந்த ஏரிக்கும், சாலைக்கும் நடுவில் இருக்கிறது பள்ளிக்கூடம். 28 மாணவர்கள் படிக்கும் ஈராசிரியர் பள்ளி அது. பாடநேர இடைவெளியில் புதிதாக வந்துள்ள ஆசிரியர் கேட்கிறார். தீபாவளிக்கு யாரெல்லாம் பட்டாசு வாங்கப்போறீங்க..

குழந்தைகள் விழிக்கின்றன, 'பட்டாசா..? அப்பிடின்னா என்ன சார்?'.

தீபாவளிக்கு ஒரு மாதம் முன்பாகவே நம் வீட்டுப் பொடிசுகள், பட்டாசு லிஸ்ட் போட்டு தொணதொணக்கத் தொடங்கும் நிலையில், அது பற்றி அறியாத குழந்தைகள்! நம் வியப்பையே கேள்வியாக்கிக் கொண்டு பதில் சொல்கிறார் பள்ளிக்கு அருகில் குடியிருக்கும் கற்பகம்.

''அதோ இருக்கு பாரு ஏரி. அதுக்குள்ளதான் எங்க கொழந்தகள்லாம் இருக்கு. பட்டாசு வெடிச்சா பயந்து போயுடுங்கள்ல. அதான் பசங்களுக்கு பட்டாச பத்தி தெரியாம வளக்குறோம். எங்க ஊருல நல்லது கெட்டது எது நடந்தாலும் பட்டாசு வெடிக்க மாட்டாங்க. யாரும் இறந்தாகூட கொட்டுமேளம் இருக்காது. மார்ச் மாசத்துக்கு பெறவுதான் கோவிலு பூஜையெல்லாம். மீறி யாரும் வேட்டு விட்டாலோ, பட்டாசு கொளுத்துனாலோ பஞ்சாயத்தைக் கூட்டி அபராதம் போடுவோம்...'' கற்பகம் சுட்டிக்காட்டிய

திசையில் குழந்தைகளை பார்க்க பயணித்தால்... ஏரிக்குள், அட... வெளிநாட்டு பறவைகள்!

பணமே பிரதானமாகிப் போன வாழ்க்கையில் ரத்த பந்தங்களைக்கூட தள்ளத் தயங்காத மனிதர்களுக்கு மத்தியில், பறவைகளுக்காக தங்கள் கொண்டாட்டங்களை தள்ளி வைக்கும் மனிதர்கள்!

வேடந்தாங்கலை தாண்டி, உத்திரமேரூர் சாலையில் உள்ள கரிக்கிள்ளி கிராமத்தில் தான் இந்த அதிசயம். பெரிய அளவில் அறியப்படாத இந்த ஊரையும், காலனியையும் பிரித்து 151 ஏக்கர் பரப்பில் விரிந்து கிடக்கிறது ஏரி. படப்பை, நீரத்தி, கருவேல மரங்களுக்கு இணையாக பாம்புகளும் சூழ்ந்திருக்கும் ஏரி. அருகேயுள்ள உள்ள ஒரு பெருங்குன்றுதான் இந்த ஏரிக்கு நீராதாரம்.

அக்டோபர் தொடக்கத்தில் பூமியைத் தழுவும் வடகிழக்குப் பருவமழைதான் விருந்தினர் வருகைக்கான முன்னறிவிப்பு. ஏரியை நீர் தொட்டதும் வெகு வேகமாக நிகழும், வண்ணப் பறவைகளின் குடியேற்றம். அதோடு ஏரிக்கரையில் உள்ள இருக்கைகள் நிறையும் காதலர்களால். பறவைகளுக்குப் பாதுகாப்பு தரும் கிராமம்தான் இந்த காதல் பறவைகளுக்கும் பாதுகாப்பு.

கரண்டிவாயன், வெள்ளை மூக்கன், சாம்பல் நாரை, வக்கா, கூழைக்கடா, ஊசிவால் வாத்து, மடையன் வாத்து, சின்ன கொக்கு, பெரிய கொக்கு, நீர்க்காகம் என கடல் கடந்து, மலை கடந்து கரிக்கிள்ளியை மையம் கொள்கின்றன எண்ணிலடங்கா பறவைகள். முண்டும் சிண்டுமான படப்பை மரத்தின் மெல்லிய கிளைகளில், பட்டுப்போன குச்சிகளால் கட்டிய கூடுகளே விருந்தினர்களின் வீடுகள். பல பறவைகள் கடந்த ஆண்டு விட்டுப்போன கூடு சேதாரம் ஆகாமல் இருந்தால், அதையே புதுப்பித்துக்கொள்வதும் நிகழும். கார்மேகமும், பூந்தூறலும் சிறகை துளைத்து உடலுக்குள் தீமூட்ட, வந்த வேகத்திலேயே களைப்பு தீர காதலில் திளைக்கின்றன பறவைகள். கலவி முடிந்து களைத்ததும் முட்டை இடுதல், அடைகாத்தல்... இதுவே வசந்தகால வருகையின் நோக்கம்.

அக்டோபர் தொடங்கி மார்ச் வரையிலான 6 மாதங்களில் கரிக்கிள்ளியில், பனை மரங்களை ஓலை தழுவும் சரசரவொலி தவிர வேறெந்த சத்தமும் கேட்காது. மார்ச்சில் மெல்ல எழும்பும் வெயில் கரிக்கிள்ளியை பறவைகளிடமிருந்து பறித்து வெறுமையாக்கி விடுகிறது. அடுத்த ஆறு மாதம் ஆள் அரவம் இல்லாத வெறுங்காடு.

அக்டோபர் நடுவில் கரிக்கிள்ளிக்கு வந்து சீசனை தொடக்கி வைப்பது நத்தைக்கொத்தி நாரை. பங்களாதேஷை பூர்வீகமாகக் கொண்ட நத்தைக்கொத்தியாருக்கு பர்மா, பாகிஸ்தானிலும் பரிவாரங்கள் உண்டு. காஷ்மீரத்து குண்டு சத்தங்களை கடந்து கரிக்கிள்ளியை அடையும் நத்தைக்கொத்தி நாரையின் வாய், பாக்கு வெட்டியை போன்றது. நத்தையை கொத்தி உடைத்து உண்ணும் பாங்கை பார்க்க, யுத்தத்தில் வாளெடுத்து வெட்டும் போர்வீரனை ஒத்திருக்கும்.

கரிக்கிள்ளியை நாடிவரும் இன்னொரு முக்கிய விருந்தினர் கூழைக்கடா. ஆதிவிலங்கான டைனோசரின் பறக்கும் வடிவம் இது என்கிறார்கள் பறவையியல் வல்லுனர்கள். கூழைக் கடாவுக்கு ஆஸ்திரேலியா சொந்த ஊர். பாம்புதாராவை 'சூப்பர்ஸ்டார் பறவை' என்கிறார்கள். நீ...ளக்கழுத்து கொண்ட பாம்புதாரா, நீருக்குள் இருக்கும் மீனைப் பிடித்து மேலே தூக்கி வீசி, லாவகமாக பிடிக்கும் அழகு, நம்மூர் சூப்பர்ஸ்டார் சிகரெட் பிடிக்கும் அழகை (?) நினைவூட்டும்!

கரிக்கிள்ளி, வெளிநாட்டு பறவைகளின் தாங்கலாக ஆனதன் பின்னால் ஒரு சுவாரசியம் உண்டு. அதை காட்சிப்படுத்துகிறார் ஊர் பெரியவர் சின்னப்பையன்.

''சில நூறு வருஷங்களுக்கு முன்னாடி, இந்த ஏரியில சில பேரு வரப்பு கட்டி பயிரு போட்டிருந்தாக. நல்லா விளைஞ்சிருந்த நேரம்... புதுசுபுதுசா சில பறவைக வந்து, கொத்து கொத்தா காச்சிருந்த நெல்லுபயிரை கடித்து குதறிருச்சுக. குயிலையும், குருவியையும் பாத்த கண்ணுக, இந்த பறவையள பாத்து பயந்து குறிகார கெழவிக்கிட்ட கேட்டாக. 'வந்த பறவைக கடவுளோட பிள்ளைக. அதுகள செரமப்படுத்தாம காப்பாத்துங்க'ன்னு குறி சொல்லிட்டு கிழவி செத்துப்போனதா சொல்றாக...

அதுல இருந்து பறவைகள எங்களோட புள்ளகளாத்தான் பாக்குறோம். நைட்டு நேரத்துல சில நாளு குருவிக்காரங்கே வந்து சுட பாப்பாங்கே. அதுக சத்தம் போட்டா, வெளக்க ஏத்தி வச்சு விழிச்சு விரட்டியிருக்கோம்...''

இந்த நம்பிக்கையையும் தாண்டி, கரிக்கிள்ளி மக்கள் பறவை களை சினேகிக்க இன்னொரு காரணமும் இருக்கிறது. ஏரிக்கு மேல்புறம் சுமார் 600 ஏக்கர் நிலங்கள் உள்ளன. பெரும்பாலும் பொன்னி நெல் சாகுபடியே இந்நிலங்களில் நடக்கிறது.

பொன்னி சாகுபடியில் சிரமம் அதிகம். பரம்பரையாக பராமரித்து பழகியவர்களே பொன்னியில் லாபம் பார்க்க முடியும். கருக்கிள்ளியில் பொன்னி செழிக்கக் காரணம் பறவைகள்!

ஆயிரக்கணக்கான பறவைகளின் எச்சத்தை ஏந்திக்கொள்ளும் ஏரி, அவற்றைச் செரித்து திரவ உரமாக உருமாற்றுகிறது. மதகின் வழி வயலுக்குள் பாயும் இந்த திரவ உரம் எல்லா ரசாயனத் தேவைகளையும் அவசியமற்றதாக்கி விடுகிறது. இயற்கை முறையில் விளையும் கரிக்கிள்ளி பொன்னிக்குத் தமிழகம் முழுவதும் கடும் கிராக்கி.

கரிக்கிள்ளியில் இருந்து 10 கிலோமீட்டர் தொலைவில் இருக்கிறது வேடந்தாங்கல். அறிமுகம் தேவையில்லாத அற்புத பூமி. ஊசியாக இறங்கி தலை நனைக்கும் தூறலில் நனைந்தபடி, நீரடர்ந்த மரங்களின் பச்சையை, மூடி அமர்ந்திருக்கும் பெயர் தெரியா பறவைகளை பார்த்து ரசிப்பது, அலாதி அனுபவம்.

ஏரிகளின் ஆதிக்கம் நிறைந்த செங்கல்பட்டும், காஞ்சிபுரமும் சங்கமிக்கும் இடத்தில் இருப்பதால் வேடந்தாங்கல் ஏரி தண்ணீர் தேசமாகவே இருக்கிறது. நீர்வரத்து குறையாதிருக்க உத்திரமேரூர், வந்தவாசியில் இருந்தெல்லாம் வாய்க்கால் வெட்டி வைத்திருக்கிறது வனத்துறை.

வேடந்தாங்கல் வருபவர்கள், தேவராஜன் அண்ட் கோவை பார்க்காமல் செல்வதில்லை. கூலிவேலை போக, மிச்ச நேரங்களில் பறவைகளை பார்த்தே காலம்கழிக்கிறார்கள் தேவராஜன், தட்சிணாமூர்த்தி, மாரியப்பன் மூவரும்.

''பாரஸ்டுகாரங்க இங்க வர முன்னாடி, எங்க ஊரு கட்டுப் பாட்டுலதான் பறவைக இருந்துச்சு. சுத்தி 40, 50 கிலோமீட்டரு இரைதேட போவும். நாதாரிங்க... அங்கங்கன சுட்டு விப்பானுங்க. அவிங்க எங்க இருந்தாலும் போயி சட்டைய புடிச்சு சண்டை போடுவோம். ஏரிக்குள்ள குருவிக்காரனுவ வந்தா பறவையெல்லாம் சத்தம்போட ஆரம்பிச்சிரும். அவனுவள புடிச்சு கோவில் மரத்துல வைக்கோபிரியால கட்டி வச்சு அடிப்போம் பாரு... உடம்பு பிஞ்சிரும். இப்போ ஃபாரஸ்ட் ஆளுங்க வந்தப்புறம் எங்களுக்கும் குருவிகளுக்கும் இடைவெளி ஆயிப்போச்சு...'' ஏக்கமாக சொல்கிறார் தேவராஜன்.

''பறவைகள நாங்க தெய்வமா பாக்குறோம். வெசக்காலி பாம்புக, பருந்து, காக்கா இதுக மூணும் அதுகளுக்கு விரோதி. இப்போ அந்த வரிசையில புதுசா ஒரு மருந்து கம்பெனி. இந்த கம்பெனியால ஏரி தண்ணியெல்லாம் கறுப்பாகிப்போச்சு. ஏரில இருக்குற இரைய திங்கிற பறவைக செத்துப்போய் அங்கங்கே விழுதுன்னு பேசிக்கிறாங்க'' என்கிறார் அரவிந்தன்.

''பறவைகள பிள்ளைங்க மாதிரி இந்த கிராமத்து மக்கள் நெனைக்கிறாங்க. பறவைகள் சத்தம் போட்டா எல்லோரும் வந்து என்ன ஆச்சுன்னு கேட்கிறாங்க. பறவைகள் இரைதேடி வேற எடங்களுக்கு போகாம இருக்க நாங்களே ஏரியில மீன்குஞ்சுகள விட்டு வளக்குறோம். வெளிவட்டார ஏரிகள்லயும் கண்காணிக்கி றோம்'' என்கிறார் வன அலுவலர் செல்வம்.

பறவைகள்... பார்க்க சலிக்காத குட்டி ஆச்சரியங்கள். பசுமை சூழ்ந்த வயற்காடுகளில் கதிர் கொத்தி தாவும் கரிச்சான் குருவி களையும், வீட்டின் மோட்டுக்குள் கூடுகட்டி, பத்தாய நெல்லில் பல் தேய்க்கும் சிட்டுக்குருவிகளையும் உறவாகப் பாவித்து உணவூட்டியவர்கள் தமிழர்கள். அந்த உணர்வின் மிச்சம்தான் அடைக்கலம் தேடி வரும் பறவைகளை கடவுளாகவும், குழந்தை களாகவும் ஏற்கச் செய்திருக்கிறது. கடல் கடந்து, மலை கடந்து வேடந்தாங்கலையும், கரிக்கிலியையும் நாடும் பறவைகளின் எண்ணிக்கை ஆண்டுக்காண்டு அதிகரித்து வருகிறது. இந்த சூழலை உருவாக்குவதற்காக தங்கள் கொண்டாட்டங்களைக்கூட தள்ளி வைத்து வாழும் அந்த மனிதர்களை பாராட்டத்தான் வேண்டும்.

௵

திருநங்கையூர்

வேலூர், காட்பாடியில் இருந்து ராணிப்பேட்டை செல்லும் வழியில் உள்ளது ஆரிமுத்து மோட்டூர். இங்குதான் வேலூரின் மொத்த திருநங்கைகளும் வசிக்கும் திருநங்கையூர் இருக்கிறது.

சந்தோஷம், சோகம் என வேறுபட்ட உணர்ச்சிகள் தழும்பி வழியும் இந்த மூன்றாம் பாலினத்தினரின் வாழ்க்கையை தரிசிப்பது சிரமமாகத்தான் இருந்தது. சராசரி மனிதர்களின் வாழ்க்கையோடு பொருந்திப் போகாத இவர்களின் வாழ்க்கையில் வெறும் வக்கிரம் மட்டுமே காட்சிப்படுத்தப்படுகிறது. அதை தாண்டி அவர்கள் இச்சமூகத்தில் எதிர்கொள்ளும் கொடுமைகளை தரிசிக்க திருநங்கையூர் செல்லலாம்.

ஆரிமுத்து மோட்டூரில் பிரமாண்டமான சர்க்கரை ஆலையின் புகைபடிந்து கிடக்கிறது திருநங்கைகளின் காலனி. அரசுப்பதி வேடுகள் இக்காலனியை பாலியல் ஊனமுற்றோர் காலனி என்று அடையாளப்படுத்துகிறது.

'ஒம்போது', 'பொட்ட', 'பொண்டுகசெட்டி' என்றெல்லாம் தாக்கும், வாய்வழி அம்புகளை எதிர்கொள்ளத் திராணியற்று விரக்தியும், வெதும்பலுமாக வாழும் அந்த ஜீவன்களின் மனதை கொஞ்சம் கருணையோடு உணர்ந்து பார்த்தால்... நெஞ்சு அதிரும்.

அந்த வலிக்கு வார்த்தைகளில் வடிவம் இல்லை. அந்த நரக வேதனையே அவர்களை பரிபூரணப்படுத்துகிறது. உதாரணத்துக்கு அக்காலனியில் வசிக்கிற, சீனிவாசனாக அறியப்பட்டு சீதாவாக மாறியவரின் வாக்குமூலம்...

''சுடுகாட்டுக்கு பக்கத்துல உள்ள வீட்டுக்கு என்னை அழைச்சிட்டுப் போனாங்க. அறுக்கும் போது செத்துப் போனா பொதைக்கிறதுக்கு, மொதல்லயே குழி வெட்டிட்டாக... சடங்கு செய்யிற தாயம்மா, நான், என்னை தத்தெடுத்த அம்மா மூனுபேரு மட்டும் தான் அங்க இருக்கோம். நைட்டு 10 மணிக்கு பூஜைய ஆரம்பிச்சாக. 'மாத்த' படத்துக்கு முன்னாடி பழம், பண்டத்தை எல்லாம் வச்சு தோத்திரப்பாட்டு பாடினாங்க. ஒரு மணி ஆச்சு. என்னோட உறுப்ப ஒரு நூலால இறுக்கிக் கட்டி, கொஞ்ச நேரம் நடக்கச் சொன்னாக. சவரக்கத்திய எடுத்து சாமி முன்னாடி வச்சு 'ஓ.. மாதாஜி'ன்னு பெருங்கொரலெடுத்து கத்துச்சு தாயம்மா. என் அம்மா தோளுக்குள்ள கையக் கொடுத்து, மொழங்கால இடுப்புல வச்சு புடிச்சிக்கிட்டா. தாயம்மா அந்த சவரக்கத்தியால, முடிச்சிப் போட்டு வச்சிருந்த என்னோட உறுப்பை மேல ஒரு வெட்டு, கீழ ஒரு வெட்டு. நொடியில துண்டாக்கிட்டா...''

'ஆண் உறுப்பு துண்டானதால கிடைச்ச நிம்மதி எனக்கு ஏற்பட்ட வலியையெல்லாம் காணாம ஆக்கிடுச்சு..!'

'ரத்தம் ஆறா ஓடுதுன்னு சொல்வாங்கள்ல, அந்த மாதிரி ஓடுது. மயக்கமா, தூக்கமான்னு தெரியல. கண்ணசந்தா தாயம்மா ஓங்கி அறையுறா. அழுகக்கூட திராணியில்ல. சுக்கையும், எழுமிச்சம் பழத்தையும் குடுத்து திங்கச் சொன்னாங்க.

கொஞ்ச நேரத்தில என்னை கீழே உக்காரவச்சு, ரத்தம் ஒழுகிற இடத்தில கொதிச்ச எண்ணையை தூக்கி ஊத்துனாங்க பாருங்க.. செத்துப் பொழைச்சேன். அஞ்சு தடவை ஊத்தினபிறகு ரத்தம் நின்னுச்சு. அப்புறமா பூண்டுத்தோலும், ஓமமும் போட்டு நெருப்பு பத்தவச்சு, அந்த புகையில என் காயத்தை காட்டச் சொன்னாங்க. அன்னைக்கு ராத்தரிப் பூராதூங்க விடல. தூங்கினாலோ, மயக்கமா படுத்தாலோ உசுரு போயிடுமாம்.

நாலு நாள் வரைக்கும் இதே மாதிரி ஓடுச்சு.. அஞ்சாம் நாள்ல இருந்து 40 நாள் வரைக்கும், நாலடி தள்ளி நிக்க வச்சு, கொதிக்கிற தண்ணிய அள்ளி காயத்தில ஊத்துனாங்க. அதோட, மனசுக்குள்ள

உறுத்திக்கிட்டிருந்த ஏதோ ஒன்னு என்னை விட்டுட்டு போயிடுச்சு.. இப்போ நான் பரிபூரணமா திருநங்கை ஆயிட்டேன். என் ஜனங்க, என் உறவுகள்ன்னு நிம்மதியா இருக்கேன்...!

ரயிலிலும், கடைகளிலும் கைதட்டி, ஆபாசமாகப் பேசி பிச்சையடுக்கும் பாத்திரங்களாகத் தான் நிறைய பேருக்கு திருநங்கைகள் அறிமுகமாகி இருப்பார்கள். எந்த பாவமும் செய்யாமல், மானுட அங்கீகாரம் மறுக்கப்படுற அந்த மனிதர்களின் ஆசாபாசங்களை யாருமே அறிவதில்லை!

ஆணாகவே பிறந்திருந்தாலும், அவர்களுக்குள் ஒளிந்திருக்கும் பெண், நான்கைந்து வயதிலேயே ஏதேனும் ஒரு வழியில் வெளிப் பட்டு விடுகிறாள். நடை, உடை, பாவனைகளில் பெண்மையை அடையாளப்படுத்தும் அவர்களை, குடும்பத்தில் நிகழும் வன் முறைகள் மும்பைக்குத் துரத்துகின்றன.

மும்பைதான் திருநங்கைகளின் புனித தலம். தாதா தனங்கள் மலிந்த மும்பை, இவர்களுக்கு தன்னம்பிக்கை தந்து பாலியல் தொழிலையும் பழக்கப்படுத்தி விடுகிறது. வாழவும், தங்களை அவமதிக்கும் சமூகத்தை ஆளவும் அங்குதான் பழகுகிறார்கள்.

தங்களை நம்பி வீட்டைவிட்டு ஓடிவரும் திருநங்கையை எந்தத் தருணத்திலும் மற்ற திருநங்கைகள் கை விடுவதில்லை. தன் கால்தொட்டு வணங்குபவரை மகளாக தத்தெடுத்துக்கொள்ளும் அம்மா மனம் இவர்களுடையது. இப்படி வேலூரில் இருந்து உலகம் முழுவதும் நீள்கிறது அந்த உறவுக்கொடி.

''எல்லாருக்கும் மேல இருக்குறவங்களுக்கு 'சாலா'ன்னு பேரு. சாலான்னா குருன்னு அர்த்தம். எங்கேயிருந்தோ ஓடிவர்ற ஒரு திருநங்கை என் காலப்புடிச்சான்னா நான் அவளுக்கு அம்மா வாயிடுவேன். அதுக்குப்பெறகு அவ என்கூடவேதான் இருப்பா.

நான் இப்போ நாலு பேருக்கு அம்மாவா இருக்கேன். பெத்தவங்க கொடுமைப்படுத்தி தொரத்தற அப்பாவிங்க இங்க அம்மா, அக்கா, தங்கச்சி, சித்தி, பெரியம்மான்னு ஒரே குடும்பமா இருக்கோம். ஒருத்தி அம்மான்னு வாய் நெறய கூப்பிடும்போது அடையுற சுகம் இருக்கே... அத எத்தனை பேரால உணரமுடியும்?'' உணர்ச்சி மேலிட பேசும் திவ்யாவுக்கு வயது 16க்குள்தான் இருக்கும்.

கட்டுப்பாடற்றவர்கள் என்று சராசரி மனிதர்களால் நிராகரிக் கப்படும் திருநங்கைகளின் கட்டுக்கோப்பும் கண்ணியமும் ஆச்சரியம்

தருகிறது. ஒரு மூத்த திருநங்கையைப் பார்க்கும்போது மற்றவர்கள் 'பாம்படத்தி' (வணக்கம் அம்மா) என்று தலை குனிந்து வணங்கு கிறார்கள். அதை ஆமோதிக்கிற மூத்தவர் 'ஜீத்தரோ' (நல்லாயிரு) என்று வாழ்த்துகிறார். மூத்தவர் நின்றால், மற்றவர்கள் அமர்வதோ, பேசுவதோ இல்லை.

இக்காலனியில் ஒவ்வொரு மாதமும் ஜமாத் கூட்டம் நடை பெறுகிறது. இந்தக் கூட்டத்தில் மூத்தவர்கள் தவிர மற்றவர்கள் வாயைக்கூட திறப்பதில்லை. அதே நேரம், தங்கள் குருவுக்கு அவமானம் நேர்ந்தால் கூட்டத்தை குலைத்து விடுவார்கள் மற்ற திருநங்கைகள்.

இவர்கள் தெய்வமாக பூஜிக்கும் 'போத்ராஜ் மாத்தம்மா' ஆலயம் குஜராத்தின் அகமதாபாத் பகுதியில் உள்ளது. திருநங்கைகள் தங்கள் வாழ்வில் ஒருமுறையேனும் இங்கு சென்று மாத்தம் மாவை வழிபட்டு வரவேண்டும். அதேபோல, கூத்தாண்டவர் கோவிலுக்குச் செல்வதையும் வாழ்வியல் கடமையாக தீர்மாணித்து வைத்துள்ளார்கள்.

திருநங்கை என்ற காரணத்துக்காக அரசு மற்றும் தனியார் பணியிலிருந்து நீக்கப்பட்டவர்கள் ஏராளம். சக ஊழியர்களின் கேலி, கிண்டலை சகிக்காமல் பணியை உதறிவிட்டு வந்தவர்களும் உண்டு. வாலாஜாபாத்தைச் சேர்ந்த கண்ணகி இரண்டாம் வகை. ஐந்தாம் வகுப்பிலேயே பிரச்னையை உணர்ந்துவிட்ட கண்ணகி, சகாக்களின் கேலி, கிண்டல்களைப் பொறுத்துக்கொண்டு பி.காம் வரை படித்து தேறினார். போஸ்டல் அசிஸ்டென்டாக பணியில் சேர்ந்த கண்ணகியால் சக ஊழியர்களின் ஆபாச வார்த்தைகளைச் சகிக்க இயலவில்லை. ஒரு கட்டத்தில் தற்கொலைக்குக் கூட முயன்றார். இன்று அம்மா, அக்கா என புதிய உறவுகளுடன் சுற்றம் சூழ்ந்த இனிமையான வாழ்க்கை.

வேலூரைச் சேர்ந்த ராணி ஐ டி ஐ முடித்து விட்டு தனியார் நிறுவனத்தில் 6 ஆயிரம் சம்பளம் பெற்றவர். அதிர்ஷ்டவசமாக மின்வாரியத்தில் வேலை கிடைத்தது. ஆனால் கேலி கிண்டல்கள் செல்லும் இடமெல்லாம் பின்தொடர, வேலையை உதறிவிட்டு திருநங்கைகளோடு ஐக்கியமாகி விட்டார்.

இவர்களின் முக்கிய தேடல் எது? பணம்..? செக்ஸ்..?

இரண்டும் இல்லை. செக்ஸால் உடலியல் சுகம் காணும் சாத்தியங்கள் இவர்களுக்கு இல்லை. மனப்பூர்வமாக மட்டுமே

அனுபவிப்பவர்கள்.. உணர்ச்சியற்ற செயற்கை உறுப்புகளை சுமந்து திரியும் அந்த அப்பாவி ஜீவன்களுக்கு செக்ஸ் இரண்டாம் பட்சமே. அவர்களது தேவை... அன்பை, பாசத்தை, நேசத்தைப் பகிர்ந்துகொள்ள நல்ல கணவன். மஞ்சள் மணக்க மணக்க கழுத்தை வருடும் தாலி. ஒரு பெண்ணாக அவர்களை பரிபூரணப்படுத்துவது அதுதான்.

ஒரு திருநங்கை தன்னை மனைவியாக ஏற்றுக்கொள்ளும் ஆணுக்காக, பணம் காசை மட்டுமல்ல... உயிரையும் கொடுப்பாள். சமூகம் துவேஷிக்கும் போது ஆறுதல் சொல்ல, அழும் நேரத்தில் மடிசாய்த்து தலைகோத, சக திருநங்கைகளிடம் என் கணவர் என்று அறிமுகப்படுத்தி பெருமைப்பட நம்பிக்கையான ஒரு கணவன்..! இது தான் ஒரு திருநங்கையின் ஆகப்பெரிய தேடல்.

கைதட்டி காசு வாங்கும் திருநங்கைகளை பார்த்திருக்கிறோம். தன்பால் அன்பு கொண்டவனாக நாடகமாடிய ஆணை நம்பி, ஆண்டாண்டு காலமாகச் சேர்த்த பணத்தையெல்லாம் இழந்துவிட்ட வந்த திருநங்கைகளும் நிறைய இருக்கிறார்கள்.

கல்பனாவுக்கு சொந்த ஊர் பரமபுரம். ஆட்டோக்காரரான சுந்தர் அப்படி இப்படி பார்த்து சிரிக்க, கல்பனாவுக்குள் உறங்கிய பெண்மை விழித்துக்கொண்டது. ஒரு கட்டத்தில் 'விழியில் விழுந்து இதயம் நுழைந்து உயிரில் கலந்த உறவு' போல ஏதோ நிகழ்ந்தது. 'நீதான் வாழ்க்கை' என்று கல்பனாவுடனே தங்கி விட்டார் சுந்தர். குடும்பத்தை விட்டு, தன்னையே உலகம் என நம்பி வந்த சுந்தரை உயிராக நினைத்து வாழ்ந்தார் கல்பனா. எட்டு வருடங்கள் நொடியாகக் கழிந்தன.

ஒருநாள் நிர்க்கதியாக வந்து நின்றார் இன்னொரு திருநங்கை. அவரை ஏற்றுக் கொண்டு, தன்னோடு தங்க வைத்துக்கொண்டார் கல்பனா. இளமை ததும்பிய அந்த புதுவரவு, அப்பா முறையுள்ள சுந்தரை இச்சையோடு பார்க்க, சுந்தரும் நோக்க, ஒரு கட்டத்தில் கல்பனாவின் 15 பவுன் நகை, 85 ஆயிரம் பணத்தோடு சுந்தர் ஓடிப்போனார். கூடவே ஒண்டவந்தவளும்! காசு பணம் போனதை சகித்துக்கொண்ட கல்பனாவால், ஆசைக் கணவன் ஓடிப்போனதை நம்பவே முடியவில்லை.

மாதனூரைச் சேர்ந்த வாணியின் கதை இன்னும் சோகம். புதுச்சேரியில் சமையல் வேலை பார்த்துவந்த இவர், உறவினர்

வீட்டு விழாவுக்குச் சென்றபோது ஒருவரிடம் மனதை பறிகொடுத்தார். பின்னாலேயே வந்த அந்த 'மாமனிதன்' சில வருடங்களிலேயே வாணியின் சேமிப்பைத் திருடிக்கொண்டு வேறு இடத்தில் அடைக் கலமாகி விட்டான். இதனால் மனம் பாதிக்கப்பட்ட வாணி, இப்போது அங்காளபரமேஸ்வரியின் தீவிர பக்தை.

அதே நேரம், அங்கொன்றும் இங்கொன்றுமாக இனிக்க இனிக்க இல்லறம் செய்யும் சில திருநங்கைகளும் இருக்கத்தான் செய்கிறார்கள். இக்காலனியைச் சேர்ந்த ஹேமலதா இல்லற வாழ்க்கையில் 13 ஆண்டுகளை கடந்து விட்டார். நீண்டகாலம் கட்டுக்கோப்பான குடும்ப வாழ்க்கையில் நீடித்திருக்கும் இன் னொருவர் கங்கா. இவர் வேலூர் திருநங்கைகள் சங்கத்தின் தலைவி.

திருநங்கையாக தன்னை அடையாளம் காட்டிக் கொண்ட தற்காக அதிகப்பட்ச வன்முறையை சந்தித்தவர் அபிநயா. அபி நயாவின் அப்பாவுக்கு 3 மனைவிகள். முதல் மனைவிக்கு பிறந்தவர் அபிநயா. தனக்குள் ஒழிந்திருந்த பெண்மை வெளிவரத் தொடங்கிய தருணத்தில் திருநங்கையாக மாற விரும்பினார் அபி. ஆனால் எதற்காகவும் ஒன்றிணையாத மூன்று மனைவிகளும் அபிநயாவை அடித்து துன்புறுத்துவதில் ஒன்றிணைந்தனர். மொட்டையடித்து அவமானப்படுத்தினர். ஒரு கட்டத்தில் விஷம் குடித்து தற்கொலைக்கு முயன்றார் அபி. இப்போது மற்ற திருநங்கைகளின் தோழமையோடு நீதிமன்றம் சென்று தனக்குறிய சொத்துக்களை வென்றெடுத்துள்ளார்.

இப்போது அரசு மருத்துவமனைகளிலேயே திருநங்கைகளுக்கு ஆபரேஷன் செய்கிறார்கள். ஆபரேஷன் செய்து 40வது நாளை திருநங்கைகள் முழுமையடைந்த நாளாக கொண்டாடுகிறார்கள். இந்நிகழ்வை பாலூற்றுதல் என்று அழைக்கிறார்கள். அன்றைய தினம், 'மாத்தா' படத்தை அலங்கரித்து பூஜை செய்கிறார்கள். ஆபரேஷன் செய்துள்ள திருநங்கைக்கு பச்சைத்துணி அணிவித்து, கண்ணை மூடிக்கொண்டு பால் சொம்பை சுமந்து சென்று அருகில் இருக்கும் நீர்நிலைகளில் ஊற்றுவது, கிட்டத்தட்ட பூப்புனித நீராட்டு விழா மாதிரி தான்! அன்றைய தினம் ஆட்டம், பாட்டம், விருந்து எல்லாம் களைகட்டும். இந்த விழாவில் பங்கேற்க திருநங்கையின் அப்பா, அம்மாவையும்கூட அழைப்பதுண்டு. அம்மா, அத்தை, சித்தி உறவுள்ள திருநங்கைகள் சீர், செனத்திகள் செய்து முழு திருநங்கையாக முடிசூட்டுவார்கள்.

'திருநங்கைகளுக்கு அரவான் தான் புருஷன். கண்ணன் தான் எங்கள் கடவுள். நாங்க ஒதுக்கப்பட்ட ஜாதி இல்ல. யாரோ சில பேரு, கடைகள்லயும், ரயில்கள்லயும் ராவடி பண்றாங்கங்கிறதுக்காக ஒட்டுமொத்தமா எங்களை புறக்கணிக்கிறது என்னங்க நியாயம்? எத்தனை ஆம்பிளைங்க தண்ணியடிச்சுட்டு பொது இடங்கள்ல தகராறு பண்றாங்க? அவங்கள எல்லாம் ஊரை விட்டா ஒதுக்குறாங்க?'' வார்த்தைகளால் வெடிக்கிறார்கள் இந்த பாலியல் ஊனமுற்றோர் காலனியின் சங்க தலைவர் கங்காவும், செயலாளர் கோகிலாவும்.

இந்த ஆவேசத்தில் உள்ள நியாயம் மனட்சாட்சி உள்ள எல்லோரின் நெஞ்சையும் சுட்டுப் பொசுக்குகிறது!

வேட்டியூர்

என்னதான் பேரலல், பேகி பேரலல், ஜீன்ஸ் என விதவிதமான உடைகள் வந்தாலும் வேட்டிக்கு இணை வேறென்ன உண்டு? அதிலும் பண்டிகை நாட்களில் வேட்டியைத் தழையத் தழையக் கட்டி, கீழ் நுனி அழுக்காகி விடாமல் ஒரு கையால் நாசூக்காக தூக்கிப்பிடித்தபடி நடக்கும் அழகு, கண் நிறைய வைக்கும் கம்பீரம்.

இன்றைய நாகரிகம், வேட்டியை மியூசிய பொருளாக மாற்றி விட்டது. கிராமங்களில்கூட, வேட்டிகள் அடுப்படிக் கந்தை களாகவும், இட்லித் துணிகளாகவும் மறுபயன்பாட்டு எல்லையை அடைந்தாயிற்று.

கேரள மாநிலம் மட்டுமே வேட்டியை கலாசார அடையாளமாக இன்றும் பயன்படுத்தி வருகிறது. ஆண்களுக்கு இணையாக பெண்களும் முண்டுகளாகவேட்டியை பயன்படுத்தும் வழக்கம் நீடிக்கிறது. இதன் காரணமாக, கேரளக் கரையோரம் இருக்கக் கூடிய நாகர்கோவிலில் இன்று வரை சுவாசித்துக் கொண்டிருக்கிறது வேட்டி நெசவு.

நாகர்கோவிலின் வடசேரி பகுதி முற்றிலும் நெசவாளர்களை உள்ளடக்கியது. ஒரு காலத்தில் இங்கு திரும்பிய திசையெல்லாம் 'சல்லடக்கு... சட்டடக்கு' சத்தம்தான். கிட்டத்தட்ட 80 ஆயிரம்

தறிகள் இடைவெளியின்றி இயங்கின. 85 கூட்டுறவு சங்கங்கள் தயாரிப்புகளைச் சந்தைப்படுத்தின. தாணுமாலயன் புதுத்தெரு, ராமவர்மன் புதுத்தெரு, பெரியாரசிங்கன் தெரு, அஞ்சுத்தெரு, தளியபுரம் தெரு என வடசேரியின் 18 தெருக்களிலும் நெசவுப்பணி நடந்தது.

கேரளாவுக்குத் தேவையான செட்டு முண்டு, இரண்டு இழை துண்டு (ஈரிழைத் தோர்த்து), வேட்டி அனைத்தும் இங்கிருந்துதான் பயணமாகின. செட்டு முண்டு என்பது ஒரு வேட்டி, ஒரு தாவணி (அங்கவஸ்திரம்) அடங்கிய செட். ஈரிழைத் தோர்த்து என்பது இரண்டு ஊடுநூல், இரண்டு பாவு நூல் கொண்டு நூற்கப்படும் கனமான துண்டு. இது மட்டுமின்றி அரசு வழங்கிய இலவச வேட்டி சேலைகளில் 80 சதவிகிதம் நாகர்கோவில் கைத்தறி நெசவாளர்களின் கைவண்ணமே.

ஆனால், பாலியஸ்டர், பவர் லூம்களின் ஆதிக்கம் தொடங்கியதால், கோஆப்டெக்ஸ் போன்ற அரசு நிறுவனங்கள் கூட அந்தத் திசையிலேயே செல்லத் தொடங்கின. இலவச வேட்டி சேலைகள் தயாரிப்பையும், பவர் லூம்களின் கையில் வழங்கியது அரசு. இதனால் இங்கு நெசவுத் தொழில் சார்ந்திருந்த 65 ஆயிரம் பேர் பிற தொழில் நாடிச் சென்றுவிட்டனர். தறிக் கூடங்களாகச் செயல்பட்ட பிரமாண்ட கட்டிடங்களை, காலம் கல்யாண மண்டபங்களாக்கி விட்டது.

ஆண்கள் எல்லாம் கேரள ரப்பர் தொழிற்சாலைகளுக்கும், ஏலக்காய் எஸ்டேட்களுக்கும் சென்றுவிட, குழந்தை குட்டிகளோடு தடுமாறிய பெண்கள், இப்போது வேறு வழியின்றி வீடுகளில் தறி அமைத்துக்கொண்டு நெசவு செய்கின்றனர்.

கூட்டுறவுச் சங்கங்கள் தரும் நூலை ஊடைக்குத் தகுந்தவாறு தயாரித்துக்கொள்வது நெசவாளர்களின் வேலை. பாவு என்பது நீளத்துக்கான நூல். ஊடை அகலத்துக்கானது.

ஊடை நூலை தயாரிப்பது சற்று சிரமம். நூல் கட்டை பிரித்து, கஞ்சித்தொட்டியில் ஊற வைக்க வேண்டும். இங்கு பெரும்பாலான வீடுகளில் கஞ்சித் தொட்டி அமைப்பு உண்டு. கஞ்சித் தொட்டியில் ஊற வைத்த நூலை, தண்ணீரில் இட்டு அரை மணி நேரத்துக்கு காலால் சவட்டி (மிதித்து), பின்னர் பிளீச்சிங் பவுடர் கலந்த தண்ணீரில் நனைத்து, அதை பிழிகம்பில் சுற்றி, கைபடாமல் லாவகமாகப் பிழிந்து காய வைக்க வேண்டும். காய்ந்த நூலை,

சிறிய கை ராட்டையில் சுற்றி, உருளைக்குழலில் நூற்று, சிறிய சிறிய கண்டுகளாக்கினால் ஊடை நூல் தயார்.

மென்மையான நூலை பாவுக்குத் தகுந்தவாறு கடினமாக்க நிகழ்வது பசைக்குளியல். மரவள்ளிக்கிழங்கு மாவு உள்ளிட்ட ஒட்டும் பொருட்களின் கலவைதான் பசை. நான்கு, ஐந்து இழை களாகச் சேர்த்து, இடையிடையே கம்புகள் கொடுத்து இழுத்துப் பிடித்து கட்டி வைத்திருக்கும் நூலில், பசையை நனைத்து பரவலாக ஒரே மாதிரி இழுத்துச் செல்வதுதான் பசை தோய்த்தல். ஓரளவு காய்தலுக்குப் பிறகு பெரிய தடிகளில், குறிப்பிட்ட அளவுக்கு இழை, இழையாக நூலைச்சுற்றி நெசவாளர்களிடம் தருகிறார்கள். வேட்டிக்கு 500 மீட்டரும், ஈரிழைத் துண்டுக்கு 142 மீட்டரும் பாவு நூல் தேவை. செட்டு முண்டுக்கு வேட்டியைப்போல இரண்டு மடங்கு.

தறியில் நூலை இழுத்து மாட்டித் தருவதற்கென்று நூற்றுக்கும் மேற்பட்ட தொழிலாளர்கள் இந்த நெசவு பூமியில் உண்டு. அவர்களைக்கொண்டு பாவு நூல் கோர்த்து, ஊடைக்கு தகுந்தவாறு கோர்ப்பு வேலைகள் செய்தவுடன் நெசவு தொடங்குகிறது.

குழலில் சுற்றித் தயாராக வைக்கப்பட்ட ஊடை நூலை, ஓடம் என்ற குழலுக்குள் திணித்து சில நுணுக்கமான ஓட்டைகளில் நூலைக் கோர்த்து விட்டால், நெசவுக்கு நெருக்கமாகிவிடும் பணிகள்.

தறியில் அங்கும் இங்குமாக நீண்டோடும் நூல்களைப் பார்த்தாலே நமக்கு தலை சுற்றும். விழியால் உணரவே முடியாத ஒரேயொரு நூலிழையில் நுணுக்கமான டிசைன்களை வடி வமைக்கும் தேவை இருப்பதால் கண்ணும், கருத்தும் ஒன்றிணைய வேண்டியது கட்டாயம்.

கீழே காலுக்குத் தோதாக நான்கு கட்டைகள். ஒவ்வொன்றையும் மாற்றி மாற்றி மிதிக்கும் அதே நேரத்தில், ஒரு கையால் பாவில் இடைவெளி ஏற்படுத்தி, மற்றொரு கையால் ஓடத்தில் கோர்க்கப் பட்ட ஊடையை இருபுறமும் நொடிப்பொழுதில் வீசி...

இப்படி காலை முதல் மாலை வரை இடைவிடாமல் இயங்கினால் ஒரு நாளைக்கு இரண்டு வேட்டி நெய்யலாம். துண்டென்றால் எட்டு.

ஒரு வேட்டிக்கு அதிகபட்சக் கூலி 70 ரூபாய். 8 ஈரிழைத் துண்டு அடங்கிய கச்சைக்கு 56 ரூபாய். இந்த பணத்தில்தான் நூல் சமட்டுபவர், ராட்டையில் நூற்பவர், பாவு சுற்றுபவர் எல்லோருக்கும் கூலி தர வேண்டும். எல்லாம் போக ஒரு தறிக்கு 30 ரூபாய் மிஞ்சினால் அதிகம்.

சாதாரணமாக கூலி வேலைக்குச் சென்றாலே 100 ரூபாய் கிடைக்கும் சூழலில் சொந்தத்தில் தறி வைத்து நெய்யும் நெசவாளருக்கே ஒரு நாளைக்கு 50 ரூபாய்க்குள்தான் கூலி. இதுதான் நெசவுத்தொழிலின் நசிவுக்குக் காரணம் என்கிறார்கள் பிற தொழில் நாடிய சிலர்.

கேரளத்துப் பெண்களை பெரிதும் கவர்ந்த செட்டு முண்டுவில் வேட்டி 3.65 மீட்டர். அங்கவஸ்திரம் 2.5 மீட்டர். ஓணம் உள்ளிட்ட கேரளப் பண்டிகைகள் எல்லாவற்றிலும், சுடி மிடியையெல்லாம் தாண்டி செட்டு முண்டுகள் இடம் பெற்றிருக்கும். உடலை உறுத்தாத காட்டன் நூலில் நெய்யப்படும் செட்டு முண்டுகளை பள்ளி, கல்லூரிகளுக்கும் அணிந்து செல்கிறார்கள் பெண்கள். திருவாதிரை களி, கதகளி உள்ளிட்ட கலாசார நடனங்களுக்கும் கேரளத்துப் பெண்குட்டிகள் செட்டு முண்டுகளையே உடுத்து கிறார்கள்.

''கேரளத்து செட்டு முண்டு மட்டுமில்லன்னா எல்லா தறியும் அடுப்புக்குப் போயிருக்கும். பழமை மாறாம, ஆதியில இருந்த மக்க எப்படி செஞ்சாங்களோ அதே மாதிரிதான் இன்னமும் தறி கட்டி நெய்யுறோம். ஆனா, காலம் போற போக்கப்பாத்தா இந்த தொழிலு ஒண்ணு ரெண்டு வருஷத்துக்கு அப்பறம் நீடிக்காது போலருக்கு. அரசு கொடுக்குற இலவச மின்சாரம் மாதிரி சில நல்ல திட்டங்களால ஏதோ பொழப்பு நடக்குது'' என்று வருந்தும் தொனியில் பேசுகிறார் நாகர்கோவில் கிருஷ்ணன்கோவில் தெருவைச் சேர்ந்த பன்னீர்செல்வம். தமிழ்நாடு கைத்தறி வளர்ச்சிக் கழகத்தின் இயக்குனராகப் பணியாற்றிய இவரின் முயற்சியால் நாகர்கோவிலை மையமாக வைத்து கைத்தறித் துணிகள் ஏற்றுமதி மண்டலம் ஒன்றை தொடங்க மத்திய அரசு முடிவு செய்துள்ளது.

ஜஐ

ஏரியூர்

சென்னையின் ஒட்டுமொத்த அழுக்கையும் சுமந்துகொண்டு நகர்வலம் வரும் கூவம் நதிக்கு வங்கக்கடலோடு கூடுதலம் அமைப்பது பக்கிங்காம் கால்வாய். இந்த கால்வாய்தான் பழவேற்காடு ஏரியின் வாசல். கடலின் ஆக்ரோஷத்தைக் கட்டுப்படுத்த இயற்கையே நெய்து வைத்த இந்த கழிமுக ஏரி, ஆயிர மாயிரம் அதிசயங்களை தன்னுள்ளே புதைத்து வைத்திருக்கிறது.

கடலின் குட்டியாக, தன் உடல் முழுவதும் உப்பை சுமந்தபடி படர்ந்து கிடக்கும் பழவேற்காடு ஏரி, இந்தியாவின் இரண்டாம் பெரிய கழிமுகம். பரந்து விரிந்த இந்த கழிமுகத்தை ஆங்கிலேய கிழக்கிந்திய கம்பெனியும், டச்சுக்காரர்களும் போக்குவரத்துத் தளமாக பயன்படுத்திய காலம் உண்டு. எண்ணூர் தொடங்கி, விஜயவாடா வரை அலைகளில் அமர்த்தி, கலன்களை கரை சேர்த்த இந்த ஏரி, இப்போது பல்லாயிரம் உயிர்களுக்கு வாழ்வாதாரமாக வளர்ந்து நிற்கிறது.

தமிழகத்துக்கும், ஆந்திராவுக்குமான ஒப்பந்தமிடப்படாத நீரிணைப்பு இது. பிரிட்டிஷ்காரர்களின் வாய்க்குள் நுழைந்த பழவேற்காடு ஏரி, திக்கித் திணறி 'புலிகாட் ஏரி' என்று வெளியேற, தெலுங்குப் பகுதிக்கு அதுவே நாமகரணமாகிப் போனது. சுமார் 350 சதுர கிலோமீட்டர் நீளமும், 35 கிலோமீட்டர் அகலமும்

கொண்ட இந்த உப்பு நீர்க்காட்டின் பல்வேறு இடங்களில், நிலம் தழுவி வரும் ஆறுகள் நன்னீராட்டு நடத்துகின்றன.

தினந்தோறும் காற்றின் விசைக்கொப்ப கடல் தள்ளும் உவர்நீரை, ஆலகால விஷம் தின்று அகிலம் காத்த ஐயனைப்போல தன் வயிற்றுக்குள் வாங்கிக்கொள்ளும் இந்த ஏரி, நிலத்தடி தண்ணீர் உவராகி விடாமல் நீரணையாக நிற்கிறது. 52 கிராமங்கள் இந்த தண்ணீர் தேசத்தை சுற்றிச் சூழ்ந்து சுவாசம் வளர்க்கின்றன.

தொடக்கத்தில் 461 சதுர கிலோ மீட்டருக்கு விரிந்து கிடந்த இந்த உப்பேரி சுருங்கிப் போனதற்கு தமிழகத்தின் தவறுகளே பெருங்காரணம் என்கிறார்கள் சுற்றுச்சூழலறிஞர்கள்.

இந்த ஏரி சார்ந்து 200க்கும் அதிகமான கடல்வாழ் உயிரினங்களும், இந்த உயிரிகள் சார்ந்து 3 லட்சத்துக்கும் அதிகமான மனிதர்களும் ஜீவிக்கின்றனர். இது தவிர, உலகின் பல திசைகளில் இருந்து இங்கு வந்து, வசந்தம் கழித்து திரும்புகின்றன லட்சக்கணக்கான பறவைகள்.

ஃபிளமிங்கோ எனப்படும் பூ நாரை, பெலிக்கன் எனப்படும் கூழைக்கடா, மஞ்சள் மூக்கு நாரை, பெரிய கொக்கு, ஊசிவால் வாத்து, குள்ளத்தாரா, கிளுவை, புள்ளி மூக்கு வாத்து, கருவால் வாத்து, நீலச்சிறகி, நீர்க்கோழி, சாண்ட் பைப்பர் என வகை வகையாக வலசையாக வரும் பறவைகள், வசந்தம் முடிந்ததும், ஏரி வற்றி மண்ணேறி நிற்கும் காலத்தில் தங்கள் தாய் தேசம் நாடி பறக்கின்றன.

குறைந்த ஆழம், தெளிந்த நீர், நிறைந்த உணவு, குளிர்ந்த காற்று இவைதான் பழவேற்காடு ஏரியை பறவைகள் சரணாலயமாக்கிய காரணிகள். துரதிர்ஷ்டவசமாக, தமிழகம் ஒட்டிய பகுதிகளில் பறவைகளின் பாதம் படுவதில்லை. காரணம், எண்ணூர் அனல் மின் நிலையம் கக்கும் வெந்நீர், குளிர்விக்கப்படாமல் அப்படியே கடலில் விடப்படுவதால் மீன்குஞ்சுகள் வெந்து கழிமுகம் பிண முகமாகி விடுகிறது. அசைவ உண்ணிகள் என்றாலும் வெளிநாட்டுப் பறவைகள் பிணம் தின்பதில்லை.

இதுவன்றி இன்னொரு காரணம், இந்த ஏரியைச் சுற்றிச் சூழ்ந்திருக்கும் 34 இறால் பண்ணைகள். இந்த பண்ணைகள் பயன்படுத்திய உணவுகள், ரசாயனங்கள் எல்லாம் கழிவாக வந்து கலப்பதால் கடலுயிரிகள் நீர்ச்சமாதி ஆகிவிடுகின்றன. இதுபோன்ற

காரணங்களே பறவைகளை தெலுங்கு தேசம் நோக்கி துரத்தி விடுகின்றன.

தமிழகத்தின் எல்லை தொடும் ஆந்திர நகரான தடாவைத் தாண்டிய கழிமுகப்பகுதிகளில்தான் தொடங்குகிறது பறவைகளின் உறைவிடம். தடா தாண்டி மசூலிப்பட்டினத்தில் இருந்து விலகும் ஸ்ரீஹரிகோட்டா சாலையின் இருபுறங்களிலும் பறவைகளின் வர்ண ஜாலம். காதினிக்கும் இசைக்கோலம்.

நெல்லூர் தொட்டு தவழ்ந்து வரும் சொர்ணமுகி, கலங்கு நதி, ஆர்ணி நதி மூன்றும் ஒரே கோட்டில் இணைந்து கடல் கூடுமிடம் அடக்காணிதிப்பா. ஸ்ரீஹரிகோட்டா சாலையில் உள்ள இக் கிராமத்தை பூ நாரைகளின் அரண்மனை என்கிறார்கள். கிராமம் என்று சொல்லிக்கொள்ள மண் பரப்பில் வீடுகள் ஏதுமில்லை. நிரந்தரமாக தங்க மனிதர்களில்லை. தடா நகரையொட்டிய குப்பத்து மனிதர்களின் தற்காலிகக் குடியிருப்புதான் இது. பறவைகள் வரும் காலத்தில் இந்த மனிதர்களும் தங்கள் குடும்பம் சூழ இங்கு குழுமுகிறார்கள். ஏரியின் உள்ளே தண்ணீர் தொடாத சிறுசிறு திட்டுகளில் கட்டியுள்ள பாலீதின் கூடுகளே வீடுகள். விவசாயம் செய்து அலுத்துப்போனவர்களும் இவர்களோடு வலையும், கூடையுமாக தஞ்சமடைந்து விடுகிறார்கள். யார் எவரென வேறுபாடின்றி எல்லோருக்கும் அட்சய பாத்திரமாக உணவள்ளி வழங்குகிறது பழவேற்காடு ஏரி.

ராமேஸ்வரம், கோடியக்கரை என்று அங்கொன்றும் இங் கொன்றுமாகத் தென்பட்டாலும் பழவேற்காடு தான் பூநாரைகளின் வாழ்க்கைச் சூழலுக்கு தகுந்த இடம் என்கிறார்கள் ஆய்வாளர்கள். சிறகு கிளைத்து எழுந்து நின்றால் ஓராள் உயரம் இருக்கும். வெண்ணெயும், ரோஜாவும் கலந்து நெய்த கலர்களில் ஜொலிக்கும் இந்த நாரைகளின் பூர்வீகம் குஜராத் மாநிலம். இதை சைபீரிய பறவை என்பாரும் உண்டு.

உள்நோக்கி வளைந்த நீள மூக்குடைய இந்தப் பறவை இனப்பெருக்கம் செய்வதே கலையம்சம் பொருந்திய ஆச்சரியம். நம்மூர் மண்பாண்டத் தொழிலாளர்களின் நுட்பத்தையே தோற் கடிக்கும் விதத்தில், சகதியை குழைத்து பானைபோல வடிவமைத்து முட்டையிடும். கூட்டம் கூட்டமாக வாழும் இந்த நாரைகளுக்கு இளஞ்சிவப்பான கால்கள். மெல்ல மெல்ல உடலசைத்து நடக்கும் போது தேர்ந்த நடன மங்கையின் நளினமான இடை அசைவைப்

போலவே இருக்கும். பறக்கையில் பஞ்சுப்பொதியொன்றுக்கு இறக்கை முளைத்ததைப் போலிருக்கும். ஒவ்வொரு வருடமும் 25 ஆயிரத்துக்கும் மேற்பட்ட பூநாரைகள் இந்த ஏரியை நாடி வருவதாக சொல்கிறார்கள்.

அடக்காணிதிப்பா பகுதியில் மட்டும் பத்தாயிரத்துக்கும் மேற்பட்ட மீனவர்கள் வலை கட்டி மீன்பிடிக்கிறார்கள். கடல் மீனவர்களைப் போலன்றி விசிறி வலை, சுற்றுவலை, கொண்டை வலை போல சிறிய மீன் குஞ்சுகளைக்கூட வேரோடு அள்ளி வரும் நுட்பம் மிகுந்த தொழிலாளர்கள் இவர்கள். மூங்கிலால் செய்யப் பட்ட குடத்தை வழி நெடுகிலும் கட்டி இறால் பிடிப்பவர்களும் இருக்கிறார்கள். ஏரியில் கண்படும் இடமெல்லாம் வலைகள்.

இதனால் மூன்று மாபெரும் விளைவுகள்... ஒன்று, இந்த ஏரியை விரும்பி வரும் பறவைகள் விரும்பி உண்ணும் மீன்குஞ்சு களை வாரி வழித்தெடுப்பதால் இரை தேடி வேறிடம் நாடிவிடும் நிலை. இரண்டாவது, இரவு பகலின்றி எப்போதும் மனிதர்கள் நடமாட்டமும், சத்தமும் இருப்பதால் வசந்தம் கொண்டாட வரும் பறவைகளின் கரையோர இருத்தல்கள் பாதிக்கப்படுகின்றன. மூன்றாவது கொஞ்சம் கொடூரமானது... ஏரியின் உடல் முழுவதும் கட்டி வைத்திருக்கும் வலையில் சிக்கி ஏராளமான வண்ண நாரை களின் குச்சிக்கால்கள் உடைந்து விடுகின்றன. பொதுவாக உடல் பாதிக்கப்பட்ட பறவைகளை (பறவை) தம் கூட்டத்தில் சேர்ப்ப தில்லை பூ நாரைகள். இதனால் காலொடிந்த, சிறகிழந்த பறவைகள் தனித்தனியாகத் தவிக்கும் காட்சிகளும் பழவேற்காட்டில் சாட்சியாக இருக்கின்றன.

ஏரியின் கரையில் ஆந்திர அரசின் சுற்றுச்சூழல் கல்வி மையத்துக்கு அருகில் இடைவெட்டாக உட்புகும் ஒரு செம்மண் சாலை. இதில் எட்டு கிலோமீட்டர் சென்றால் வேணாடு. பெரும் பான்மையாக தமிழர்கள் வாழும் இக்கிராமம் அடக்காணிதிப் பாவில் இருந்து முற்றிலும் வேறுபட்டது. பூநாரையை இறைவனின் வடிவாய் தரிசிக்கிறார்கள் இக்கிராம மக்கள். ஒருசில இருளர் இனத்தார் தவிர மற்றவர்கள் மீன் பிடித்தலை கைவிட்டு வேறு பணி நாடி விட்டனர். மூன்று புறங்களும் ஏரி சூழ்ந்த இந்த கிராமத்தில் ''ஃபிளமிங்கோ திருவிழா'' என்றொரு விழாவே நடக்கிறது.

ஏ.ஆர்.ரகுமான் வருடம் தவறாமல் வந்து வணங்கும் தாவுத் ஆவுலியா தர்ஹாவும், அரியும், சிவனும் ஒரே குடிலிலிருக்கும் சுருங்கீஸ்வரர் ஆலயமும் இந்த கிராமத்தின் பிரசித்தி பெற்ற பிற அடையாளங்கள். இரு மூர்த்திகளும் இணைந்திருப்பதால் 'தட்சிணகாசி' என்று புராணங்கள் போற்றுகின்றன இக்கிராமத்தை.

"ராத்திரி, பகலில்லாம பறவைங்கோ எங்க வூட்டாண்டை யெல்லாம் வந்து நிக்குமுங்கோ. நாங்க யாரும் சீண்டுறதில்லை. எங்க புள்ளக்காடெல்லாம் ஃபிளமிங்கோ குருவியை கையெடுத்து கும்புடுங்கோ. வனஇலாகா பகுதிங்கிறதாலே ரோடு போட முடியல. மத்தபடி நிறைய பேரு இங்க வந்து குருவியள பாக்குறாங்கோ" என்கிறார் வேணாடு ஊராட்சி மன்றத் தலைவர் வாசு.

'மனிதர்கள் இல்லாமல் பறவைகள் வாழும், பறவைகள் இல்லாமல் மனிதர்கள் வாழ முடியாது' என்பார் பறவையியல் வல்லுனர் சலீம் அலி. பறவைகளே உலகில் இல்லையென்றால் மனிதர்கள் எண்ணிக்கைக்கு பூச்சிகளும் பெருத்து விடும் என்கிறார்கள். ஆயிரக்கணக்கான மைல் தாண்டி பழவேற்காட்டை நாடிவரும் பறவைகளை இம்சிக்காமல் அதன் வழி செல்ல விடுதலே மனிதநேயம்.

அள்ள அள்ளக் குறையாமல் பரிசுகள் தரும் எகிப்தின் பண்டராஸ் பிரமிடைப் போன்றது பழவேற்காடு ஏரி. வளம் நிறைந்த அந்த ஏரியைத் தவிர நம்மை நாடி வரும் பறவைகளுக்கு பரிசளிக்க வேறென்ன இருக்கிறது?

௸

புற்றுநோயூர்

கடல்...

தள்ளி நின்று அழகு பருகுவோர்க்கு அற்புதம். அதன் வாசலிலேயே காலம் கழிக்கும் மீனவர்களுக்கு கடவுள். ஆம்... ஆக்கவும் அழிக்கவுமான கடவுள். தன் இறகுகளுக்குள் கூடு கட்டி குடியிருக்கும் மீனவர்களுக்கு கடல்தான் உணவு தருகிறது. சில நேரம் அவர்களையே தனக்கு உணவாக்கியும் கொள்கிறது. என்னதான் அடித்தாலும் அம்மாவை வெறுக்காத குழந்தைகளாக, எத்தனை இழந்தாலும் கடலின் மேலுள்ள காதல் குறைவதில்லை மீனவர்களுக்கு.

இந்தியாவின் தென்கோடி முனையில், அரபிக்கடலின் திசையில் இருக்கிறது பெரியவிளை. நாகர்கோவிலில் இருந்து ராஜாக்கமங்கலம் வழி சென்றால் 18 கிலோமீட்டர். இந்த சின்ன கிராமத்தில்தான் ஒரு பெரிய விபரீதம்.

ஆயிரத்து ஐநூறு மனிதர்களடங்கிய இந்த கிராமத்தில் 30க்கும் மேற்பட்டோர் புற்றுநோயால் பாதிக்கப்பட்டவர்கள். குழந்தை இல்லாத தம்பதிகள் பலர். முடக்குவாதம், மூளை பாதிப்பு என நோய்களின் தாயகமாக உருமாறிக் கிடக்கிறது பெரியவிளை.

நான்கைந்து தெருக்களைச் சூழ்ந்த ஒரு தார் ரோடு. ஊரின் நடுவே பிரமாண்டமான தேவாலயம். உழைப்பு தவிர்த்த பிற

தருணங்களில் தேவனும், ஜெபமும் தவிர வேறொன்றுமறியாத மக்கள். கொஞ்சம், கொஞ்சமாக ஊரை விழுங்கத் துடிக்கும் கடல். இவற்றைத் தவிர இந்த சின்ன கிராமத்தை அடையாளப்படுத்த வேறொன்றும் இருக்கிறது. அது ஊரையொட்டி உள்ள, மணவாளக் குறிச்சி அரசு அரிய மணல் ஆலை. பரப்பற்று முதல் வெட்டுமடை வரை குவியல் குவியலாகக் கிடக்கும் மணல், இந்த ஆலையின் தன்மையை உணர்த்தும்.

சுனாமி தாக்குதலில் பெரியவிளையின் இயல்பான மீன்பிடிச் சூழல் தகர்ந்ததால், ஏராளமானோர் இடம் பெயர்ந்து விட்டனர். இதனால் எப்போதும் இந்த ஊரை ஒரு தவிர்க்கவியலா தனிமை சூழ்ந்து நிற்கிறது. இங்கு பெயரோடு சேர்ந்து, புற்றுநோயும் ஒரு அடையாளமாக இருக்கிறது பெரும்பாலானோருக்கு.

சர்ச்சுக்கு அருகில் உள்ள சிறிய குடிசைதான் செல்லையனின் மாளிகை. 60 வயதிருக்கும். மீன் பிடித்தலே தொழில். ஆறு ஆண்டு களுக்கு முன் பிறப்புறுப்பில் வந்த சிறிய கட்டி புற்றுநோயின் அறிகுறி என்பதை செல்லையன் உணரவில்லை. மரணத்தின் வாசலுக்குச் சென்று மீண்டுள்ள செல்லையனுக்கு இப்போது பிறப்புறுப்பு இருந்த இடத்தில் சிறுநீர் கழிக்க மட்டும் சிறிய குழாய்.

''அம்பது வருஷமா இந்த கிராமத்துல ஏகப்பட்டவங்க புத்து நோயால செத்துருக்காங்கப்பா. ஏதோ நான் பொழச்சு கெடக்கேன்'' என்கிறார் தட்டுத்தடுமாறி.

ஜக்கரியாவுக்கு புற்றுநோய் வந்தது நாக்கில். மணல் ஆலைக்கு நெருக்கமாக, கடலையொட்டி உள்ளது வீடு. ''மொதல்ல நாக்குல சின்ன புள்ளி மாதுரி ஒண்ணு வந்துச்சு. அப்பறம் 'கட்டி'யாச்சு. ரெண்டுமொறை கரண்டு வச்சுருக்கோம்'' என்று ஜக்கரியாவின் சைகையை மொழிபெயர்க்கிறார் மனைவி தனிசிலி. வந்த புற்று, ஜக்கரியாவிடமிருந்து வார்த்தைகளை பிடுங்கிச் சென்று விட்டது.

ஸ்டீபன் திடகாத்திரமான மனிதராகத்தான் தெரிகிறார். வார்த்தைகள்தான் வலி உணர்த்துகின்றன. சர்ச்சுக்கு மேற்கே இருக்கிறது ஸ்டீபன் வீடு. மூணு ஆண் குழந்தைகள். வாயின் வலது பக்கத்தில் வந்த கட்டியை, புற்றுநோய் எனக் கண்டறிய, டாக்டர்களுக்கு ஆறு மாதங்கள் அவசியப்பட்டது. இரண்டு லட்சத்துக்கும் மேல் செலவு செய்து மீண்டிருக்கிறார்.

ஸ்டீபனின் அடுத்த வீட்டுக்காரரான அந்தோணியின் கதை இன்னும் சோகம். பொடிசும், சிறுசுமாக மூணு குழந்தைகள். அன்றாட வயிற்றுப் பிழைப்புக்கே தடுமாறிய நிலையில்தான், அந்தோணிக்கு புற்றுநோய் அறிகுறி தெரிய வந்தது. ஆயிரம், லட்சம் என்று மருத்துவமனைகள் பேரம் பேச, வெறுத்துப்போன மனைவி மரியகிரேஸா சாலக்குடி சர்ச்சுக்கு கணவனை அழைத்துப் போய் தேவனை சரணடைந்தார். ஒரு கட்டத்தில் நோயின் தீவிரம் உணர்ந்த பாதிரியார்கள் சிகிச்சைக்கு உதவினர். இப்போது அந்தோணிக்கு வாய்... வார்த்தைகள் எல்லாம் மரியகிரேஸாதான்.

"அவரால தொழிலுக்குப் போக முடியல, மூணு புள்ளகள வச்சுக்கிட்டு எப்பிடி காலம் தள்ளுறது?" கண்ணீரில் கரைகின்றன மரியகிரேஸாவின் வார்த்தைகள்.

ஜாக்குலினைப் பார்க்க பரிதாபமாக இருக்கிறது. மணல் ஆலையில் கூலியாக வேலை பார்த்த கணவர் அந்தோணியடிமை வயிற்றில் கட்டிய புற்றால் இறந்துவிட, ஆட்டம் கண்டுவிட்டது வாழ்க்கை. இரண்டு குழந்தைகளுக்காக நீள்கிறது ஜாக்குலினின் நாட்கள். ஜாக்கிலினி என்று பெயர் கொண்டவர்களெல்லாம் கோடீஸ்வரிகள் அல்ல நேமாலஜி வாழ்க!

இரண்டாம் வகுப்பு படிக்கிற வினிஷ்மாவைப் பார்த்தவுடன் கன்னத்தை கிள்ளி கொஞ்சத் தோன்றுகிறது. பாவம். அந்த பிஞ்சின் கண்களில் அம்மாவைத் தேடும் ஏக்கம். ஆனால் அம்மா..?

அம்மா ஷீலா பேட்ரிக்ஸ்க்கு நெற்றியில் கட்டியது புற்று. ஆலயங்கள், ஆஸ்பத்திரிகள் என்று அலைந்தும் பலனில்லை. வினிஷ்மாவையும், வினோஆண்டனியையும் கணவர் மரிய வர்க்கீஸிடம் விட்டுவிட்டு 'சாமிகிட்டே' போய்விட்டார் ஷீலா. தாடியும்மீசையுமாகஅமர்ந்திருக்கும் வர்க்கீஸிடம்மண்டிக்கிடக்கிறது தனிமையின் தவிப்பு.

கனகம்மாள் கதை இன்னும் மோசம். மிக முற்றிய புற்று நோயாளி. வாய்க்குள் வந்த கட்டி, கனகம்மாவை உண்டு இல்லை யென்றாக்கி விட்டது. வாய் வழியாக தண்ணீர் குடித்தால் மூக்கு வழியாக வெளியே வந்து விடுகிறது. வார்த்தைகள் பாதி பாதியாக வருகின்றன. "தண்ணி குடிச்சு வருஷக்கணக்காச்சு..." கண்ணீருக்கு குறைவில்லை கனகம்மாளுக்கு.

இப்படி இந்த கிராமத்தில் புற்று கூடுகட்டி வாழ்க்கையைத் தொலைத்தவர்கள் பட்டியல் நீள்கிறது.

ஹிர்திக் ரோஷனும், ஜோசப் அலெக்சும் பரிதாபத்துக்குரிய பிஞ்சுகள். இருவருமே மூளைக்காய்ச்சலால் பாதிக்கப்பட்டு மனநலமின்றி இருப்பவர்கள். ஹிர்திக் 3வது படிக்கிறான். பொதுவாக அமைதியாக இருக்கும் அவன், திடீரென அருகில் உள்ளவர்களைக் கடிப்பதும், அடிப்பதும், கத்துவதுமாக அமர்க்களம் செய்கிறான்.

இந்த சின்ன கிராமத்தை காலன் கட்டம் கட்டி கலவரப் படுத்துவதன் காரணம் என்ன? இது எந்தக் கடவுளின் சாபம்?

கன்னியாகுமரி மாவட்டமே கை நீட்டி குற்றம் சாட்டுகிறது மணவாளக்குறிச்சி மணல் ஆலையை.

பெரியவிளை மற்றும் அதைச் சுற்றியுள்ள சின்னவிளை, மண்டைக்காடு புதூர் பகுதிகளின் கடலோர மணலில் தோரியம், இல்மனைட், ரூட்டையில், ஜிர்கான், கார்னைட் என எண்ணிலடங்கா கனிமங்கள் புதைந்து கிடக்கின்றன. மேற்குத் தொடர்ச்சி மலையிலிருந்து உருண்டோடி வரும் தண்ணீரில் ஒட்டியிருக்கும் இந்த கனிமங்கள், உப்பில் ஊறி, ஒரு கட்டத்தில் அலையில் ஏறி, கரை மணலில் கலந்து விடுகின்றன. அந்த கறுப்பு மணலிலிருந்து கனிமங்களைப் பிரித்தெடுக்கும் பணியைத்தான் இந்த ஆலை செய்து வருகிறது.

இங்கு மணல் சலித்து மீட்கப்படும் தோரியம்தான் அணு உலைகளுக்கு உணவு. இல்மனைட், ஆயுத உற்பத்தியின் முக்கிய மூலப்பொருள். அதிக கதிரியக்கம் கொண்ட இந்த கனிமங்களே பெரியவிளையை காலனின் கூடாரமாக்கிய சத்ருக்கள் என்கிறார்கள் சுற்றுச்சூழல் அறிஞர்கள். மண்ணோடு மண்ணாக உறைந்து கிடக்கும் கனிமங்களை தோண்டி வெளிக்கொணரும்போது அதன் வேகம் விகாரமாகிறது. புற்றுநோயை வாரி வழங்குவதும், மலட்டுத் தன்மையைப் போற்றி வளர்ப்பதும் அந்த கதிரியக்கம்தான் என்பது அவர்களின் வாதம்.

பெரியவிளை மற்றும் அதை சுற்றியுள்ள பகுதிகளில் கதிரியக்கம் குறித்து கள ஆய்வு மேற்கொண்டவர் லால்மோகன். இந்திய அரசின் விவசாய ஆராய்ச்சி கவுன்சில் முன்னாள் முதன்மை

விஞ்ஞானியான இவர் சொல்கிற தகவல்களை நம்பாமல் இருக்க முடியவில்லை.

''கன்னியாகுமரி கடலோரம் முழுக்கவே கதிரியக்கக் கனிமங்கள் நெறைய இருக்கு. அது மண்ணுக்குள்ளே இருக்கிற வரை பிரச்னை இல்லை. தோண்டத் தோண்ட வீரியம் அதிகமாகுது. சாதாரணமா எல்லா இடத்துலயும் கதிரியக்கம் இருக்கத்தான் செய்யும். 30ல இருந்து 35ங்கற அளவு வரை உள்ள கதிரியக்கம் மனுஷனப் பாதிக்காது. பெரியவிளை, சின்னவிளை பகுதியில கதிரியக்கத்தோட அளவு 3250 வரை இருக்கு. இந்த பேராபத்து அரசோட கவனத்துக்கு வரல.

கதிரியக்கத்தோட பாதிப்பு உடனே தெரியாது. 50 வருஷத்துக்கும் மேலா அதே பகுதிகள்ல வாழ்ந்திட்டிருக்கிற அப்பாவி மக்களை தீர்க்க முடியாத நோயில தள்ளுது இந்த கதிரியக்கம். மணல் ஆலையில அதிகாரிகளுக்கு ஏகப்பட்ட பாதுகாப்பு சாதனங்கள வச்சிருக்காங்க. கூலி வேலை செய்யுற அந்த மண்ணோட மைந்தர்களுக்கு எந்த பாதுகாப்பு நடைமுறையும் இல்ல.

நல்ல கூலி கிடைக்கிறதாலே அந்த மக்கள் இந்த விளைவுகளப் பத்தி கவலப்படல. அவங்களுக்கு இந்த விபரீதத்தை உணர்த்தவும் யாரும் முன்வரல'' என்கிறார் லால்மோகன்.

''பெரியவிளை மட்டுமில்லாம சுத்தியிருக்கிற ஆறு கிராமங்கள்லயும் ஏகப்பட்ட புற்றுநோயாளிகள் இருக்காங்க. இந்த விவகாரத்துல நாங்க அரசாங்கத்தைவிட ஆண்டவரைத்தான் முழுசா நம்புறோம்'' என்று கூறும் ஆண்ட்ரோ வினோத்குமார், பெரியவிளை கிராமத்தின் பங்குத்தந்தை.

ஒரு கிராமத்தையே நிலைகுலைய வைத்ததாக குற்றம் சாட்டப்படும் அந்த மணல் ஆலை நிர்வாகம், இதில் எந்த குரலையும் காதில் வாங்கிக்கொள்ள தயாரில்லை. நாம் இதுபற்றி அவர்களிடம் பேச விரும்பிய போதும் அதற்கான வாய்ப்பு வழங்கப்படவில்லை. ''நாங்கள் மணலை அள்ளிச்செல்வதன் மூலம் கதிரியக்கத்தை குறைக்கிறோம்'' என்று சொல்கிறார்கள், பெயர் வெளியிட விரும்பாத, 'பாதுகாப்பு சாதனங்கள் அணிந்த' ஆலை அதிகாரிகள்.

புற்றுநோய் உறுதி செய்யப்பட்டவர்கள் அதற்கான சான்றிதழைக் காட்டினால், மருத்துவச் செலவில் பாதியை மணல் ஆலை

நிர்வாகமே வழங்குகிறது. அதை 'கடவுளின் உதவி' என்கிறார்கள் கிராமத்து மனிதர்கள். 'பாவத்துக்கான பிராயச்சித்தம்' என்கிறார்கள் அறிவியலாளர்கள்.

எது எப்படியோ... இந்தியா, தனது வல்லரசு கனவுக் கோட்டையை, ஏழைகளின் எலும்புத்துண்டால் கட்ட நினைத்தால், காலம் கைகட்டிக்கொண்டு வேடிக்கை பார்க்காது என்பது மட்டும் நிச்சயம்!

☙☙

மிலிட்டரியூர்

''எங்க தாத்தா குமாரசாமி மிலிட்டரிக்காரர். அவுருக்கு ஆறுமுகம், செல்லக்குட்டி, சுப்பிரமணி, காசிநாதன்னு 4 பசங்க. 4 பேருமே மிலிட்டரியில இருந்தவுங்க. எங்க அப்பா ஆறுமுகத்துக்கு தேவன், சிவலிங்கம், ஜலேந்திரன், பெரியண்ணன்னு 4 பசங்க. 4 பேருமே மிலிட்டரிக்கு போயிட்டோம். எனக்கு 2 பசங்க. ரெண்டு பேரும் மிலிட்டரியிலதான் இருக்காங்க. இது இல்லாம எங்க செல்லக் குட்டி சித்தப்பா வகையறாவுல 2 பையங்களும், சுப்பிரமணி சித்தப்பா வூட்டுல 2 பேரும், காசிநாதன் சித்தப்பா வூட்டுல ஒருத்தனும் மிலிட்டரியில இருக்காங்க...''

ராணுவப்பணியில் இருந்து ஓய்வு பெற்று வந்து, கம்மவான் பேட்டையில் பெட்டிக்கடை நடத்தி வரும் சிவலிங்கம் சொல்வதைக் கேட்க தலை சுற்றுகிறது. இதைப்போல ஜாதி, மதம் கடந்து கம்மவான்பேட்டையின் ஒவ்வொரு குடும்பத்திலும், இந்திய ராணுவத்துடனான தலைமுறை தொடர்பு நெடிய உறவாக நீள்கிறது.

ஆரணிக்கும், வேலூருக்கும் நடுவில், கண்ணமங்கலத்தில் இருந்து ஒரு கீறலாய் பிளவுற்று பிரிகிறது ஆற்காடு சாலை. அதில், 6 கிலோமீட்டர் பயணித்தால் கம்மவான்பேட்டை. சாலையின் இருபுறமும் பசுமை சூழ்ந்த வயல்வெளிகள். கிராமத்தின்

செழுமையைக் காட்டும் பிரமாண்ட வீடுகள். ஊரின் எல்லையிலேயே வீரத்தின் அடையாளமாக பிரமாண்ட ஆஞ்சநேயர். பள்ளிக்குள் இருந்து தெறித்து விழும் மாணவர்களின் இரைச்சல் தவிர, எங்கும் அமைதியின் ஆக்கிரமிப்பு.

ஆற்காடு நவாப் தன் பாதுகாப்பு கவசமென நம்பிய 'கோட்டை மலைக் கோட்டை' தான் கம்மவான்பேட்டையின் வரலாற்று அடையாளம். மேற்கே கோட்டைமலையும், கிழக்கே மொட்டை மலையும், வடக்கே பெரியமலையும் இந்த சின்ன கிராமத்துக்கு இயற்கை கட்டிய அரண்களாக எழும்பி நிற்கின்றன. தெற்குப்புறத்தில் மலை தொட்டு விழும் மழைத்துளி சேகரிக்க இயற்கையே செதுக்கி வைத்த சித்தேரி. 3 திசைகளில் மலையும், ஒரு திசையில் ஏரியுமாக சுற்றுலா கிராமத்தின் இயல்பு பொருந்திய கம்மவான் பேட்டையில், 18 வயதுக்கு மேற்பட்ட இளைஞர்களைப் பார்ப்பது அரிதிலும் அரிதாக இருக்கிறது.

1500 குடும்பங்கள் உயிர் வளர்க்கும் இந்த கிராமத்தில் சுமார் 3000 பேர் இந்திய ராணுவத்தின் அங்கமாகக் கலந்திருக்கிறார்கள் என்பதுதான் விழி விரிய வைக்கும் சுவாரஸ்யம்.

''18 வயசானா எல்லா பயலுகளுக்கும் ராணுவம்தான் குறிக்கோளா இருக்கு. வாத்தியாராவணும், டாக்டராவணும், என்ஜினியாரவனுன்னு எல்லாம் யோசிக்கிறதில்ல. இவ்வளவு ஏங்க? எங்க தாத்தா போலீஸ்ல இருந்தாரு. அவருக்கு எங்க அப்பா ஒரே மவன். ஆனாலும் மிலிட்டரிக்கு அனுப்புனாரு. எங்க அப்பாவுக்கு 4 பையங்க. 2 பேரை ராணுவத்துக்கு அனுப்பிட்டாரு. நானும் இன்னொருத்தரும் மட்டும் ஊருல இருக்கோம்...''

படபடவென பேசும் சிவாஜி, கம்மவான்பேட்டை ஊராட்சித் தலைவர்.

ஒரு பெட்டிக்கடையில் 5 நிமிடம் அமர்ந்தால் 10 ராணுவ வீரர்களை சந்தித்துவிட முடிகிறது. ஒரு மளிகைக் கடையில் நின்றால், எல்லை பிரச்னைகளின் இன்றைய நிலவரத்தை அறிந்து கொள்ள முடிகிறது. சென்னைக்கு வரும் ராணுவ அதிகாரிகள், இந்த மண்ணை மிதிக்காமல் செல்வதில்லை. பிள்ளைகளை நாடு காக்க அனுப்பிய பெற்றோர்களுக்கு சிறப்பு நிதியுதவிகளையும் செய்கிறது மாவட்ட நிர்வாகம். அரசின் பார்வையில் கம்மவான் பேட்டை தியாக பூமி. லட்சங்களை அள்ளித்தரும் சாஃப்ட்வேர் படிப்பு, கல்லூரி மிதிக்குமுன்னே வெளிநாட்டுக் கனவு என

வண்ணங்களாய் வாழத்துடிக்கும் இளைஞர்களுக்கு மத்தியில் எப்படி இந்த ராணுவ மோகம்?

''வறுமையில வதங்கி வாழ வழி தெரியாம தவிச்ச மண்ணு தான் தம்பி இது. மழைய நம்பித்தான் வெவசாயம். குடி தண்ணிக்குக் கூட ஆளா அலஞ்ச மக்கதான் இவங்க. பொட்ட வெயிலு காயுற காய்ச்சல்ல, மொட்டை மண்ட புட்டுக்கிடும். அப்படிப்பட்ட அக்னி வெயில்ல என்ன வேலைவெட்டிக்கு போவ முடியும்? அப்பிடி தவியா தவிச்ச நேரத்துலதான் பிரிட்டிஷ்காரன் மிலிட்டரிக்கு ஆளெடுக்கிறான்னு கேள்விப்பட்டு எங்க ஊரு பெரியாளுக சிலபேரு போயி வந்தாங்கோ. அப்பிடியே ஒவ்வொருத்தரா போக வர, எல்லாருக்கும் ஆசவந்துருச்சு. மத்த கவர்மெண்டு வேலயல்லாம் காசு பணமும், ஆளுங்க பலமும் இருந்தாதாங் கெடைக்கும். ராணுவ வேலை மட்டும்தான் திறமைக்கு தகுந்தாப்ல கொடுக்கிறாக..''

கம்மவான்பேட்டைக்கும் இந்திய ராணுவத்துக்குமான பிடிப்பை தன் கிராமத்து தமிழில், உபகதைகள் கலந்து சொல்கிறார் வையாபுரி கவுண்டரின் மனைவி ராஜம்மாள்.

வையாபுரி கவுண்டர் பிரிட்டிஷ் ராணுவத்தில் வேலைக்குச் சேர்ந்து, பின் நேதாஜியோடு கை கோர்த்தவர். நேதாஜியின் இந்திய தேசிய ராணுவத்தில் தீவிரமாக இயங்கியதால் கைது செய்யப் பட்டு, பினாங்கு சிறையில் அடைக்கப்பட்டவர். சுதந்திரத்துக்குப் பிறகு மீண்டும் இந்திய ராணுவத்தில் இணைந்து பணியாற்றிய தீரர். கணவனின் சீருடைகளையும், அவர் வாங்கிக் குவித்த பதக்கங்களையும் வைத்து தினமும் வணங்குவது ராஜம்மாளின் அன்றாட அலுவல்களில் ஒன்று.

கம்மவான்பேட்டை ராணுவ கிராமமாக மாற, அய்யாக்கண்ணு கவுண்டரும், வடுகன்சாத்து மேஜர் பெருமாளும் தான் காரணம் என்கிறார்கள். அய்யாக்கண்ணு, ராணுவப் பணி நியமன அதிகாரியாக இருந்தபோது, இந்த சுற்றுவட்டாரத்தில் விழிப்புணர்வு ஏற்படுத்தி ஏராளமான இளைஞர்களை ஈர்த்தார். மேஜர் பெருமாள் இந்தப் பகுதியின் இரண்டாம் தலைமுறை இளைஞர்களுக்கு ரோல் மாடலாக இருந்தவர். பிரிட்டிஷ் காலத்திற்குப் பின், இன்னொரு தளத்தில் தொடங்கிய ராணுவப்பற்று, ஆண்டுகள் கடந்து நாளைய தலைமுறைக்கும் கனவாக நீள்கிறது.

பள்ளிப் பருவத்திலேயே ராணுவக் கனவு அலையடிக்கிறது இங்கு. பாட நேரம் தவிர மற்ற பொழுதுகளில் ஆட்டம் பாட்டங் களுக்கு பதில் ஓட்டமும், உடற்பயிற்சிகளும்தான். இந்திய எல்லையில் நடக்கும் தீவிரவாத தாக்குதல்கள் தொடங்கி, பாகிஸ் தானின் பெனாசிர் புட்டோ கொலை வரை அத்தனை தகவல்களும் ஏழாம் வகுப்பு மாணவனுக்கும் அத்துபடியாக இருக்கிறது. சதீஷ், சுரேஷ், இளையராஜா. இந்த மூவரின் தந்தைகளும் ராணுவத்தில். இவர்கள் மூவருக்குமே மேஜர் ஆக வேண்டுமென்பது ஆசை.

''இங்க படிக்கிற எல்லா மாணவர்களுக்குமே ராணுவக் குடும்பப் பின்னணி இருக்கு. அதனால இயல்பாவே இவங்களுக்கும் ராணுவ வேலைதான் குறிக்கோளா இருக்கு. எங்க உதவியோ, ஆலோசனையோ இல்லாம அவங்களாவே உடற்பயிற்சிகள் செஞ்சு தயாராகிடுறாங்க. இங்க படிச்ச 1500 பேரு நம்ம ராணுவத்திலே இருக்காங்க..''

பெருமை பொங்க பேசுகிறார் கம்மவான்பேட்டை அரசு உயர்நிலைப்பள்ளியின் தலைமையாசிரியர் நடராஜன்.

ராணுவத்தில் பணியாற்றும் ஒரு தந்தை, தன் மகனின் ஆர்வத்தை ராணுவத்திற்கு அறிமுகப்படுத்தலாம். இந்த அறிமுகம் வெறும் நுழைவுச்சீட்டு. தந்தையால் அறிமுகப் படுத்தப்படும் இளைஞன், தன் திறமையை நிரூபித்தால் மட்டுமே வாய்ப்பு. ஓடுதல், கயிற்றில் ஏறுதல், நீந்துதல் என ஆயிரத்தெட்டு சோதனைகள். அந்த கடும் சோதனைகளில் ஜெயிக்க உடலுறுதியோடு மன உறுதியும் அத்தியாவசியம்.

முருகனும், இலியாஸ் பாஷாவும் பிளஸ் 2 முடித்து விட்டு ராணுவத்தில் சேர தருணம் பார்த்து நிற்பவர்கள்.

''எங்க சொந்தக்காரங்க நிறைய பேர் ராணுவத்துல இருக்காங்க. எனக்கு சின்ன வயசுலேயே இந்திய ராணுவத்துல சேர்ந்து போர் முனைக்கு போகணும்னு ஆசை. இன்டர்வியூவுக்காக காத்திருக்கேன்'' என்கிறார் இலியாஸ் பாஷா.

பிரிட்டிஷ் ராணுவத்தில் பணியாற்றிய மோதின்பேக்கின் வழிதொட்டு, மகன்கள் உஸ்மான் பேக், அமீர்பேக், அப்துல்லா பேக், ஹவுஸ்பேக் நால்வரும் ராணுவத்தில் பணியாற்றி திரும்பி யிருக்கிறார்கள். இப்போது அடுத்த தலைமுறை களமிறங்கி இருக்கிறது.

பிரிட்டிஷ் காலம் தொட்டு, இன்று வரையிலும் ராணுவத்தின் பால் காதல் கொண்டு அலையும் இந்த கிராமத்தில் அது சார்ந்த சோகங்கள், சந்தோஷங்கள், அதிர்வுகளுக்கும் குறைவில்லை.

கண்ணில் திரையும், தலையில் நரையும் விழுந்து தட்டுத்தடு மாறி நடக்கும் சரோஜா, தனது கணவர் வேணுகோபாலைப் பற்றி பேசினால் பொக்கை வாய் உடைத்து கம்பீரமாக(?) சிரிக்கிறார். எல்லை கிராமம் ஒன்றில் அணை நிரம்பி, மதகுகள் நீருக்கடியில் மூழ்கிவிட, இன்னொரு கரையில் உடைப்பெடுக்கும் அபாயம். ஆயிரக்கணக்கானோர் உயிரைப் பிடித்துக்கொண்டு தவித்த நிலையில், ஆளை அமுக்கும் கொடூர வெள்ளத்தில் தைரியமாகக் குதித்து மதகைத் திறந்த வீரர் வேணுகோபால். அவரின் தீரத்தைப் பாராட்டி அரசு ‘அசோக் சக்ரா’ விருது வழங்கி சிறப்பித்தது.

மனோகரன் ‘சவுரி சக்ரா’ விருது வாங்கியவர். ஒரு எல்லையோர கிராமத்தை 15 தீவிரவாதிகள் மையம் கொண்டு இளைஞர்களை மூளைச் சலவை செய்ய, தகவல் அறிந்து களமிறங்கிய படையில் மனோகரனும் அடக்கம். இந்த தீரமிக்க சண்டையில் 12 தீவிரவாதி களை சுட்டுப்பொசுக்கினர் இந்திய வீரர்கள். இதில், 5 தீவிரவாதி களைக் கொன்ற மனோகரனுக்கு அரசு செய்த கௌரவம் இந்த விருது. வந்து குவியும் வாழ்த்துகளால் பூரித்துப் போயிருக்கிறார் மனோகரனின் மனைவி நிர்மலா.

சுப்பிரமணியன் மாண்டு, மீண்ட ராணுவ வீரர். சிம்லாவில் கரைபுரண்டோடும் ஒரு நதியை தற்காலிக பாலம் அமைத்து 25 வீரர்களோடு கடந்த கணத்தில் பாலம் அறுந்து, எல்லோரும் விழுந்து அடையாளம் தெரியாமல் போக, சுப்பிரமணியன் மட்டும் பாலத்தின் ஒரு கம்பியை பிடித்துத் தொங்கி, மரணத்தின் கடைசி நொடியில் காப்பாற்றப்பட்டவர்.

நாராயணன், எல்லைப் பகுதியொன்றில் தீவிரவாதிகளின் தாக்குதலுக்குள்ளாகி இறந்தவர். இன்னும் கூட, மூன்று வேளையும் சோறிட்டு நாராயணன் படத்தின் முன் வைத்து வணங்கிய பின்தான் உணவருந்துகிறார் அம்மா ராஜேஸ்வரி. விருதுகளும், பட்டயங்களும் வீட்டை நிறைக்க, மகனைப்பற்றி பேசும்போது சோகத்தைக் காட்டிலும் பெருமையே முன் நிற்கிறது அப்பா பழனியின் முகத்தில்.

தமிழ்பூரணி மிகுந்த பரிதாபத்துக்குரிய பெண். விஜயகுமா ருடனான பள்ளிக்கால காதல் கடும் எதிர்ப்பைத் தாண்டி

திருமணத்தில் முடிய, இரண்டே மாதத்தில் ராணுவத்தில் பணி நியமனம். அவ்வப்போது வீட்டுக்கு வந்து சென்ற விஜயகுமார், டிசம்பர் மாதம் ஒரு பயண நேரத்தில் தீவிரவாதிகளின் இலக்குக்கு உள்ளாகி உயிரிழந்தார். நிறைமாத கர்ப்பிணியான தமிழ்பூரணி தன் கணவனின் வீரமரணத்தை உணரக்கூட பக்குவமின்றி உறைந்து போயிருக்கிறார்.

இப்படி கம்மவான் பேட்டையில் உறைந்து கிடக்கும் உணர்ச்சிகள் ஏராளம்.

கட்டுக்கோப்பும், கண்டிப்பும் பயின்று, தேசப்பாதுகாப்பு பணியில்தன்னைஅர்ப்பணித்துக்கொள்ளும்கம்மவான்பேட்டையின் கம்பீரத்துக்கு ஒரு ராயல் சல்யூட்.

ஜுஜ

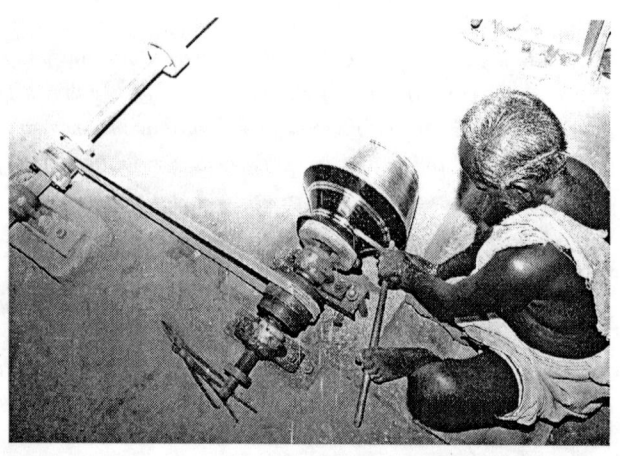

பாத்திரக் கடலூர்

கும்பகோணம்...

புராணமும் சரித்திரமும் போற்றிப் புகழும் பூமி. காவிரி தாலாட்டும் கடைமடைப் பகுதி. அண்ணாந்து பார்த்தால் விழிகளை முட்டும் ஆலயக் கலசங்கள். பழமையும் பாரம்பரியமும் நிறைந்த கும்பகோணத்தில் நேர்த்தியான வீதிகள், தெருவுக்குத் தெரு கலைநயமும், தெய்வீகமும் மணக்கும் ஆலயங்கள். முத்தாய்ப்பாக ஆதி கும்பேஸ்வரர். ஞானசம்பந்தர் முதல் முத்துசாமி தீட்சிதர் வரை எல்லோரின் பாக்களுக்கும் பாடுபொருளாக இருந்த இறைவன்.

கும்பகோணம் என்றதும் கும்பமேளாவுக்கு இணையான, மகாமகப் பெருவிழாதான் நினைவில் வரும். பரந்து விரிந்த இந்த பெருநகரில், அப்புனித நாளில் மண்ணுக்கிணையாக மனிதர்களும் கூடுவர். அமுதக்குடம் பட்ட மகாமகக்குளம், அன்றைய தினம் ஜனங்களால் மூழ்கிப்போகும். இந்த மகாமகப் பெருவிழா தமிழர்களின் நீர் சார்ந்த மரபின விழா.

முற்காலச் சோழர்களின் தலைநகரான பழையாறை நகரின் ஒருபகுதி தான் கும்பகோணம். தஞ்சையை ஆண்ட ராஜாராஜன் மரபு வழி மன்னர்கள் தங்கள் குல தெய்வமான துர்க்கையை வணங்க அடிக்கடி குடந்தைக்கு விஜயம் செய்வதுண்டு. சோழப் பேரரசின் பொற்களஞ்சியமும், பொருளாதாரப் புலமும் இந்நகரே!

வைணவமும், சைவமும் சமமாகத் தளைத்த இடம் குடந்தை. எங்கெங்கு காணினும் சிவத்திருத்தலங்கள் நிறைந்த குடந்தையில் திருமங்கையாழ்வாரால் மங்களசாசனம் செய்யப்பட்ட சாரங்கபாணி கோவிலும் மணிமுடி தரித்து நிற்கிறது.

மகாராஜாபுரம் விஸ்வநாத அய்யர், திருவாவடுதுறை ராஜ ரெத்தினம், பிடில் ராஜமாணிக்கம் பிள்ளை, புல்லாங்குழல் நவநீதம்மாள், தவில் மீனாட்சிசுந்தரம் என குடந்தை தந்த இசை ஜாம்பாவான்கள் நிறைய பேர்.

இப்படி கும்பகோணத்தைப் பற்றி சொல்லவும், எழுதவும் ஏராளம் இருக்கிறது. அதில் ஒன்றுதான் பாத்திர வியாபாரம். கும்ப கோணத்துக்கு உலக மதிப்பு பெற்றுத்தரும் இன்னொரு சிறப்பு இந்த பாத்திர வியாபாரம். குஞ்சிதபாதம் ரோடு, நாணயக்கார செட்டித்தெரு, பெரியகடைத் தெரு, மௌனசாமி மடத்தெரு என திரும்பிய திசைகளில் எல்லாம் பாத்திரக்கடைகள். பிரதான சாலை களை விட்டு கொஞ்சம் ஊருக்குள் இறங்கினால், எங்கெங்கு நோக்கினும் றிடங் டங்றீகென்ற சத்தம் பாத்திரப் பட்டறைகளை அடையாளப்படுத்தும்.

குறிப்பாக பேட்டைத்தெரு, வேம்படித்தெரு, மல்லுகச் செட்டித்தெரு, வளையபேட்டை, மாங்குடி பகுதிகளில் இரவு பகல் இல்லாமல், இந்த இசை எழும்பும். உள்ளூர் விற்பனை தவிர சிங்கப்பூர், மலேசியா உள்ளிட்ட கிழக்காசிய நாடுகள், ஐரோப்பிய மற்றும் ஆப்பிரிக்க நாடுகளுக்கும் கும்பகோணம் பாத்திரங்கள் ஏற்றுமதியாகின்றன.

பித்தளை, ஈயம், எவர்சில்வர் என நாகரிகத்தின் திசைக்கொப்ப தன் போக்கை மாற்றிக்கொண்டு, கடந்த மூன்று நூற்றாண்டுகளாக பாத்திரத் தொழிலை காத்து வருகின்றனர் கும்பகோணத்து வெள்ளாஞ் செட்டியார்கள். பாத்திரத் தொழிலுக்கு ஒரு தூண் வெள்ளாஞ்செட்டியார்கள் என்றால், இன்னொரு தூண் கம்மாளர்கள்.

வெள்ளாஞ்செட்டியார்களின் சொந்த ஊர் அறந்தாங்கிக்குப் பக்கமுள்ள சுப்பிரமணியபுரம். தொடக்கத்தில் காவிரிப்பூம் பட்டினத்தில் நகரத்தார்களுக்கு இணையாக வணிகம் செய்து, செல்வச் செழிப்பில் திளைத்த வெள்ளாஞ்செட்டியார்கள், பூதச்சதுக்கத்தில் தொடர்ந்து நடந்த கலவரங்களால் இடம் பெயர்ந்து சுப்பிரமணியபுரத்தை சூழ்ந்தவர்கள்.

அது தஞ்சை, புதுக்கோட்டை பகுதிகளில் மண்பாண்டத் தொழில் செழித்திருந்த காலம். சந்தைகளில் காய்கறிக்கு இணையாக பானை, சட்டிகள் குவிந்திருக்கும். அந்த சூழலில், வெள்ளாஞ் செட்டியார்களில் சிலர், எவர்சில்வர் பாத்திரங்களை வெளி நகரங்களில் கொள்முதல் செய்து தலைச்சுமையாக கொண்டு சென்று வியாபாரம் செய்யத்தொடங்கினர்.

மண்பாண்டங்களில் புழங்கிய மக்கள், எவர்சில்வர் பளபளப்பில் மயங்கினர். வியாபாரம் சூடு பிடித்தது. இந்த வரவேற்பு, விவசாயத்தில் ஈடுபட்டிருந்த மற்றவர்களையும் ஈர்த்தது. 10, 20 பேராகச் சேர்ந்து 300 400 மைல் பயணித்து காண்டாளப் பைகளில் பாத்திரங்களைச் சுமந்து சென்று விற்பனை செய்யத் தொடங்கினர்.

இவ்விதம் நீண்ட பயணம், ஒரு கட்டத்தில் கும்பகோணத்தில் நிலைபெற்றது. காசிநாதன் செட்டியார் என்ற முற்போக்கு தலைச் சுமை வியாபாரிதான், கும்பகோணத்தில் முதல் கடையை திறந்தார். கடை வைக்க கும்பகோணத்தை தேர்வு செய்ததற்கு காரணம், அது கலையறிந்த கைவினைஞர்களின் பூமி என்பதுதான்.

பாத்திர உற்பத்திக்குத் தேவையான மூலப்பொருட்கள் பற்றி கேள்வி எழுந்தபொழுது, சுப்பிரமணியன் செட்டியார் என்பவர் வடமாநிலங்களில் ஐசிசி, பிர்லா கம்பெனிகளில் எவர்சில்வர், பித்தளை தகடுகளை மொத்தமாக கொள்முதல் செய்து கும்ப கோணத்துக்கு அனுப்பி தொழில் காத்தார். கும்பகோணம் பாத்திரக் கடலாக உருமாறியதன் கதை இதுதான்.

இன்று அறுபதுக்கும் அதிகமான ஈயம், பித்தளை, எவர்சில்வர் பாத்திரக் கடைகள் கும்பகோணத் தெருக்களை அலங்கரிக் கின்றன. ஏறக்குறைய எண்பது பட்டறைகள் இரவு பகலின்றி இயங்குகின்றன. மாதம் இருபத்தைந்து கோடி ரூபாய்க்கும் மேல் ஏற்றுமதி நிகழ்கிறது.

கும்பகோணம் பெரிய தெருவில் பிரமாண்டமாக நிற்கிறது கற்பக விலாஸ் பாத்திரக்கடை. இந்தக் கடையை நடத்தி வரும் பெரியான் செட்டியார், மாநில பாத்திர வியாபாரிகள் சங்கத்தின் பொருளாளர். இவருக்குச் சொந்தமான பாத்திரப் பட்டறையில் இருபதைந்து பேர் வேலை செய்கிறார்கள். வாரம் 200 பித்தளைக் குடங்கள் விற்ற காலம் போய் 25 குடங்கள் விற்பதே அதிகமாகி விட்டதாம். அதனால் தொழிலாளர்களுக்கு வேலைவாய்ப்பும் குறுகி விட்டது. பித்தளைப் பாத்திர தயாரிப்பு, நுணுக்கமான

வேலைப்பாடுகள் நிறைந்தது. இன்று வரை இயந்திரங்களை துணைகொள்ளாமல், கை வினைப்பணியே நடக்கிறது.

சென்னை வால்டாக்ஸ் ரோட்டை ஆக்கிரமித்திருக்கும் சேட்டுகளே கும்பகோணத்துப் பாத்திரங்களின் விலையைத் தீர்மானிப்பவர்கள். வட மாநிலங்களில் இருந்து மூலப்பொருட்களை வாங்கி சப்ளை செய்யும் ஏஜென்ட்கள் இவர்கள்தான். இங்கிருந்து வரும் பித்தளையை தகடாக்கும் தொழிற்சாலைகள் தாராசுரம் பகுதியில் இயங்குகின்றன. தேவை குறைந்ததால், நான்கு தொழிற்சாலைகளில் இப்போது இரண்டே மிஞ்சியிருக்கிறது.

பித்தளைத் தகட்டை குடத்துக்குத் தகுந்தவாறு அடி, கவை, கைத்து என மூன்றாக வெட்டி எடுத்து, வெல்டிங் மூலம் ஒட்ட வைத்து, பாலிஷ் செய்கிறார்கள். ஒரு பித்தளைக்குடம் செய்ய கட்டர், வெல்டர், டிங்கர், ஸ்பின்னர், ரன்னர், லைனர், பாலிஸ் செய்பவர் என ஏழு பேரின் உழைப்பு தேவை. இவர்கள் மாதத்துக்கு இருநூறு குடங்கள் வரை தயாரிப்பார்கள்.

அண்மைக்காலமாக பித்தளைப் பாத்திரங்களுக்கான மவுசு குறைந்துவிட்டதாகச் சொல்கிறார் பெரியான் செட்டியார். எவர் சில்வர்பயன்பாடு அதிகரித்ததும், குறைந்த விலைக்கு பிளாஸ்டிக் அயிட்டங்கள் வீடுகளிலேயே சப்ளை செய்யப்படுவதும்தான் பித்தளைப் மீதான ஈடுபாடு குறையக் காரணம் என்கிறார் அவர்.

கும்பகோணத்தில் முப்பதுக்கும் மேற்பட்ட எவர்சில்வர் பட்டறைகள் இயங்குகின்றன. கடைக்காரர்கள் தரும் மூலப் பொருளை வைத்து, கேட்கும் பாத்திரங்களைச் செய்து கொடுத்து கூலி பெறுவதுதான் பட்டறைகளின் பணி. கார்விங் மெஷின், பாலிஷ் மெஷின் என சில்வர் பாத்திரங்கள் தயாரிப்பில் இயந்திரங்களின் பயன்பாடு நிறைய.

முன்பெல்லாம் கம்மாளர்கள் மட்டுமே பட்டறைத் தொழிலில் இருந்தனர். இப்போது கம்மாளர்களிடம் தொழில் பயின்ற பல்வேறு பிரிவினரும் பட்டறை நடத்துகிறார்கள். பெரியானின் பட்டறையில் வேலை செய்யும் அண்ணாமலை, உடையார் சமூகத்தை சேர்ந்தவர். இவருக்கு வேலை, பாலீஷ் போடுவது. ஒரு குடத்துக்கு ஏழு ரூபாய் கூலி. முக்கிமுக்கி பார்த்தாலும் ராத்திரிக்குள் இருபது குடத்துக்குத்தான் பாலீஷ் போடலாம். ஒட்டுமொத்த பாத்திர தொழிலாளர்களின் வாழ்க்கையையும் அண்ணாமலையை வைத்தே அடையாளப்படுத்தலாம். காலை முதல் இரவு வரை

நீளும் அவர்களின் உழைப்புக்குத் தகுந்த கூலி இல்லை என்பது ஆண்டாண்டு காலமாக நீடிக்கும் கூக்குரல்.

உலக அளவில் உலோகப்பொருள் விற்பனை மீது நடக்கும் சூதாட்டங்கள், கும்பகோணத்து பாத்திரத் தொழிலாளர்களின் வாழ்க்கையையும் அசைத்துப் பார்க்கின்றன. பித்தளை, எவர் சில்வர் மூலப்பொருட்களின் விலை கண்மூடித்தனமாக அதிகரித்து விட்டதால், பாத்திர விற்பனையில் கணிசமான பாதிப்பு நிலவுகிறது. இதனால் தொழிலாளர்களின் பட்டினி நாட்கள் அதிகரித்துவிட்டன.

உலோகப் பொருள் இறக்குமதி தொடர்பாக மத்திய அரசின் கொள்கைகளில் நிலவும் குழப்பமும் தமிழக பாத்திர உற்பத்தியாளர்களைப் பாதிக்கிறது. சுங்கவரி அதிகமிருப்பதால் இறக்குமதிச் செலவு அதிகரிக்கிறது. அப்படி இறக்குமதி ஆகும் கொஞ்சத்தையும், பூ ஜாடிகள் போன்ற அலங்காரப் பாத்திரங்கள் தயாரித்து ஏற்றுமதி செய்யும் வட மாநில வியாபாரிகள், கேட்கும் விலை கொடுத்து கவர்ந்து சென்று விடுகின்றனர். பல பணமுதலைகள், அவற்றை மொத்தமாக வாங்கி பதுக்கிவைத்து, விலையேற்றம் செய்து பாத்திரத்தை நம்பியுள்ள குடும்பங்களின் வயிற்றில் அடிக்கிறார்கள்.

பித்தளைத் தகடு பட்டறை நடத்தும் ஆத்மலிங்கம் செட்டியார், ''ஆன்லைன் வர்த்தகமும் பாத்திரத் தொழிலாளர்களின் பட்டினிக்குக் காரணம்'' என்கிறார். ''சூதாட்டம் போல் நடக்கும் ஆன்லைன் வர்த்தகம் சிறு வணிகர்களை கல்லறைக்கு அனுப்பி விடும் என்பதை அரசு புரிந்து கொள்ளாதது ஆச்சரியம் அளிக்கிறது'' என்று கூறும் அவர், இதனால் பாத்திரங்களின் விலை மூணு மடங்கு அதிகரிக்கிறது என்கிறார். இதுபோன்ற பல்வேறு காரணங்களால், அண்மைக்காலமாக பாத்திரக்கடைகளை ஃபர்னிச்சர் பொருள்களும் பங்கு போட்டுக்கொள்ளத் தொடங்கியுள்ளன.

நம் பாட்டிகள் மருந்தாக உட்கொண்ட மஞ்சளுக்கும், மருதாணிக்கும் அமெரிக்கர்கள் காப்புரிமை கேட்கும் காலம் இது. இந்த சூழலில், உலக அளவில் பரவலான கவனம் பெற்ற கும்பகோணத்துப் பாத்திரங்களை அழிவில் இருந்து மீட்க, அரசுகள் கொஞ்சம் கருணையோடு கொள்கைகளை வகுக்க வேண்டும். இந்தக் கோரிக்கையில் குடந்தை காற்றை சுவாசிக்கும் இருபதாயிரம் பேரின் ஜீவன் இருக்கிறது.

சந்தையூர்

ஒரு காலத்தில் முட்காடாகக் கிடந்த சென்னை, இப்போது உலகின் முன்னணி நகரமாக எழுச்சி கொண்டு நிற்கிறது. ஜிகினாத்தனங்களில் மயங்கி, இடைவிடாது குவியும் மனிதர்களுக்கு மடி கொடுக்க சென்னை தன்னை விரிவு படுத்திக் கொள்ள நேர்கிறது. இதனால் மிஞ்சியிருக்கிற ஓரிரண்டு கிராமத் தன்மை களையும் விட்டொழிக்க வேண்டிய நிர்ப்பந்தம். இது வளரும் நகரங்களுக்கு வாய்த்த சாபம்.

அவ்விதம் நிகழ்ந்த விபத்துகளில் சிக்கிச் சிதைந்து விடாமல், நூற்றாண்டு கடந்தும் தன் மூச்சை இழுத்துப் பிடித்துக்கொண்டு மிஞ்சியிருக்கிறது பல்லாவரம் சந்தை.

பரபரப்பான பல்லாவரம் சிக்னலை கடந்து, மேற்கு நோக்கி நீளும் சாலையில் நகர்ந்து, வடக்கே திரும்பினால் பல்லாவரம் சந்தை. ஒவ்வொரு வாரமும் வெள்ளிக்கிழமைகளில் ஜனத்திரளில் மூழ்கிப் போகிறது இந்த சந்தைத்திடல்.

கண்ணாடி அலங்காரங்களோடு 'ஏசி' சூடிக்கொண்ட அறைகளில், பேக் செய்து விற்கப்படும் கட்டிங் காய்கறிகளை வாங்கி சமைக்க இயலாத ஆயிரமாயிரம் அடித்தட்டு சென்னைவாசிகளுக்கு, பல்லாவரம் சந்தைதான் ஷாப்பிங் ஸ்பாட்.

காான்க்ரீட் பூச்சுகளால் காணாமல் போன சென்னையின் சுயம், விவசாயம் சார்ந்தது. 150 ஆண்டுகளுக்கு முன்னால்... ஆடு மாடுகளும் மனிதர்களோடு கலந்து வாழ்ந்த காலம் அது. அப்போது மாடுகளின் பரிவர்த்தனைக்காகத் தொடங்கப்பட்டதுதான் பல்லாவரம் சந்தை. தொடர்ந்து மாடு சார்ந்த கயிறு, விவசாயம் சார்ந்த மண்வெட்டி, களைக்கோட்டு என நீண்டு, ஒரு கட்டத்தில் மலிவு விலையில் பழைய துணிகள் விற்கும் இடமாக விரி வடைந்தது. கடந்த 15 ஆண்டுகளில், சென்னையின் பெரிய பொருளாதார பரிவர்த்தனை களமாக உருமாறிப் போயிருக்கிறது இந்தச் சந்தை.

கன்று ஈன்ற மாடு தரும் சீம்பால் முதல், பழைய கார் வரை... இல்லையென்று சொல்ல ஒன்றுமில்லாமல், எல்லா வகை பொருட்களும் கிடைக்கிறது இந்தச் சந்தையில். வெள்ளிக்கிழமை அதிகாலை 3 மணிக்கு களைகட்டத் தொடங்கும் சந்தை, இரவு 10 மணி வரை அதே பரபரப்போடு நீள்கிறது. இந்த இடைவெளியில் ஆயிரமாயிரம் சுவாரசியங்கள். கருவாட்டில் இருந்து, பழைய கம்ப்யூட்டர் வரை பேரம், பேரம், பேரம்.

ஒருபுறம் நறுமணத்தை அப்பிக் கொண்ட பூச்செடிகள். மறுபுறம் கூடை கூடையாக கருவாடுகள். இன்னொரு திசையில் விமானம் ஏறி வந்த புது தினுசு பழங்கள்.

எல்லையில் பழமையான மாட்டுச் சந்தை. அந்த சிறிய திடலில் சாணத்தை விட, தரகர்களின் வார்த்தைகளில் தெறிக்கும் சாராயமே மணக்கிறது. அப்போதெல்லாம் திடல் முழுக்க மண்டி யிருக்கும் மாடுகள், தின்ன புல்லிருக்காது. அவ்வளவு இட நெருக்கடி. இப்போது புல் தின்ன மாடுகள் இல்லை. அங்கொன்றும் இங் கொன்றுமாக ஆறேழு மாடுகள். வெட்டுக்காகத்தான் வியாபாரம். விவசாயப் பணிகள் ஓய்ந்து போனதால் உழவு மாடு, இளமாடு தேவையெல்லாம் இப்போது இல்லை. பால் கறக்காத பசுக்கள், காலொடிந்த காளைகள் என பழுதடைந்த மாடுகளின் உயிர் அச்சுக் கம்பில் தொங்குகிறது.

முன்பு போல, கைகளை துண்டால் மூடி விரல் பிடித்து செய்யும் வியாபார பேரமோ, மாட்டு வாய் பிடித்து பல் எண்ணிப் பார்க்கும் பாணியோ இல்லை. பாணிதட்டை, சித்தா, சபா, தட்டைக்கு மேல தட்டை என அடையாள வார்த்தைகளில் நிகழ்கிறது விற்பனை. சொற்ப நேரத்தில் வியாபாரம் முடிந்து அடுத்த சில மணி நேரத்தில் லாரிகளில் ஏற்றி அடுக்கப்படுகின்றன மாடுகள்.

மாட்டுச் சந்தையை ஒட்டி, பழைய துணி வியாபாரம். திடல் முழுவதும் சுமார் 150 கடைகள். பிளாஸ்டிக் வாளிகள் விற்று சேகரிக்கும் பழைய துணிகளைத் துவைத்து, தைத்து, அயர்ன் செய்து விற்கிறார்கள். ஜீன்ஸ் பேன்ட்டில் இருந்து, ஜிகினா கலையாத சேலைகள் வரை கிடைக்கிறது. விலையோ 5 ரூபாயில் இருந்து 20 ரூபாய்க்குள்தான். நல்ல துணி வாங்க முடியாத மக்களுக்கு இதுதான் ஜவுளிக்கடை. இந்தத் துணிகள் வாங்க, சென்னையின் பல 'திடீர் நகர்கள்' பல்லாவரத்தில் சங்கமிக் கின்றன.

பழைய துணி வியாபாரத்தில் மைதீனுக்கு இது பொன்விழா ஆண்டு. ஞாயிறுகூட இடைவெளியில்லாமல் வீடுகளுக்குச் சென்று துணிகள் சேகரிக்கும் இவர், வெள்ளிக்கிழமை இங்கு ஆஜராகி விடுவார்.

இந்தச் சந்தையின் இன்னொரு சுவாரசியம் புறா வியாபாரம். சந்தையை ஒட்டிய மருத்துவமனை வாசலில் இதற்கென நூற்றுக்கும் அதிகமான இளவட்டங்கள். கருணைப்புறா, சீனிப்புறா, ஓமர், ஆடல்புறா, சப்ஷா புறா என ஏகப்பட்ட வகைகள். பணம் புரளும் புறா பந்தயங்களுக்கும் குறைச்சலில்லை. பந்தயத்திற்கு ஓமர் புறாக்கள்தான் பெஸ்ட். அழகுக்காக வளர்க்க விரும்புவோருக்கு வெள்ளை நிறத்தில் அழகு கொஞ்சும் ஆடற்புறா. சங்கிலி புறா இறைச்சிக்கானது. 100 ரூபாயில் இருந்து 2000 வரை ரகத்துக்கு தகுந்த விலை. ஜோ, சிலாங் மாதிரியான காதல் பறவைகள் விற்பனையும் படுஜோர்.

கூண்டுக்குள் முடங்கிக் கிடந்து நேரம் காலம் இல்லாமல் கூவும் நாட்டுச்சேவல்கள் நடுத்தரவாசிகள் நினைக்கவே முடியாத அளவுக்கு காஸ்ட்லி!

கூட்டத்துக்குள் நுழைந்து கொஞ்சம் நகர்ந்தால் குவியல் குவியலாக கம்ப்யூட்டர் மானிட்டர்கள், ஹார்ட் டிஸ்க்குகள், ஃபேக்ஸ், டைப்ரைட்டர் மெஷின்கள். பத்து பதினைந்து வருடங் களுக்கு முன்னாலான நம் ஜோக் எழுத்தாளர்களின் கற்பனைக்கு வடிவம் கொடுத்தது போல கிடக்கின்றன. ஒரு காலத்தில் ஏசி ரூமில் ஒயிட்காலர் மனிதர்களுடையதாக இருந்த அதிநுட்ப சாதனங்களை, குப்பைகளாக்கி கொட்டி வைத்திருக்கிறது காலம்.

எவ்வித கியாரண்டியும் இல்லாத விற்பனை. ஆனால், மவுஸ் விலைக்கு மானிட்டர்கள். ஸ்பீக்கர் விலைக்கு சிபியூக்கள். கரண்டி

விலைக்கு ஹார்ட் டிஸ்குகள். பொருட்களின் பெயரைக்கூட அறியாத விற்பனையாளர்கள்!

பழைய டி.வி., ரேடியோ, டேப் ரெக்கார்டர்களும் விற்பனைக்கு உண்டு. உள்ளது உள்ளபடி விற்பனை. 'கண்டிப்பாக கலர் டிவிதான்' என்ற உறுதியோடு 200 ரூபாய்க்கு வாங்கிய டி.வியை நொடிக் கொருதரம் துடைத்தபடி இருந்த தாம்பரம் நாகராஜை கொஞ்சம் காமெடியாக பார்த்தேன்.

''ஓடுனா டி.வி. இல்லைன்னா என் மக வூட்டு கொயந்தைக்கு வெளையாட்டு சாமான்'' என்றபடி உற்சாகமாக 'பெட்டி'யைத் தூக்குகிறார் நாகராஜ்.

பல்லாவரம் சந்தையின் இன்னொரு சிறப்பம்சம் கருவாடு. பார்த்தாலே நாவில் நீர் ஊற்றெடுக்கும் அளவு ஏகப்பட்ட வெரைட்டிகள். நெத்திலி, வாலை, காரப்பொடி, கிளிச்சை, காசம்பாறை, வஞ்சிரம் என இங்கு கிடைக்காத அயிட்டங்களே இல்லை. வாளைக் கருவாடுக்குதான் கிராக்கி. கொஞ்சம் துருத்தி நிற்கும் முள்ளை விலக்கிவிட்டால் ருசியோ ருசி. கிலோ 60 ரூபாய்தான். பொடிப்பொடியான வஞ்சிரம் வறுவலுக்கு பெஸ்ட். கிலோ 200 ரூபாய்.

விற்பனைக்கு வரும் பழைய வீடுகளை வாங்கி உடைத்து, அதை அப்படியே விற்பனைக்கு வைத்திருக்கிறார்கள். பிரமாண்ட தூண்கள், நாற்காலிகள், அலங்காரப் பொருட்கள். ஆனால், விலைதான் வீட்டுக்கு இணையாக இருக்கிறது. அருகிலேயே வாகனங்கள் நிறுத்தப்பட்டு கழுத்தில் விளம்பர அட்டை.

'வண்டி விற்பனைக்கு'.

''இங்க காருகூட கெடைக்கும் நைனா. எல்லாம் பூட்டுது. இதோ இந்த பைக்கும் இன்னம் கொஞ்ச நேரத்துல பூடும். எல்லா பேப்பரும் 'கன்' மாரி இருக்கு. தகிரியமா வாங்கலாம்ப' என்கிறார் வேடிக்கை பார்த்த ஷேக் முகமது.

இரு புறங்களும் இருக்கும் பள்ளிக்கூடங்கள், மருத்துவமனைகள், மீனம்பாக்கம் விமானங்களின் சத்தங்களை மூழ்கடிக்கும் சந்தைக் கூச்சலைத் தாண்டிக் கேட்கிறது எட்டயபுரம் ஞானபண்டிதனின் கரகர குரல்.

'மேலான சொந்தம் நாடிவரும்
நெனக்காத வெற்றி ஓடிவரும்

எதிர்பார்ப்பு நெறைவேறும்
சாதிக்க முடியாத காரியம் சாதிப்பே...
ஒட்டாத ஒறவு ஒட்டி நிக்கும்'

சந்தத்தில் மயங்கி கண் செருக, குறி கேட்கிறது ஒரு இளவட்டக்குழு. ''நான் இங்க வந்து 40 வருஷமா கிளி ஜோசியம் பாக்குறேஞ்சாமி. நாளுக்கு நா மக்கள் கூட்டம் கூடுதே ஒழிய குறையல. ஆனா, நமக்குத்தான் பொழப்பு படுத்துக்கிச்சு. எல்லா பயலுகளும் கம்ப்யூட்டர் ஜோசியம் பாக்குறான். கிளிக்காரங்கள எவஞ்சாமி மதிக்கிறான்?'' விரக்தியாகப் பேசுகிறார் ஞானபண்டிதன்.

புடைக்கும் முறம் விற்கும் பல்லடம் ராஜாத்திக்கும் சென்னையில் இது நாற்பதாவது வருஷ வாழ்க்கை. ''இன்னைக்கு எந்த புண்ணியவதி மொறத்துல அரிசிய பொடச்சு சோறு வடிக்கிறா? மிக்ஸி சொக்ஸியெல்லாம் வீடு நெறஞ்சு கெடக்கு. இதுல மொறம் வைக்க எடம் ஏது?''

இன்னும் கிராமம் மணக்கும் பொருட்களை வைத்து வியாபாரம் செய்யும் எல்லோரின் வார்த்தைகளிலும் வலி நிறைந்திருக்கிறது. வெந்தயத்தையும், காகிதத்தையும் ஊறவைத்து அரைத்து, மூங்கில் முறத்தில் பூசி விற்கிறார் ராஜாத்தி. ஜதை முப்பது ரூபாய். முப்பது ஜதை விற்றால் அதிகம்.

பாத்திரங்கள், பாசிமணி, பால்கோவா, சைக்கிள், வண்ண மீன்கள், சிட்டுக்குருவி லேகியம், மூலிகை பற்பொடி என எல்லாரும் விரும்பும் எல்லாமும் பல்லாவரம் சந்தையில்!

பரபரப்புகளுக்கு மத்தியில் ஆங்காங்கே குழந்தைகளை மயங்க வைத்து, மடிசுமந்து கொண்டு பிச்சையெடுத்து அலையும் பெண்கள். பின்பக்க பாக்கெட்களை குறிவைத்து பிளேடுகளோடு அலையும் பிக்பாக்கெட்டுகள்.

வாராவாரம் 50 ஆயிரம் பேர் கூடும் இந்த பிரமாண்ட திறந்த வெளி ஷாப்பிங் திடலில் வழக்கம் போல் கழிவறை, குடிநீர், தெருவிளக்கு மாதிரியான அடிப்படை சமாச்சாரங்கள் மிஸ்ஸிங்.

எதை வேண்டுமானாலும் வாங்கலாம் என்பதை விட, எதை வேண்டுமானாலும் விற்கலாம் என்பதுதான் பல்லாவரம் சந்தையின் ஸ்பெஷல்.

கேளாவூர்

குறிச்சிக்குளம்...

திருநெல்வேலியில் இருந்து சங்கரன்கோவில் செல்லும் கரடுமுரடான சாலையில் கொஞ்சம் சிரமப்பட்டு பயணித்தால் மானூருக்கு அருகாமையில் வலதுபுறத்தில் ஒரு சாலை திரும்பும். அதுதான் குறிச்சிக்குளத்துக்கு வழி. எல்லையில் இருக்கும் பிரமாண்ட போர்டு 'சுகாதார கிராமம்' என்று அடையாளப்படுத்தும். பேருந்தின் பாதம் பட்டிராத சாலையைத் தொட்டு கொஞ்சம் முன்னேறினால், அந்த போர்டுக்குப் பின்னால் மறைத்து வைக்கப் பட்ட பெரும் மோசடி புலப்படும். சுமார் நானூறு முஸ்லிம் குடும்பங்கள் வசிக்கும் இந்த சின்ன கிராமத்துக்கு வியப்பும், சோகமும் கலந்த அடையாளம் ஒன்று உண்டு. சிறியவர், பெரியவர் வித்தியாசமின்றி, ஏறக்குறைய 33 மனிதர்களால் வாய் பேசவோ, பேசுவதைக் கேட்கவோ இயலாது.

மருத்துவத்துறைக்கு மாபெரும் சவாலை ஏற்படுத்தியுள்ள குறிச்சிக்குளத்தின் இந்தக் குறைபாடு, பெரிதாக வெகுஜன கவனம் பெறவில்லை.

கிராமத்தின் முகப்பில் கம்பீரமான முகைதீன் ஆண்டவர் ஜும்மா பள்ளிவாசல். அதை ஒட்டியுள்ள பேருந்து நிழற்குடை

தான் ஊர் பெரிசுகளின் மீட்டிங் ஹால். புதிதாக வரும் யாரும் இந்த மீட்டிங் ஹால் விசாரணையைக் கடந்துதான் உள்ளே செல்ல முடியும்.

350 ஏக்கர் சாகுபடி நிலங்கள். எப்போதும் ஈரம் போர்த்திய நிலம். கோடையிலும் கொள்ளாது ஓடும் தாமிரபரணியில் பிரியும் சிற்றாறுதான் குறிச்சிக்குளத்தின் நீராதாரம். நெல்லுக்கு இணையாக மிளகாய் சாகுபடி. கண் திரும்பும் திசையெல்லாம் எரிக்கும் சிவப்பாக மிளகாய் குவியல்கள். மிளகாய்க்கு இணையான காரம் வார்த்தைகளிலும்...

''அதேயேப்பா கேக்க, நடுத்தெருவுல சேக்மைதீன், ஆப்ஷாதங்கல், அசன்மைதீன், முகமது உசேன், அமீர்அன்சா, பக்கீரம்மா, பள்ளிவாசல் தெருவில ரெசவு மீரா, தெக்குத்தெருவில ஐத்ரூஸ்ன்னு நிறைய பேருக்கு காது கேக்காது. இதைப்பத்தி நாங்க யாருகிட்டே போயி கேக்க? அல்லாம் ஆண்டவன் வுட்ட வழி. நீ வேற ஊர்மானத்தை பஸ் ஏத்தாதே...'' எல்லையிலேயே விரக்தியும், வலியும் கலந்த வார்த்தைகள் என்னை வெளியேற்ற முயற்சிக்கின்றன.

''ஊர் பெரிசெல்லாம் ஏதோ மானம் மருவாதின்னு பேசிக்கிட்டு, நல்லது நடக்க விடாம தடுக்குதுக... நீ வாண்ணே... அல்லாரையும் ஒரே எடத்துல குவிக்கேன்...'' ஒரு இளவட்டம் தோழமை கொள்ள, கட்டுக்கோப்பான அந்தக் கிராமத்துக்குள் விரிந்த விழிகளுடன் நிகழ்கிறது என் பயணம்.

''அதோ இருக்கு பாரு... அந்த அம்மா பேரு சையது பீவி. அவுக வீட்டுல, மாமா ஐத்தூசி, ரோஸ் லெப்பை, மச்சான் முகமது இர்ஷாத், பேரன் ஜாகிர் உஷேன் அல்லாருக்குமே காது கேட்காது. வாய் பேச முடியாது. சேக் மைதீனு, ஆப்ஷாதங்கல், அசன் மைதீனு மூணு பேரும் ஒடன்பிறப்பு. மூணு பேருக்குமே இந்த நெலமை தான். இஸ்மாயிலு மீரா ஊமை. அவுரு தாத்தா ஐத்ரூஸ்சும் ஊமை. தாத்தாவோட தங்கச்சி மைதீன் மீராவாலயும் பேச முடியாது. இந்த மாதிரி குடும்பம் குடும்பமா அவதிப்படுற கொடுமை வேற எங்க நடக்கு, சொல்லு...'' வார்த்தைகளில் பட்டுத் தெறிக்கிற ஆவேசம் நெஞ்சைச் சுடுகிறது.

சிந்தள் பீவிக்கும், மம்மது ராவுத்தருக்கும் 21 குழந்தைகள். இது ஆச்சரியமென்றால், 5 மட்டும்தான் மிஞ்சியிருக்கிறது என்பது சோகம். அதில் இரண்டு குழந்தைகள் வாய் பேச இயலாதவை என்பது கூடுதல் சோகம்.

பெண்கள் வெளியே வரவே தயங்க, சுய உதவிக் குழு நிர்வாகி மெசர்பானு மட்டும் தைரியமாகப் பேசுகிறார். "இந்த ஊருல கொஞ்சப்பேரு வேற மக்களும் இருக்காவ. அவுகளுக்கு எந்த பாதிப்பும் இல்ல சார். பாதிப்பு எல்லாமே எங்க மக்களுக்குதான். எங்க குழு எடுத்த கணக்குப்படி, பெரியவுக 25 பேருக்கும், சின்ன புள்ளக 8 பேருக்கும் காது கேக்காது. வாய் பேசாதுக. இதப்பத்தி அதிகாரிககிட்டயெல்லாம் பேசிட்டோம். ஒரு பலனும் இல்ல... புள்ளக பொறக்குற போதெல்லாம் உசுர கையில புடிச்சுக்கிட்டு கெடக்குறோம்..."

இந்திய மருத்துவ சமூகத்தை வெட்கப்பட வைக்கும் இந்த அவலத்துக்கு எது காரணம்? குறிச்சிக்குளம் ஊராட்சி மன்ற துணைத்தலைவர் பக்கீர் சொல்கிற தகவல் இந்தக் கேள்வியின் விடையாகி நிற்கிறது.

"இங்க ஜனவாசம் பட்டதே நவாப்புகளோட காலத்துலதான். தெக்கத்திச் சீமையில கொடி கட்டிப் பறந்த ஊத்துமலை ஜமீன் தாரோட வூட்டுல ஒரு இஸ்லாமியர் வேலை செஞ்சாரு. ஜமீன்தாரு வூட்டுப்பொண்ணு, அவரை காதலிச்சு கல்யாணம் கட்டிக்கிச்சு. ஜமீன்தார பகைச்சுக்கிட்டு ஊத்துமலையில இருக்க முடியாம ரெண்டு பேரும் ஊரை விட்டு ஓடியாந்து காடாக்கெடந்த இந்த பூமியில குச்சுக்கட்டி ஒளிஞ்சிக்கிட்டாக. ஜாதி வேறன்னாலே ஜனம் அண்டாது. மதமே வேறன்னா? ஊரும், ஒறவும் ஒண்ணா சேரவுடலை. தனியாவே வாழ்ந்த ரெண்டு பேருக்கும் புள்ள குட்டின்னு ஆச்சு.

அந்த நேரத்துல ஒரு பட்டாணி சாயிபு குடும்பமும் இங்க வந்து சேந்துச்சு. அப்பிடியே ஒண்ணுக்குள்ள ஒண்ணா, பொண்ணு குடுத்து பொண்ணெடுத்து... ஒரு தாய் மக்களா ஆகிப்போச்சு. தலைமுறை தலைமுறையா குறிச்சுக்குளம் தாண்டி, ஒரு பொண்ணும் வேற ஊருக்கு வாக்கப்பட்டு போவல. ஒரே ரத்தத்துல கல்யாணம் கட்டி ஒண்ணா மண்ணா போனதால இப்படி ஒரு கொடுமை நடக்குதோ என்னவோ..?"

குறிச்சிக்குளத்தின் ஒட்டுமொத்த கேளாமைக்கும், இந்த மரபியல் கோளாறுதான் காரணமா?

'சந்தேகமே இல்லை' என்கிறார் பிரபல மரபியல் ஆய்வாளர் சுவாமிநாதன். "நெருங்கிய உறவுகளுக்குள் திருமணம் செய்து

கொள்ளும்போது குழந்தைகள் பாதிக்கப்பட 25 சதவிகிதம் வாய்ப்பு உண்டு. பெற்றோரில் ஒருவர் பாதிக்கப்பட்டிருந்தால் அந்த சதவிகிதம் நிச்சயம் அதிகரிக்கும். இந்த பிரச்னைக்கு தீர்வு, நெருங்கிய உறவுகளுக்குள் மணம் நிகழ்வதை தடுப்பதுதான்...'' என்கிறார் அவர்.

குறிச்சிக்குளத்தின் அவலத்தை கடந்த 25 ஆண்டுகளாக கவனித்து, பலருக்கு உதவி வருபவர் மருத்துவர் முத்தையா அவரை சந்தித்தேன்.

''இது பத்தி அந்த மக்களுக்கு எந்த புரிதலுமே இல்லை சார். இன்னமும் கூட பொண்ணுங்கள வெளியில கட்டிக் கொடுக்கிறத தப்புன்னு நெனக்கிறாங்க. அந்த பகுதி மக்களுக்கு மறுவாழ்வு அளிக்கும் நடவடிக்கைகள் அரசு தரப்புல இருந்து தொடங்கப்படவே இல்ல. இது மாதிரி கொடுமை வேற எங்குமே நடக்கக்கூடாது...'' என்று ஆதங்கப்படுகிறார் முத்தையா.

இதுதான் காரணம் என்று தெரிந்தும் கூட வெளியிடங்களில் திருமண உறவு வைக்க ஏன் மறுக்கிறார்கள்..?

''ஆமா... நாங்கதான் மறுக்குறோம்? அட ஏம்பா நீ வேற... எந்த பய எங்க ஊருக்கு பொண்ணு குடுன்னு வர்றான். புதுசா எவனாவது வந்தாக்கூட எல்லையிலேயே இந்த தகவலை கேள்விப் பட்டு, 'செவிட்டுப்பய ஊருட''ன்னுட்டு ஓடிப்போறாவன்... இது ஆண்டவன் விதிச்ச விதிப்பா... ஆரால மாத்த முடியும்?'' கோபமும் விரக்தியும் கொப்பளிக்கின்றன தொப்பி மைதீனின் வார்த்தைகளில்.

தொப்பி மைதீனுடையது கூட்டுக்குடும்பம். ஜன நெருக்கம் மிகுந்துள்ள இந்த வீட்டில் நிகழ்ந்துள்ள சோகம் யூகிக்க முடியாத அளவுக்கு கொடுமை. ஒரே குடும்பத்தில் அப்பா, மாமா, மச்சினன் பிள்ளை, மதனியின் பிள்ளை என நான்கு பேர் கேட்கவோ, பேசவோ இயலாதவர்கள். குறிச்சிக்குளத்தின் தலையாரி பக்கீரம்மாள் பீவி. பத்தாம் வகுப்பு வரை படித்துள்ள இவருக்கும் இதே நிலை தான்!

''பெரியவங்க மட்டுமில்லாம, சிண்டு சிறுசெல்லாமெ ஊமையா திரியிறதை பாக்க வருத்தமா இருக்கு. இப்போ பொறக்குற குழந்தககூட நெறையா இதுபோலதான் பொறக்குது. ஊருல காவாசிப்பேரு பாதிக்கப்பட்டிருந்தும் கூட அவங்களுக்கு எந்த உதவியும் கெடைக்கல.

ஆஸ்பத்திரிக்கு போகணுமின்னா 15 கிலோமீட்டர் ஓடணும். கையிலேயே கம்ப்யூட்டர் வச்சுக்கிட்டு அலையுற இந்தக் காலத்துலே, காதுக்கு ஒரு செவுட்டு மிஷின் இல்லாம புள்ளகளெல்லாம் தவிக்குதுக. எங்க காத அடைச்ச ஆண்டவன், அரசாங்கத்து கண்ணையும் மூடிட்டான்! அந்த கண்ண ஆண்டவன்தான் தொறக்கணும்...'' பக்கீர் கண்கள் கசிகின்றன.

கிராமப்புறத்தில் வாய் பேச இயலாதவர்களை ஊமையன், ஊமச்சி என்று அடையாளப் படுத்துவார்கள். இது நாகரிக சமூகத்துக்கு விகல்பமாக தெரிந்தாலும் வெறும் அடையாள வார்த் தைகள் அன்றி, அந்த வார்த்தையின் உள்ளே அபத்தம் இருப்பதில்லை. குறிச்சிக்குளத்தில் ஏராளமானோரின் முன்னெழுத்தாக இந்த வார்த் தைகளே இருக்கின்றன. பாதிக்கப்பட்டவர்களுக்கு மௌனமே மொழியாக இருப்பதால், அரசு அச்சமின்றி உறங்கி கொண்டிருக்கிறது.

லல

பட்டுச்சேலையூர்

காஞ்சிபுரத்தை வார்த்தைகளில் வடித்தெடுப்பது என்பது இமயத்தை இமை முடி கட்டி இழுப்பதற்கு இணையானது. வரலாறும் புராணங்களும் போற்றிப் புகழ்கிற காஞ்சி, தமிழ்த் தாயின் கிரீடத்தில் வகிடு தொட்ட வைரமாக ஜொலிக்கிறது.

இந்தியாவின் புனித நகரங்களில் காசிக்கு அடுத்த இடம் காஞ்சிக்கே. உயிரை வசியப்படுத்தும் பேரழகு காமாட்சி, சாந்தமும் ஏகாந்தமும் பொங்கும் ஏகாம்பரேஸ்வரர், பல்லவர்களின் கலைக்கும் தெய்வீக ரசனைக்கும் சான்றாக நிற்கும் கைலாசநாதர், தமிழாக தழைத்து நிற்கும் முருகப்பெருமான், கச்சிபேஸ்வரர், வரதராஜ பெருமாள் உள்பட இண்டு இடுக்குகள், குன்று குளங்கள் என கண் தொடும் இடமெல்லாம் கடவுள் திருமேனி. பாதம் படும் இடமெல்லாம் பாவம் நீக்கும் திருத்தலங்கள். சற்றேறக்குறைய 220 கோயில்கள். நாசி தொடும் காற்றிலும், காது தொடும் பாட்டிலும் உள்ளம் குளிர வைக்கும் தெய்வீகம்.

காமாட்சிபுரமே காஞ்சி புரமானதாகவும், சமணர்களின் காலத்தில் கோஞ்சிபுரமாக இருந்து காஞ்சிபுரமானதாகவும் நகரின் பெயருக்கு நான்கைந்து காரணங்கள். ஆனாலும், வெயிலில் நனைந்து உலர்ந்து கிடக்கும் பூமியைப் பார்க்கையில், காய்ந்த

புரமாக இருந்து காஞ்சிபுரமாக மருவியிருக்கலாம் என்றே சொல்லத் தோன்றுகிறது!

ஆன்மிகம் தழைத்த இந்த நகரில்தான் திராவிட இயக்க ஆணி வேரொன்றின் பிறப்பும் நிகழ்ந்தது. அண்ணாவைக் கொடுத்து, அடிமைத் தளையறுக்க தடி எடுத்துத் தந்ததும் காஞ்சி மண்ணே.

இவை எல்லாம் தாண்டி காஞ்சியின் முக்கிய அடையாளம், அங்கிங்கெனாதபடி எங்கும் தடதடக்கும் பட்டு நெசவு. சீனத்து சீலிங்ஜீ ராணியின் காபிக்கோப்பையில் விழுந்து உயிர்நீத்த பட்டுப்பூச்சிதான் பட்டின் பகட்டை உலகுக்கு அறிமுகப்படுத்தியது. இந்தியாவை உணர வந்த யுவான்சுவாங் வழியே பட்டு காஞ்சி புரத்தில் கால் வைத்தது என்ற தகவலுக்கு சரித்திரம் சான்றாக இருக்கிறது. தெய்வீக சொரூபங்களை அலங்கரிப்பதே பட்டின் பணியாக இருந்தது. இதற்காக, தாமரைத்தண்டில் நூலெடுத்து நெசவு செய்யும் பத்மசாலியர்களும், தேவர்களுக்கே அங்கி நெய்து தந்ததாக சொல்லப்படும் தேவாங்கர்களும், பத்மாசுரனை அழிக்க படைவீரர்களாக முருகனுக்குத் துணை நின்ற செங்குந்த முதலி யார்களும் வரவழைக்கப்பட்டனர். காலப்போக்கில், அந்தப்புர நாயகிகளை வசியப்படுத்த பட்டை அரசர்கள் பயன்படுத்தத் தொடங்கியபோது அது மனிதர்களின் உடையாக பதவியிறக்கம் பெற்றது!

காஞ்சியில் பட்டுத்தொழில் தழைக்க சோளம் சாகுபடி முக்கிய காரணம் என்றால் நம்ப முடிகிறதா? உண்மை அதுதான். நெய்யும் போது, தறியில் சேலை சிதையாமல், பளபளக்கச் செய்யும் பகுதி பண்ணை. இந்த பண்ணை நன்கு விளைந்த சோளத்தட்டையால் செய்யப்படுகிறது. வேறெதிலும் இந்த தறிபண்ணையை உருவாக்க முடியாதென்பதால், இதற்காகவே சோளக்கதிர் முற்றும் அளவுக்கு பல ஏக்கர் கணக்கில் வளர்க்கப்படுகிறது தட்டை. இந்த பண்ணை செய்யும் தொழில் மூலம் தும்பவனம் தெருவில் சுமார் ஐம்பது குடும்பங்கள் சுவாசிக்கின்றன.

ஏற்ற இறக்கங்களைக் கடந்து, காலத்தின் முதுகில் தொற்றிக் கொண்டே பயணித்த காஞ்சியின் பட்டு நெசவு, சுதந்திரத்துக்கு பிறகு உலகையே தன் திசையில் திருப்பியது. கால்சட்டை கலா சாரத்தில் ஊறிய மேற்குலப் பெண்கள்கூட 12 முழ பட்டை உடலுடுத்திப் பார்க்க ஏங்கினர். ஏற்றுமதி தழைத்தது. வீதிக்கு வீதி கூட்டுறவு சங்கங்கள் முளைத்து கொழித்தன. நெசவாளர் வாழ்க்கை பட்டாக ஜொலித்தது.

பட்டு நெசவு வேகம் பிடிக்க, வேகம்பிடிக்க மெல்ல மெல்ல அடித்தட்டு தமிழனும் அணியும் விலைக்குத் தாழ்ந்தது பட்டு. தலை சுமந்து நகரங்களின் பட்டு விற்ற பலர் பெரு நகரங்களில் வணிக நிறுவனங்கள் தொடங்கும் அளவுக்கு வளமானார்கள். நல்லியும், குமரனும் சென்னையில் முளைத்தன. ஹைதராபாத், விஜயவாடா என மாநிலம் கடந்து பட்டின் வசீகரம் ஊடுருவியது. தேவைகள் அதிகமாக உழைப்பாளர்கள் அத்தியாவசியப்பட்டனர்.

80களில் பட்டுத்தொழில் நிகழ்த்திய விளைவுகளில் ஒன்றாக பல்லாயிரம் குழந்தைகளின் பால்யம் பறிபோனது. தறிகளின் கூச்சலில் படிக்கச் சிரமப்பட்ட குழந்தைகளை குறைந்த கூலியில் தொழிலுக்குப் பழக்கப்படுத்தினர் நெசவாளிகள். காஞ்சியின் அடையாளமாகிய ஒருபக்க கோர்வை, இருபக்க கோர்வை சேலைகளுக்கு, தார் பொருத்திய நாடாவை ஒரு திசையில் இருந்து இன்னொரு திசைக்கு வீசி எறிவது குழந்தைகளின் வேலை. புத்தகம் சுமந்த கைகள் தறி விசை இழுக்கத் தொடங்கின. இரவு பகலின்றி சிக்கலான தறிக்குள் சிக்கித் தவித்தன குழந்தைகள்.

நிறைய கூலி கிடைத்ததால் நெசவைக் குறிப்பிட்ட ஜாதிகளின் தொழிலாக கருதியிருந்த பிற இனத்தார்களும் தறியின் திசையில் திரும்பினர். நாலு தறிகள் வைத்து நெய்யும் நெசவாளிக்கு நாளொன்று 500 ரூபாய் வருமானம் கிடைத்த காலம் அது. அந்நேரத்தில் தொன்னூறுக்கும் அதிகமான கூட்டுறவு சங்கங்கள் உருவாகி, ஊக்கத்தொகைகளை அள்ளிக் கொடுத்தன.

காஞ்சி நெசவு, குழந்தை தொழிலாளர்களின் வாழ்க்கையை சிதைப்பது நாடு தழுவிய கவனம் பெற்ற தருணத்தில் பட்டுத் தொழில் மீதான பார்வை விசாலமானது. சட்டங்களையும், தொண்டு நிறுவனங்களையும் களமிறக்கியது அரசு. குழந்தைகளைப் பணிசெய்யப் பணித்தால் 20 ஆயிரம் ரூபாய் அபராதம் என்றது சட்டம். தறிப் பள்ளங்களில் இருந்து மீட்டு நிலவொளிப் பள்ளிக்கும், இரவுப் பள்ளிக்கும் குழந்தைகளைக் கொண்டு சென்றன தொண்டு நிறுவனங்கள். காஞ்சிக்குச் சிறப்பு சேர்த்த கோர்வை சேலைகளே முடங்கிப்போகும் அளவுக்கு குழந்தைகள் மீட்புப் பணி உத்வேகப் பட்டது.

இக்காலக்கட்டத்தில் நெசவுத்தொழில், குறிப்பிட்ட சில பணமுதலைகளின் கைகளில் சிக்கியதுதான் இன்றைய நசிவுக்குத் தொடக்கமாக இருந்தது. தனியார்கள் மிக வேகமாகத் தலையெடுத்து,

உற்பத்தி மற்றும் விற்பனை வணிகத்தில் குதிக்க, ஒட்டுமொத்த லகானும் அவர்களின் கைக்கு இலகுவாகச் சென்றது. ஓட்டுகளை அடிப்படையாக வைத்து அரசுகள் எடுத்த தவறான கொள்கை முடிவுகள் கூட்டுறவு சங்கங்களை குழி தோண்டி புதைக்க தொடங்கின. லாபம் கண்ட சங்கங்கள் ரியல் எஸ்டேட், கட்டிடங் களில் முதலீடு செய்து தோற்க, வங்கிக் கடன்களில் மூழ்கி சிக்கித் திணறி ஒரு கட்டத்தில் காணாமல் போயின. தனியார் நிறுவனங்கள் மனம் போன போக்கில் கூலியை குறைக்க, மீண்டும் நெசவாளர்களின் வாழ்க்கையை வறுமை கவ்விக்கொண்டது. ‘கெட்ட குடியே கெடும்’ என்பது போல இன்னொரு திசையில், உலகமயமாக்கம் மெல்லக் கொல்லும் விஷமாக ஊடுருவி பாரம்பரியம் மிக்க பட்டுத் தொழிலை படுக்கைக்கு கொண்டு சென்றது.

இப்போது காஞ்சியில் இயங்கும் 25 கூட்டுறவு சங்கங்களில், நான்கைந்து தவிர மற்றவை முடங்கும் நிலையில் உள்ளன. 3ல் 1 பங்கு நெசவாளர்கள் வேறு தொழில் நாடிவிட, இளம் தலைமுறை களை ஜிகினாத்தனங்களால் வசியப்படுத்துகின்றன, சென்னை தொடங்கி காஞ்சிபுரம் வரை நீண்டு நிற்கும் கார்பரேட் கம்பெனிகள்.

உற்பத்தியில் நசிவிருந்தாலும், திருக்கச்சி நம்பி தெரு, காந்தி சாலை, மேட்டுத்தெரு, காமராஜர் சாலை என காஞ்சி முழுவதுமே பட்டு விற்பனைக்கடைகளின் ஆக்கிரமிப்பு. 3500ல் தொடங்கி 60 ஆயிரம் வரை விதவித ரகங்களில் பட்டுகள் தோகை விரிக்கின்றன. முகூர்த்த தினங்களில் ஒட்டுமொத்தமாக ஒரு நாளைக்கு 1 கோடி அளவுக்கு விற்பனை நடப்பதாக தெரிவிக்கின்றனர் காஞ்சி காமாட்சியம்மன் கூட்டுறவு சங்கத்தினர்.

நெசவாளர்களின் வாழ்க்கைக்கு சாட்சியாக ஒரு குரல்...!

‘‘வூட்டுக்காரு நூல் தறியில லுங்கி நெய்வாரு. நான் பட்டுச்சேலை நெய்யுறேன். 12 நாள்ல ஒரு பட்டு நெய்யலாம். மாசத்துக்கு அவுருக்கு 1500, எனக்கு 1500 கெடைக்கும். புள்ளக இல்ல. இருந்தா அதுகளுக்கு சாட்டனை, சவுடனை பண்ணி வளக்கிறது இந்த பணத்துக்குள்ள ஆகுமா? அதுதான் எங்க மக்களெல்லாம் வேற தொழிலுக்கு போகுதுக. இந்தத் தொழிலை வச்செல்லாம் இனி காலம் கழிக்க முடியாதுப்பா...’’ நெசவாளி காஞ்சனாவின் புலம்பலில் விரக்தி தெறித்து விழுகிறது.

‘‘25 முதலாளிகளோட கையில்தான் இருக்கு பட்டுத்தொழில். அவங்க நினைக்கிறதுதான் முடிவு. கொடுக்கிறதுதான் கூலி.

கூட்டுறவு சங்கங்கள் திவாலாகிற நிலையில இருக்கு. சூரத்தில இருந்து ஜரிகையும், பெங்களூர்ல இருந்து கோராநூலும் வாங்க வேண்டியிருக்கு. பழம் பெருமை வாய்ந்த இந்த பட்டுத்தொழில மீட்கணும்னு அரசு நெனச்சா இங்கே ஒரு பட்டு கைத்தறி ஜவுளி பூங்கா அமைக்கணும்...'' என்கிறார் சிஐடியூ நெசவாளர் சங்கத்தின் பொதுச்செயலாளர் முத்துக்குமார்.

உலகப்புகழ் பெற்ற 'டாக்கா மஸ்லின்' துணிகளின் தொழில் நுட்பம், இந்தியாவை மேலாதிக்கம் செய்ய வந்த ஆங்கிலேயர்களை அசர வைத்தது. ஒரு சேலையை தீப்பெட்டிக்குள் அடக்கி விடும் அளவுக்கு மெல்லியதும், மென்மையானதுமான அந்த துணியால் தங்கள் சந்தை வாய்ப்பு பாதிக்குமென அஞ்சிய வெள்ளையர்கள், டாக்கா மஸ்லின் துணியை நெய்த நெசவாளர்களின் கட்டை விரலை வெட்டியதாக சரித்திரத்தின் கருப்பு பதிவுகள் தெரிவிக் கின்றன.

அரசுகளின் தவறான கொள்கை முடிவுகள், உலகமய மாக்கலின் விளைவுகள் எல்லாம் சேர்ந்து, ஆங்கிலேயர்களைக் காட்டிலும் கொடூர அரக்கர்களாக உருமாறி, பழம்பெருமையும் பாரம்பரியமும் மிக்க காஞ்சிபுரம் பட்டு நெசவுக்கு முடிவுரை எழுதி விடுமோ என்பதுதான் 50 ஆயிரம் நெசவாளர் குடும்பங்களின் கவலை.

လ

சாக்கடையூர்

வேலூரில் இருந்து பெங்களூர் செல்லும் தேசிய நெடுஞ்சாலையில் 50வது கிலோமீட்டரில் இருக்கும் ஆம்பூருக்குத்தான் இப்படி ஒரு அவப்பெயர். இரு புறங்களும் மலை சூழ, மெழுகி வார்த்த சாலைகள். இரவு பகலின்றி இடைவெளியற்ற போக்கு வரத்து. ஆம்பூர் என்றதும் பிரியாணிதான் நினைவுக்கு வரும். உண்மையில், செத்துக்கிடக்கும் பாலாறு, மூக்கைத் துளைக்கும் துர்நாற்றம், கால் பட்டாலே தோல் உதிரும் தண்ணீர் என ஆயிரத்தெட்டு அபாய அடையாளங்கள் உண்டு ஆம்பூருக்கு.

இந்நகர் தொட்டு ஓடிய பாலாற்றுக் கரையில் ஆம்பல் மலர்கள் பூத்துக் குலுங்கிய காலம் ஒன்று உண்டு. அதுவே ஆம்பூரென பெயர் வரக்காரணம். காடுகள் நிறைந்த காடாம்பூரே ஆம்பூர் ஆனதென்றும், ஆண்மை நிறைந்த வீரர்களின் பூமியாதலால் ஆண்மையூர் திரிந்து ஆம்பூர் ஆனதென்றும் தகவல்கள் பரவித் திரிகின்றன.

ஆம்பூர் உலக அளவில் தோல் பதனிடும் தொழிலில் முன்னிலை வகிக்கிறது. 100க்கும் அதிகமான பெரிய அளவிலான தோல் பதனிடும் தொழிற்சாலைகள், ஷூ ஃபேக்டரிகள். ஐம்பதாயிரம் ஆயிரம் தொழிலாளர்கள். பெரும்பாலும் இருபது வயதுக்கு

குறைந்த இளம் பெண்கள். அதிகாலை தொடங்கி நள்ளிரவு கடந்தும் இடையறாது இயங்கும் பெண்களைச் சுமந்த பேருந்துகள்.

மகாராஷ்டிரா, நாக்பூர், கேரளா போன்ற பகுதிகளில் இருந்து ரோமம் கூட சிரைக்காமல் ஆடு, மாடுகளின் தோல்கள் ஆம்பூருக்கு கொண்டு வரப்படுகின்றன. லாரிகளில் வரும் தோலை உப்பு போக கழுவி, சுண்ணாம்பு நீரில் ஊறவைக்கிறார்கள். 15 நாளில் பபுள் உருண்டையாக உப்பி நிற்கிறது தோல். அடுத்து 3 நாள், சோடியம், டோசியம் பிளாஸ்க் ரசாயனக்கலவையில் ஊறல். 'காரு' என்ற கத்தியைப் பயன்படுத்தி ரோமத்தை சிரைத்து விட்டு மூன்று நாட்கள் மீண்டும் அம்மோனியக் குளியல். இப்போது தோலில் ஒட்டியிருக்கும் சதைத்துணுக்குகள் தோல்விட்டு எழுந்து முன் எட்டிப்பார்க்கும். அதை 'செல்லா' என்ற மெஷினால் வழித்தெறிந்து விட்டு, பெடலில் போட்டு திரும்பவும் ரசாயன அபிஷேகம் செய்தால் கடினமான தோல் மென்மையாகி விடும். இது டீ லேர்னிங்க். அடுத்து டிரம்மிங். தோலை வகைப் படுத்தி கந்தக அமிலம், சோடியம் கார்பனேட் போட்டு, ஒரு நாள் டிரம்மில் அடித்து, ஊற வைத்து இறக்கினால் பதப்படுத்தப்பட்ட தோல் தயார். இந்தப் பணிகளின் போது தண்ணீரின் தேவை அதிகம். 100 கிலோ தோலுக்கு சுமார் 1500 லிட்டர். இந்த ஒட்டுமொத்த தண்ணீரும் 20க்கும் அதிகமான ரசாயனங்களில் குளித்து அப்படியே கழிவாக வெளிவருகிறது.

தோலை பதப்படுத்த புங்க எண்ணெய், கடுக்காய் என இயற்கைப் பொருட்களை பயன்படுத்திய காலம் ஒன்றும் உண்டு. வயற்காடுகளுக்கு பாய்ச்சும் அளவுக்கு பயிர் ஊக்கியாகவும், திரவ உரமாகவும் இருந்தன அந்தக் கழிவுகள். மத்திய அரசின் அன்னிய செலாவணி ஆர்வம், ஆம்பூரின் திசையில் திரும்பாத வரைதான் அதுவெல்லாம். தோல் பொருட்களுக்கு சர்வதேச சந்தை வரவேற்பை பார்த்து பேராசை கொண்ட மத்திய அரசு, 1970களில் ஆம்பூரை சுடுகாடாக்கும் முதல் முயற்சியை தொடங்கி வைத்தது. ரசாயனங்கள் இந்த நகரின் திசையில் குவிக்கப்பட்டன. மூன்று மாதம் தொடர்ந்த வேலைகள் மூன்று நாளில் முடிவுக்கு வந்தன. தோல் பொருட்களுக்கு தேவை அதிகரித்துக்கொண்டே இருப்பதால் தொழிலாளர்களுக்கு வேலைவாய்ப்பும் குறையவில்லை. கூடவோ, குறையவோ வேலை நிரந்தரமாக இருப்பதால் கூலியைப் பற்றி கவலையில்லை.

பெரும்பாலும் பெண்கள் சார்ந்த இந்த தொழிலில் ஆம்பூர் வட்டாரத்தை சேர்ந்த ஒரு லட்சம் குடும்பத்தினர் உயிர் வளர்க் கிறார்கள். ஆனால்..?

உயிர் வளர்க்க அவர்கள் தங்கள் சந்ததிகளின் வாழ்நாளை விற்கிறார்கள். ஆம்... ஆம்பூர் மெல்ல மெல்ல மனிதர்கள் வாழும் சூழலை இழந்து வருகிறது என்கிறார்கள் ஆய்வாளர்கள். ஆம்பூரின் ரத்தம் என சொல்லத்தக்க பாலாறின் நிலையைப் பார்த்தால் ஒரு பேரழிவுக்கான தொடக்கத்தில் இந்த சிறு நகரம் இருப்பதாகவே படுகிறது.

பாலாறு கர்நாடகாவின் நத்திதுர்க்கத்தில் பிறந்து, ஏராளமான ஏரிகளை உயிர்ப்பித்து, பேத்தமங்களம் ஏரியைத் தொடுகிறது. அங்கிருந்து தடை கடந்து காடு கரை பயணித்து ஆந்திராவை நனைக்கும் இந்த நதி, கடப்பனாச்சியம்மன் கோவில் அருகே தமிழகத்தைத் தழுவுகிறது. அதன் வழி வாணியம்பாடி, ஆம்பூர், காஞ்சிபுரத்தைத் தொட்டு, திருமுக்கூடல் அருகே செய்யாறுடனும், மேகவதியாற்றுடன் கூடல் கொண்டு வாயிலூர் அருகே கடல் புகுந்து முடிவுறுகிறது.

வெற்றிலையும், மல்லிகையும் கரைகளில் தவழ, அந்த வாசனையை தண்ணீரோடு தண்ணீராக வழி நெடுகிலும் வாரி வழங்கிச் சென்ற பாலாறு... இப்போது அந்த தீராநதியின் விழி தோண்டி, குடல் உருவி, தலையறுத்து, உடல் நசுக்கி கொலை யல்லவா செய்து விட்டார்கள்.

நகராட்சி சேகரிக்கும் அத்தனை கழிவு நீரும், சிறிதும் சேதாரமின்றி சாமியார்மடம் அருகே ஒரு கிளை நதியாக பாலாற்றில் கலக்கிறது. கழிவறைக் கழிவுகளும் அதில் அடக்கம் என்கிறார்கள் ஆற்றுக்குள் குடியிருக்கும்(?) சிலர். இதுவன்றி நகரின் ஒட்டுமொத்த திடக்கழிவுகளும் பாலாற்றின் வயிற்றில் கொட்டப்படுகின்றன. பரந்து விரிந்த நதியின் உறுப்புகள் காங்கிரீட் காடாக உருமாற, சாக்கடைக் கால்வாயாக மட்டுமல்லாமல், குப்பைத்தொட்டியாகவும் அவதாரம் எடுத்தது பாலாறு. தாயின் முலையறுப்பது போல நதியின் திசையெங்கும் மணல் கொள்ளை. ஓரிரு இடங்களில் இரண்டு ஆள் மட்டத்துக்கு குழிகள். ஆம்பூர் தொட்டு கொம்மேஸ்வரம் வரை இறைந்து கிடைக்கின்றன ரோமங்களும், தோலொட்டிய தசைத்துணுக்குகளும். மல்லிகை மணந்த நதியில் இறைச்சி நாற்றம்.

காய்ந்து கிடக்கும் நதியை வரப்புகளால் பிரித்து பலர் சாகுபடி செய்ய, சத்தமில்லாமல் நடக்கிறது இன்னொரு கொடூரம். கழிவுநீர் சுத்திகரிப்பு நிலையங்களில் இருந்து வாய்க்கால் வழி

வந்து கொத்துக்கொத்தாக விழுகின்றன கழிவுகள். அனைத்தும் கொடூர விஷங்கள் என்கிறார்கள் விபரம் அறிந்தோர். ஒட்டு மொத்தமாக இத்தனை ஆயுதங்களால் தாக்கினால் தாங்குமா தாயைப் போன்ற நதி?

''ஒவ்வொரு பேக்டரிக்கும் ஒரு நாளைக்கு இவ்வளவுதான் தோலை பயன்படுத்தணும்னு அளவு இருக்கு. அதுக்குத் தேவையான தண்ணீரை மட்டும்தான் கழிவுநீர் சுத்திகரிப்புக்கு அனுப்பணும். குறைஞ்சகூலிக்கு பொம்பளப்புள்ளக வேலைக்குக் கெடக்கிறதாலே நெறைய பேரை வேலைக்குச் சேக்குற ஃபேக்டரிக்காரங்க, அதுக்குத் தகுந்த மாதிரி, அளவுக்கு அதிகமா தோலை பதப்படுத்தி வேலை வாங்குறாங்க. எல்லா கழிவு நீரையும் சுத்திகரிப்பு நிலையத்துக்கு அனுப்பினா சிக்கலாயிடுங்கிறதால அளவு தாண்டின கழிவு நீரை நேரடியா நிலத்துலயோ, பாலாத்துலயோ வுட்டர்றாங்க...'' விபரீதத்தை விளக்கும் முருகேசன், மரம் ஏறும் தொழிலாளர் சங்கச் செயலாளர்.

''இன்னொரு கொடுமையும் நடக்குது சார். ராத்திரி நேரத்துல சுத்திகரிப்பு நிலையங்களே கழிவுநீரை சுத்திகரிக்காம அப்பிடியே ஆத்துல விட்டுடுறாங்க. இந்த தண்ணிய குடிக்கிற ஆடுமாடெல்லாம் செத்துப்போகுது. கால், கையில அந்த தண்ணி பட்டாவே வெந்து போகுதுங்க...'' என்கிறார் ராஜேஷ்.

''ரசாயனங்கள் கலந்து வர்ற தண்ணியால உள்ள பாதிப்புகள் கம்மி. ஆனா, தோல்ல இருந்து வர்ற கழிவுல கேட்மியம், குரோமியம், காரீயம் மாதிரி ஹெவிமெட்டல்ஸ் இருக்கு. இதன் விளைவுகள் அபாயகரமானவை. மண் விஷமாகிடும். பிறகு நமது அழிவுக்கு அணுகுண்டுகள் எதுவும் தேவையில்லை...'' என்று வார்த்தைகளால் மிரட்டுகிறார், எம்.எஸ்.சுவாமிநாதன் அறக்கட்டளை ஆலோசகர் டி.என்.பாலசுப்பிரமணியன்.

ஒரு நதியின் சாபம் இன்னும் என்னென்ன விளைவுகள் ஏற்படுத்தியுள்ளன?

ஆயிரம்அடி மடி தோண்டினாலும் சாக்கடையைத்தான் உமிழ்கிறது பூமி. தோல் தொழிலுக்கு இணையாகக் களைகட்டி நிற்கிறது தண்ணீர் வியாபாரம். பைப்படிகளில் தவம் கிடந்து களைத்துப் போன நடுத்தர மக்கள், வாட்டர் பாட்டில்களை நாட, மலையோரம் போர் போட்டு ஏழைகளுக்கு தண்ணீர் வியாபாரம் செய்கிறார்கள் சில முற்போக்கு(?) விவசாயிகள். 35 லிட்டர்

கொண்ட கேன் 6 ரூபாய். ஒரு குடம் 2 ரூபாய். நெல்லும், கரும்பும் தழைத்த பாலாற்றங்கரையில் மக்காச்சோளம் கூட முளைக்க மறுக்க, விவசாயிகள் தலையில் துண்டைப்போட்டுக் கொண்டு தத்தளிக்கிறார்கள் அன்றாடம் கழிக்க.

ஒரு நதி கொலையுண்டு கிடக்கிறது. ஒரு நகரம் அழிவின் விளிம்பில் இருக்கிறது. தாகத்தால் மக்கள் தவித்து நிற்கிறார்கள். சாட்டை எடுக்க வேண்டிய கரங்களை எதுதான் தடுக்கிறது?

"தொழிற்சாலை நடத்துறவங்கள்லாம் பெரிய தனவந்தர்கள் சார். இந்த தொழில்ல பெரும்பான்மையா பெண்களே இருக்கிற தாலே குரல் கொடுக்க ஆளில்ல. சரியான சம்பளம் கூட இல்லாம ராத்திரி பகலா வேலை செய்ய வேண்டி இருக்கு. தொழிற்சாலை பிரச்னைகள் எதுவுமே வெளில வர்றதில்லே. மாசு கட்டுப்பாட்டுத் துறைக்கு வளங்கொழிக்கிற இடமாத்தான் ஆம்பூர் இருக்கு" என்கிறார்கள் நகராட்சி உறுப்பினர் சுரேஷ்பாபு, வழக்கறிஞர் ராமமூர்த்தி, தொழிற்சங்கத் தலைவர் தேவதாஸ் ஆகியோர்.

அச்சமாகத்தான் இருக்கிறது...

அகப்பட்டது ஆம்பூர்தானே என்று அசட்டையாக இருந்தால் ஆபத்து! பாலாறுக்கு மனிதர்கள் செய்த பாவம் காஞ்சிபுரம் வரைக்கும் தண்ணீரை கருப்பாக்கி விட்டது. மெல்ல மெல்ல பாலாறின் பாதையெங்கும் தண்ணீர் விவகாரம் தலையெடுக்கும் என்கிறார்கள். என்ன தீர்வு வைத்திருக்கிறோம்?

☙☸☙

குடுகுடுப்பையூர்

'எம் பேரு செஞ்சியம்மா. அப்பா பேரு சேரம்மா. அம்மா பேரு மாராயி. எனக்கு வயசு பன்னெண்டு. நாலு மாசம் முன்னாடி கல்யாணமாச்சு. இப்போ முழுகாம இருக்கேன். பொறந்த ஒடனே எனக்கும் எம் மச்சானுக்கும் கல்யாணம் நிச்சயமாயிருச்சு. அவுரு குடுகுடுப்பைக்காரு. அவுருக்கு வயசு 22. என் தங்கச்சிக்கும் இன்னங் கொஞ்ச நாள்ல கல்யாணம்...'' செஞ்சியம்மாவுக்கு இன்னும் மழலைக்குரல் மாறவில்லை. இன்னொரு மழலைக்கு தாயாகும் தகுதி பெற்று நிற்கிறார்.

'படிக்கிற வயசுலே பள்ளிக்கூடம் போகாம ஏன் கல்யாணம்?'

'படிச்சா மட்டும் என்ன தருவே? நாலெடம் தாண்டி, நாயை விரட்டி குடுகுடுப்பைய ஆட்டுனாத்தானே எங்களுக்கு சாப்பாடு. பொட்டப்புள்ளக பால்குடி மறந்த உடனேயே துணி பொறுக்கி, சுருக்குப்பை தைக்க பழகிருங்க. இதுல எங்கிட்டு போயி படிக்க? நான் மட்டுமில்ல... எங்க ஜாதியில, பொட்டை புள்ளகளுக்கு வயசுக்கு வராத முன்னாடியே கல்யாணம் கட்டுன கதையெல்லாம் நடந்திருக்கு...'' முகத்தில் சலனமே இல்லாமல், வார்த்தைகளில் ஆத்திரம் காட்டும் செஞ்சி, குடுகுடுப்பையைத் தொழிலாகக் கொண்ட கணிகர் இனத்தைச் சேர்ந்தவர். நாகரிக உலகின் நிழல்கூட

படாமல் ஒதுங்கி வாழும் கணிகர்கள், ஆரணி நகரில் பெரும் பான்மையாக மையம் கொண்டிருக்கிறார்கள்.

சம்புவராயர்களும், நவாப்புகளும் ஆளுமை செலுத்திய ஆரணியில் மண்ணுக்குள் புதைந்து கிடக்கிறது அகழி சூழ்ந்த பிரமாண்டக் கோட்டை. அதை ஒட்டிய பள்ளிக்கூடத் தெருவில் அகழியோரமான பொட்டைவெளியில் தற்காலிக வீடுகள் கட்டி தங்கியிருக்கின்றன நூற்றுக்கும் அதிகமான குடுகுடுப்பை குடும்பங்கள். பழமை மாறாமல், பயத்தை மூலதனமாக்கி வாழ்க்கையை நகர்த்தும் குடுகுடுப்பைக்காரர்களின் பின்னணி சுவாரசியமானது.

பதினாறு கஜ மஞ்சள் புடவையை பாகையாக்கி தலை மறைத்துக் கொள்ளும் இவர்களின் கழுத்து, பாசிமணி மாலைகளால் நிறைந்திருக்கும். உடலொட்டிய சிவப்புச் சட்டை அபாயத்தின் அடையாளமாக உறுத்த, நெற்றியில் இட்ட பொட்டு உயிருக்குள் உறைந்து கிடக்கும் அச்சத்தை உயிர்ப்பித்து ஆட வைக்கும். தோளில் தவழும் ஜோல்னா பைக்குள் ஓலைச்சுவடி. உலகே உறங்கும் நள்ளிரவில், ஆக்ரோஷமாக ஒலிக்கும் குடுகுடுப்பை. அடர் இருட்டில், நாய்களின் கூச்சல் தாண்டி கம்பீரமாக வந்து விழும் வார்த்தைகள் செவியை விழிக்க வைக்கும். எல்லா உயிர்களுக்கும் வரமும், சாபமுமாக வார்த்தைகளை வாரி வழங்கும் குடுகுடுப்பைக்காரர்களின் வாழ்க்கை மட்டும், அவர்களின் தொழில்காலம் போலவே இருளாக இருக்கிறது.

இவர்களின் பூர்வீகம் மகாராஷ்டிரா. தமிழகத்தின் செழுமையில் மயங்கி, ஆளுமை செய்ய படைகுவித்து வந்த மராட்டிய மன்னர்களின் வழியொற்றி வந்து தஞ்சையில் தங்கியவர்களின் ஒரு குழுதான் குடுகுடுப்பைக்காரர்கள். ஜக்கம்மா, மலைநீலி, வள்ளியம்மா என பெண் தெய்வங்களை குலக்கடவுளாக வணங்கும் இவர்களை இந்திய அரசிதழ், 'கணிகர்கள்' என்று அடையாளப்படுத்துகிறது. பூனைகளை பிரதான உணவாகவும், தெருக்களில் யாசித்துப் பெறுவதை பகுதி உணவாகவும் கொண்ட கணிகர்கள் தமிழகம் முழுவதும் பரவி வாழ்கிறார்கள்.

கணிகர்களில் பன்னிரண்டு பிரிவுகள், ஏழு குலங்கள் உண்டு. இந்த குலப் பாகுபாடு, புராண நம்பிக்கை சார்ந்தது.

"சிவனும் பார்வதியும் ஆலிங்கனத்தில் இருந்த ஒரு நள்ளிரவில், ஒரு மூதாதைக் கணிகன் தனக்கு ஏதேனும் தொழில் கருவிகள் தர

வேண்டும் என அம்மையப்பனை வணங்கி நிற்க, சினம் கொண்ட சிவன் சூலாயுதத்தால் மிரட்டி விரட்டினார். தறிகெட்டு கலங்கிய கணிகனைக் கண்டு தாய்மனம் தவிக்க, 'அய்யனே, அடியவனுக்கு மனமிரங்கி அருள்புரிய வேண்டும்' என அம்மை வேண்ட, இல்லாளின் கோரிக்கையைத் தட்ட இயலாமல் தன் உடுக்கையைக் கொடுத்து, 'இந்த நள்ளிரவில் இதைத் தவிர வேறெதுவும் இல்லை' என்றாராம் இறைவன். 'இதை வைத்து என்ன செய்ய' என்று கலங்கி நின்ற கணிகனின் நாக்கில் தன் சூலாயுதத்தால் கீறி, 'உன் நாவில் இனி நானிருப்பேன். என் வார்த்தையை இனி நீ பேசுவாய்' என ஆசீர்வதித்து, தன் மேலுடையை அவிழ்த்து கணிகன் தலையில் அணிவித்து, கழுத்திலிருந்த பாசிமணிகளை கையில் தந்து அனுப்பி வைத்தாள் அன்னை.

ஊர் சுற்றி அலைந்து குறி சொல்லிப் பிழைத்த கணிகனுக்கு ஏழு குழந்தைகள் பிறக்க, அவர்களுக்கு வான்கோத், முத்துருகர், வான்கோடா, சவான், துருக்கர், வஷ்டர், வடுகர் என பெயரிட்டு ஒவ்வொருவரையும் ஒவ்வொரு திசைக்கு அனுப்பினான் மூத்த கணிகன். இவ்விதம் வெவ்வேறு திசைகளில் சுற்றி, தந்தை தொழில் செய்த தனயன்கள் ஆளாகி, தங்கள் குழந்தைகளுக்கு சகோதர குடும்பத்தில் இருந்தே திருமணம் செய்து வைத்தனர். இன்று வரை தங்கள் இனப் பழக்கங்கள் குலைந்து விடாமல் வாழ்ந்து வருகிறார்கள்.

ஆரணி குடுகுடுப்பை கணிகர்கள் சங்கத்தின் தலைவர் ராஜாமணி. அகழியொட்டி இருப்பதால் எப்போதும் நீர்ப்பசை அப்பிய மண். குளியல் அறியா குழந்தைகள், குமரிகளோடு ஆதி வாழ்க்கையை நினைவூட்டும் அழுக்கு வாசனை.

குறி சொல்வதில் குரல்களில் மட்டும்தான் மாற்றம். வார்த்தை களில்லை. தாத்தா வழி தந்தைக்கு. தந்தை வழி மகனுக்கு. மனனம் செய்த ஒரே பாடல் வீட்டுச்சூழலுக்குத் தகுந்தாற்போல மாறிமாறி ஒலிக்கும். பார்வதி கீறிய நாவில் இப்போது பான்பராக் வாசனை. மை தடவிய டப்பாவில் தலைச்சன் பிள்ளையின் பதப்படுத்தப் பட்ட கைப்பாகம், தேவாங்கின் விரல். தெய்வீக அம்சம் பொருந்திய வழிகளில் இருந்து விலகி மிரட்டலான வார்த்தைகள், அச்ச மூட்டும் பரிகாரங்களை முதலீடாக்கிக் கொண்டதன் விளைவு... பாரம்பரிய வார்த்தைகள் மலினப்பட்டு விட்டன.

பெண் குழந்தை பிறக்கும்போதே திருமணம் நிச்சயிக்கப் படுவது கணிகர்கள் கைவிடாத அபத்தங்களில் ஒன்று. ஒரே

பிரிவுக்குள் பெண் கொடுத்து பெண்ணெடுப்பதில்லை. இருப் பிடங்கள் நிரந்தரமில்லாததால் பள்ளிக்கூடம் தொடர்பில்லாத தூரத்திலேயே இருக்கிறது. ஆண்கள் ஆறு வயதிலேயே குடுகுடுப் பையையும், ஓலைச்சுவடியையும் சுமக்க, பெண்கள் துணிகளைச் சேகரித்து சுருக்குப்பைகள் தைக்க பயிற்றுவிக்கப்படுகிறார்கள். நூறு பைகள் தயாரித்துக்கொடுத்தால் 5 ரூபாய் வருமானம். முழங்கால் தொட்ட தோல்பைகள் கழுத்துக்குள்ளேயே முடங்கி விடும் அல்ட்ராமாடர்ன் உலகில் சுருக்குப்பைகளை யார் சீண்டுவார்? அதனால் நாய்களின் மிரட்டலுக்கிடையே சுருக்குப்பைகளை தெருக்களில் கூவி விற்ற பெண்கள், இப்போது ஆந்திர மாநிலத்தை நாடத் தொடங்கி விட்டனர்.

ஆரணி கணிகர் குடியிருப்பின் மூத்த குடுகுடுப்பைக்காரர் பொன்னுசாமி. ''சுடுகாட்டுல போயி சாம்பல் அள்ளி பூசி குறி சொன்னதெல்லாம் என் வயசுக்கு நானே பாத்ததில்லை. ஆத்தாவ மனசுல நெனச்சுகிட்டு உதிக்கிறத பாடுவோம். நடக்கிறதும், நடக்காததும் அவளோட செயல். கம்பளத்து நாயக்கருங்க, பஹிராஹி முஸ்லீம்மாருங்க சில பேரு குடுகுடுப்பையாட்டி குறி சொல்வாங்க. அவுகளுக்கும் எங்களுக்கும் எந்த சம்பந்தமும் இல்ல. முன்னெல்லாம் வெள்ளெருக்கு கட்டையில உடுக்கை செஞ்சு, மாட்டுத்தோல் கட்டி, பயம் பத்திரமா குடுகுடுப்பை செய்வாம். இப்போ பெயின்டு டப்பாவை தொடச்சிட்டு மாட்டுத் தோல கட்டி பாசிய கோத்துர்றாங்கே. ஊரு உலகம்னு எங்க சுத்துனாலும் ஏழு உறவுமாரும் உகாதி பண்டிகைக்கு ஊரு திரும் பிரணும். எங்க குலசாமி பார்வதிக்கும் பரமசிவத்துக்கும் ஒகந்த நாள் அது. வெல்லமும், வேப்பிலையும் படைச்சு ஜோரா சாமி கும்புடுவோம்...'' உற்சாகமாகப் பேசுகிறார் பொன்னுசாமி.

சிறு வயதிலேயே 'இவனுக்குத்தான் இவள்' என நிச்சயிக்கப் படும் பெண், பருவம் எயிதியதும் வேறு யாரையேனும் திருமணம் செய்து கொண்டால்..?

பஞ்சாயத்து கூடி விடும்!

''பத்தாயிரம் ரூவா அபராதம் போடுவோம். அபராத பணத்துல மொத்தமா அரிசி, பருப்புன்னு வாங்கி எல்லாரும் சமைச்சுச் சாப்பிடுவம். சின்ன வயசுல நிச்சய தாம்பூலம் செஞ்சாங்கல்ல... அப்ப பையன் வூட்டுக்காரன் செஞ்ச செலவை, இப்ப கல்யாணம் பண்ணிக்கிட்ட பையன் வூட்டுல இருந்து வசூல் பண்ணி குடுத்துருவம்.

வரதட்சணையெல்லாம் வாங்குறதில்லை. கல்யாண செலவு எல்லாம் பையன் வூட்டுது. மாமியார், மாமனாருக்கு சேலை, வேட்டி, பீரு, பிராந்தி எல்லாம் வாங்கித் தரணும். பொண்டாட்டிய கொடுமைப்படுத்துனாலோ, மாமியா மாமனாரை அசிங்கமா திட்டுனாலோ அபராதம் போட்டு வாங்கிச் சாப்பிடுவோம். எதுக்காகவும் போலீசுக்கோ, குடியானவங்கிட்ட பஞ்சாயத்துக்கோ போறதில்ல...'' இந்தியும், தமிழும் கலந்துறவாடும் ஒரு புது மொழியில் பேசும் இன்னொரு பொன்னுச்சாமி பரிதாபத்துக்குரிய மனிதர். இவரின் நான்கு குழந்தைகளில் மூன்று குழந்தைகளுக்கு வாய் பேச இயலாது.

'உலகம் போற போக்கில், குழந்தைகளை பள்ளிக்கு அனுப்பாமல் இப்படி குடுகுடுப்பையை கையில் கொடுத்தனுப்புவது, அவர் களுக்கு செய்கிற துரோகமில்லையா?' கேள்வியை முடிப்பதற்குள் கொதிக்கிறார் ராஜாமணி.

''இதோ நிக்கிறான் பாரு. பேரு கெங்கன். அதோ கால் முடியாம வண்டியில தவழ்ந்து ஏறுறான் பாரு அவன் பேரு முருகன். கெங்கன் இந்த வருஷம் காலேஜ்ல மூணாவது வருஷம் படிக் கிறான். முருகன் எட்டாவது. எங்க தொழில்ல மிஞ்சிப்போனா ஒரு நாளைக்கு 50 ரூவா கெடைக்கும். அத வச்சுத்தான் சோறு, தண்ணி குடிக்கணும். அதுல இந்த புள்ளகளப் படிக்க வக்க வழி?

ஜாதி சர்டிபிகேட் கொடுங்கன்னு கேட்டா எம்.பி.சின்னு போட்டு கொடுக்கிறாங்கோ. கன்னியாகுமரியில இருக்கிற எங்க மக்களுக்கு எஸ்.டி. சர்டிபிகேட் கொடுக்கிறவங்க, ஆரணியில ஏன் தர மாட்றாங்கோ?

முக்கி முக்கி படிச்சும் கடைசியா குடுகுடுப்பைதானேய்யா நெரந்தரமாயிருக்கு. அதுக்குத்தான் பள்ளிக்கொடம் அனுப்பாம தொழிலுக்கு பழக்கப்படுத்துறோம். ஒலகம் எப்பிடிப்போனா என்னப்பு... ஏழை ஏழையா இருக்கணுங்கிறதுதானே இங்க நியாயமா இருக்கு?'' ராஜாமணியின் கோபத்தில் உள்ள நியாயம் அதிகார வர்க்கத்தின் மீதான அவமதிப்பாகத் தெறித்து விழுகிறது.

௭௸

தத்தங்கியூர்

தமிழர்களின் உணர்வுபூர்வமான பண்பாட்டு விழா பொங்கல். உழவுக்கும் தொழிலுக்கும் வந்தனை செய்யும் இத்திருநாளில், தமிழர் வாழும் நாடெல்லாம் உற்சாகம் பூசிக்கொள்ளும்.

வானுடைந்து சிந்தும் பனியில் நனைந்தபடி, முன் வாசலில் சாணமிட்டு, பச்சரிசி கோலமிட்டு, தை மாத விடியலை வரவேற்கும் அனுபவம் அலாதியானது. பழையன கழிந்து, புதியன புகும் பொங்கல் பண்டிகையால் ஊர் வண்ணக்காடாகும்.

காற்று கலைத்துப்போட்ட குருவிக்கூடாக, காலம் தமிழர்களின் வாழ்வியல் கூறுகளை சிதைத்து, சின்னாபின்னமாக்கி விட்டது. தேவைகள் விரிந்து, உலகம் சுருங்கியதால் பணத்தேடல்களில் பண்பாட்டை காவு கொடுக்க நேர்ந்துவிட்டது.

இன்று பொங்கல் பண்டிகை வெறும் அலுவலக விடுமுறைக்கான அனுமதிப்பு மட்டுமே. டாஸ்மாக்குகளின் கல்லாப்பெட்டிகள் கூடுதலாக நிரம்புவதே பொங்கல் ஏற்படுத்தும் விளைவாக இருக்கிறது. திடல் நிறைந்த மாடுகள் மிரள, தீப்பந்தமெடுத்து, மண் சட்டி திருடி, எண்ணெய் அரப்பு திரட்டி, திருஷ்டி கழித்து, பழங்களும் சர்க்கரையும் உருகி வடிய ஆயங்கலைச் சோறூட்டும் மாட்டுப் பொங்கல் பெரும்பாலான கிராமங்களில் காணாமல்

போய் விட்டன. பெண்களை முன்னிலைப்படுத்தி தொன்று தொட்டு நடந்து வந்த கன்னிப் பொங்கலைக்கூட நம் நவீனம், காணும் பொங்கலாக்கி விட்டது. அன்றைய தினம் பூங்காக்களும், கடற்கரைகளும் மக்களால் அழுக்காகி விடுகின்றன.

அவசரத்தில், அலங்கோலமாகிப் போன வாழ்க்கை. இதில் பண்டிகைகள் கூடுதல் சுமை. இந்த மன நிலை தாண்டி, பண்டைய கொண்டாட்டங்களைக் கைவிடாத ஒரு கிராமம் இருந்தால்... அதை அடையாளப்படுத்த வேண்டியது அவசியம் தானே?

அறுபடையில் நான்காம் வீடு சுவாமிமலை. இங்கிருந்து வடக்கே செல்லும் குறுகலான சாலையில் மூன்றாவது கிலோ மீட்டரில் உள்ளது மருத்துவக்குடி. முற்றிலும் மண்ணையும் மழையையும் நம்பும் மனிதர்கள். உடையார் தெரு, மேலத்தெரு, தெற்குத் தெரு என மூணு தெருக்களுக்குள் அடங்கி விடுகிறது கிராமம்.

பழைய பதிவேடுகள் 'ராஜகிரி காசிமியா தர்மஸ்தாபன மருத்துவக்குடி' என்று இக்கிராமத்தை அடையாளப்படுத்துகின்றன. பாபநாசத்தைச் சுற்றிலும் 20க்கும் அதிகமான கிராமங்கள் இந்த தர்ம ஸ்தாபனத்துக்கு பாத்தியப்பட்டவை. 1500 மக்களடங்கிய இக் கிராமத்தில் நானூறு வீடுகள். காவிரி நீர் சுமந்து வரும் பழவாறை கால்வாயின் கருணையால், ஆறுநூறு ஏக்கரில் நெல், வாழை, கரும்பு என தழைத்து நிற்கிறது நஞ்சை. அருகேயுள்ள திரு மண்டங்குடி சர்க்கரை ஆலைதான் விவசாய ஜீவன் வளர்க்கும் முக்கிய வாழ்வாதாரம்.

மேற்கே திருமங்கையாழ்வார் மங்களாசாசனம் செய்த புள்ளப் பூதங்குடி பெருமாள், தெற்கே வான் தொட்டு நிற்கும் சுவாமிமலை முருகன், கிழக்கே அறிவள்ளித்தரும் இன்னம்பூர் எழுத்தறிநாதர், வடக்கே கலியுக நெறி காக்கும் திரும்புறம்பியம் சாட்சிநாதர். நான்கு புறங்களும் அருட்பெரும் ஆலயங்களை எல்லையாகக் கொண்ட மருத்துவக்குடியின் தெற்குத்தெரு, படையாச்சி இன மக்கள் வசிக்கும் பகுதி. முகப்பில் பிரமாண்டமான வீரமாகாளி யம்மன் கோயில். இதையொட்டி இரண்டு குறுக்குச் சாலைகள்.

படையாச்சிகள் முற்கால சோழர்களின் படைத்திறனாளர் களாக இருந்தவர்கள். ஆதிசோழர்களின் தலைநகரான பழை யாறையின் (இன்றைய கும்பகோணம்) நான்கு திசைகளிலும் அரணமைத்து காத்தவர்கள். மலையென விம்மி நிற்கும் புஜம்,

ஆயுதங்கள் தாங்கியே காய்ப்படைந்த கரங்கள், உள்ளிருக்கும் வீரம் காட்ட முகம் மறைக்கும் மீசை, கதிர் அறுக்கும்போதே தலையொடிக்கும் வேகம், வார்த்தைகளோடு சமரிடும் உடல்மொழி என படையாச்சிகளுக்கென்று தனி உடல் இலக்கணமே உண்டு.

மருத்துவக்குடி படையாச்சி இன மக்களே, ஆதிதொன்ம வழிபாடான கன்னிப் பொங்கலை தத்தங்கி திருவிழாவாக இன்று வரை கொண்டாடி வருகின்றனர்.

மார்கழி மாதம், முதல் தேதியில் நாட்டாண்மைக்காரர்கள் தலைமையில் நடக்கும் ஊர்க்கூட்டம்தான் தத்தங்கி விழாவின் தொடக்கம். தலைக்கட்டுக்கு 75 ரூபாய் வரி. இதன்றி விரும்புவோர் அரிசி, பருப்பு, தேங்காய் தரலாம். மார்கழி 15 முதல் ஊர் வரி வசூல் ஆரம்பம். தை முதல் தேதி களைகட்டி விடுகிறது தத்தங்கி திருவிழா. மைக்செட், கலர் பேப்பர், மாவிலை, தென்னை ஓலை தோரணங்களால் ஊர் வண்ணம் போர்த்திக் கொள்கிறது. பகலில் வழமையான பொங்கல் கொண்டாட்டம். இரவு எட்டு மணிக்கு தெற்குத்தெரு முழுவதும் வீரமாகாளி கோயில்முன் கூடிவிடுகிறது. சுமங்கலிகளும், கன்னிப்பெண்களும் பட்டுடுத்தி, திருமண அலங்காரத்தோடு, தத்தங்கி நாச்சியாரின் வீடு நோக்கி செல்கிறார்கள்.

யார் அந்த தத்தங்கி நாச்சியார்?

படையாச்சி இனத்தை சேர்ந்த வயதுக்கு வராத ஒரு சிறுமி. அவள் மூணு வருடங்கள் தத்தங்கி நாச்சியாராக இருக்கலாம். நான்காவது வருடம் அந்த தத்தங்கி நாச்சியார் அருள் வந்து ஆடும்போது யாரின் கையைப் பிடிக்கிறாளோ, அந்தச் சிறுமி அடுத்த மூண்றாண்டுகளுக்கு தத்தங்கி நாச்சியார். இவள், வீர மாகாளிக்கு இணையானவள். மஞ்சள் நீர் அபிஷேகம், கற்பூர ஆராதனை எல்லாம் தத்தங்கிக்குப் பிறகே வீரமாகாளிக்கு.

ஊர்வலம் வீடடைந்ததும் குளித்து, மஞ்சளுடை உடுத்தி, காத்திருக்கும் தத்தங்கிக்கு மாலையிட்டு வணங்கி, மேளமும் வெடியும் முழக்கமிட, கோயில் நோக்கி அழைத்து வருகிறார்கள். கால் புதையும் அந்த மணற்காட்டில் அம்மனுக்கு எதிரே சம்மண மிட்டு அமரும் தத்தங்கி நாச்சியாரைச் சுற்றி நூற்றுக்கணக்கான பெண்கள் கும்மி கொட்டி பாடத் தொடங்குகிறார்கள்.

'ஓராம் பொங்கலும் நாங்களும் வாரோம்
ஒரு கோட்டு வாழதான்...
வாழதான் சோலைதான்

மரிக்கொழுந்தும்கூட தான்..
ஒரு மிளகாம் கணபதியாம்..
ஓராயிரம் சரவிளக்காம்
சரவிளக்க நிறைய வச்சு
சிவனே சிவனே சேதி சொல்லு...'

என்று நீள்கிறது கும்மி. கும்மி தெறிக்க, பாடல் உச்ச மடைய தத்தங்கி நாச்சியார் சம்மணமிட்டபடியே அந்த கும்மித்திடலை ஊர்ந்து, ஊர்ந்து சுற்றி வருவது நம்ப முடியாத வியப்பு. ஒன்றல்ல, இரண்டல்ல... 2 மணி நேரத்துக்கும் மேலாக, நூற்றுக்கணக்கான முறை தத்தங்கி நாச்சியார் சுற்றிக்கொண்டே வர, பொறுமை இழந்த பெண்கள் பாடலின் தொனியை மாற்றுகின்றனர்.

'ஏக்கமோ, தூக்கமோ...
எம்மேல கோபமோ...
சுட்ட சோறு தின்னியோ
சொரணை கெட்ட தத்தங்கி...
அரச்ச சோறு தின்னியோ
ஆவியத்த தத்தங்கி...
காக்காயா கத்துறமே
கைகொடுடி தத்தங்கி...
என்னதான் கொறச்சன்னு
சொல்லிடுடி தத்தங்கி...'

ஆண்கள் பதைபதைத்து நிற்க, பெண்கள் எதிர்பார்ப்போடு குலவையிட, சம்மணமிட்டு ஊர்ந்து கொண்டிருந்த தத்தங்கி நாச்சியார் ஆவேசமாக எழுந்து நின்று ஆட்டம் போட, தீபாராதனை காட்டி சாந்தப்படுத்தி ஊரே வணங்குகிறது. பின் திரும்பவும் ஊர் கூடி தத்தங்கியை வீட்டில் விட்டுவிட்டுக் கலைகின்றனர் பெண்கள். மாட்டுப் பொங்கலன்றும் இதே போல...

மூன்றாம் நாள் கிராமம் புத்துணர்வாகிறது. காலை முதல் விளையாட்டு, உற்சாகம். மாலை ஆறு மணிக்கு மீண்டும் தத்தங்கியை கோயிலுக்கு அழைத்து வருகிறார்கள். ஆவேசமாக பெண்கள் கும்மியடிக்க, ஆர்ப்பரித்து எழும் தத்தங்கி கரகத்தைச் சுமந்தபடி ஊரெல்லைக்குச் செல்ல, பின்னால் தெற்குத் தெருவே திரண்டு செல்கிறது. அங்கிருந்து வீடுவீடாக வரும் தத்தங்கிக்கு அனைத்து வீட்டுக்காரர்களும் பாதபூஜை செய்து, தீப ஆராதனை காட்டி

விழுந்து வணங்க, விபூதியிட்டு நல்வார்த்தைகள் சொல்லி நகர்கிறாள் தத்தங்கி நாச்சியார். நள்ளிரவு 1 மணி வரை நீள்கிறது இந்த வீதியுலா. பின் மீண்டும் பெண்கள் கூடி தத்தங்கியை வீட்டில் கொண்டு விட, அங்கு அனைவருக்கும் அசைவ விருந்து. இதோடு, தத்தங்கிக் கும்மி நடக்கும் இடத்தில் முப்பது நாளைக்கு கோலமிட்டு, விளக் கேற்றி வணங்குகின்றனர் சுமங்கலிப் பெண்கள்.

எப்படித் தொடங்கியது இந்த தத்தங்கி திருவிழா?

''இது எங்க தாத்தாகாலத்துலேயிருந்து நடந்துக்கிட்டு இருக்குங்க. மூணு நாளைக்கு தத்தங்கிதான் மகமாயி. ஒரு வாரத்துக்கும் முந்தியே தத்தங்கி நாச்சியார், விரதம் இருக்கும். மூணு நாளைக்கு பெறவு அது வழக்கம் போல வெளையாட்டு, பள்ளிக்கொடம்னு கௌம்பிரும். இடையில தத்தங்கிப் பொண்ணுக வயசுக்கு வந்திட்டா, உடனடியா வேற பொண்ண தத்தங்கியா தேர்ந்தெடுத் துருவோம். எங்க ஊரு சுபிட்சமா இருக்குன்னா, அதுக்கு காரணம் அந்த தத்தங்கி நாச்சியாதான்...'' மீசையை முறுக்கியபடி சொல் கிறார் சொக்கலிங்கம்.

இங்குள்ள சிறுமிகளுக்கு தத்தங்கி நாச்சியார் பட்டம் கௌரவ அடையாளமாக இருக்கிறது. நான் அந்த கிராமத்துக்கு சென்ற போது தத்தங்கி நாச்சியார் சுந்தரி. ஆறாம் வகுப்பு படித்த இந்தச் சிறுமிக்கு பள்ளிக்கூடத்திலும் தனி மரியாதையாம்!

''தத்தங்கியா இருக்கிறது சந்தோஷமாருக்கு. கும்மி கொட்டுன பிறகு என்ன நடக்கும்னு ஒண்ணுமே தெரியாது. ஊர்ந்து கிட்டே இருக்கிறதுல வலியே இருக்காது. தத்தங்கியா இருக்கறதுனாலே அடம் பண்ணுனாகூட அம்மா அடிக்கிறதில்ல...'' மழலை ததும்ப சொல்கிறாள் சுந்தரி.

தத்தங்கி திருவிழாவை, 'தமிழின மரபுக்கூறின் நீட்சி' என்கிறார் இப்பகுதியைச் சேர்ந்த கலைப் பண்பாட்டு ஆய்வாளர் தேனுகா. ''தமிழர்கள் கைவிட்ட தாய் வழி சமூக வழக்கங்களை படையாச்சி இன மக்கள் இன்னும் மிச்சம் வைத்திருக்கிறார்கள். இதை கலாசார விழாவாக அறிவிக்கலாம்'' என்கிறார் அவர்.

'உணர்வுபூர்வமான மனிதர்களே ஆக்க சக்திகளாக இருக் கிறார்கள்' என்கிறார் நிர்வாகவியல் அறிஞர் டேனியல் கோல்மேன். தமிழர்களின் பண்டிகைகள் உணர்வு பூர்வமானவை. அவற்றில்

அறிவுரீதியான தேடுதலை விடவும், வாழ்க்கையை ஒருமுகப் படுத்தும் வழி முறைகள் நிறைந்திருக்கும். உலகின் பல அறிவு பூர்வமான கண்டுபிடிப்புகளுக்கு தமிழர்கள்தான் அச்சாணி. உலகெங்கும் போற்றிப் புகழப்படும் தமிழர்களின் தொன்மத்தைத் தொன்றுதொட்டு காத்து வருகிறது மருத்துவக்குடி.

கலையூர்

கரகாட்டம் தொன்மக் கலை. அம்மனுக்கு விருப்பமான இக்கலையை ஆடும் மனிதர்களை, தெய்வமாகவே பூஜித்த காலம் உண்டு. நாட்டார் வாழ்வியலில் மிகுந்த முக்கியத்துவமும் மரியாதையும் பெற்ற கரகாட்டம் இன்று உடலாட்டம், உறுப்பாட்டமாக உருமாறிவிட்டது. பெரும்பாலான கலைஞர்கள் இந்த குத்தாட்டப் போட்டியை தாக்குப் பிடிக்காமல் வயற்காட்டு வேலைக்குச் சென்றுவிட, புதுக்கோட்டையைச் சுற்றியுள்ள வறுமையும், இளமையும் ததும்பி நிற்கும் நூற்றுக்கணக்கான இளம்பெண்கள் ஆட்டக்கலைஞர்களாக அரிதாரம் பூசிக் கொண்டுள்ளனர். புதுக்கோட்டை பேருந்து நிலையத்தையொட்டி இயங்கும் கிராமியக் கலைஞர் சங்கங்களே இவர்களுக்கு வாழ்க்கை. இவற்றில் ஐநூறுக்கும் அதிகமான உறுப்பினர்கள் இருக்கிறார்கள்.

சடங்காகப் பிறந்து கலையாக மாறியது கரகாட்டம். இயற்கைக்கும் உயிர்களுக்குமான பிணைப்பை மேம்படுத்துவதே தமிழர் சடங்குகளின் உள்ளடக்கம். பெண்ணை இயற்கைக்கு இணையாகப் பார்த்த தொன்மத் தமிழன், எல்லாச் சடங்குகளிலும் பெண்மையை முன்னிலைப்படுத்தினான். அவ்விதம் தொடங்கியதே சக்தி வழிபாடு. நதி, மலை என இயற்கையின் அத்தனை பரிமாணங் களுக்கும் பெண்களின் பெயரிட்டு மரியாதை செய்தது தமிழ் மரபு.

பிற்காலத்தில் மாரியம்மன், காளியம்மன், மலையாத்தா என விசுவரூபமெடுத்தது சக்தி வழிபாடு. அம்மனை அபிஷேகிக்க, நதிகளில் இருந்து நீர்சுமந்து வரும் சடங்கில், சில பெண்டிர் அருள் வந்து ஆடுவதுண்டு. இதுதான் கரகாட்டக்கலையின் முதல் வடிவம்.

கலைகள் காலத்தின் வேகத்துக்கு ஏற்ப தன்னை உருமாற்றிக் கொள்ள வேண்டியது கட்டாயம். கரகாட்டத்தில் நிகழ்ந்ததும் அதே. ஆட்டக்கரகங்கள் கோயில் ஊர்வலங்களைக் கடந்து தனி பொழுதுபோக்குக் கலையாக அரிதாரம் பூசிக்கொள்ளத் தொடங்கிய போது சில சமரசங்கள் தேவைப்பட்டன. ரசிகர்களை அமர வைக்க, இடையிடையே சர்க்கஸ் சமாச்சாரங்கள் நுழைக்கப்பட்டன.

வெண்திரையின் வெளிச்சம் கிராமியக் கலைகளை இருட்டுக்குள் தள்ளிவிட்ட தருணத்தில், ‘வள்ளித் திருமண’ முருகனே ‘காயாத கானக’த்தை விடுத்து, ‘நேத்து ராத்திரி யம்மா’வை நாட வேண்டிய தாயிற்று. கரகம் சுமந்த கலைஞர்கள், காமத்தை கையில் எடுத்ததில் என்ன ஆச்சரியம்?

குறவன் குறத்தி ஆட்டம் அற்புதமான நாட்டார் கலை. நாடோடிகளாகத் திரிந்த பழங்குடி மக்கள், கஞ்சிரா என்ற தோலிசைக் கருவியை இசைத்தபடி மகிழ்ச்சியையும், சோகத்தையும் சொல்லிப் பாடியாடுவதுதான் இக்கலையின் உண்மையான உள்ளடக்கம். சுதந்திர காலத்தின் தொடக்கத்தில் இது பாலியல் விழிப்புணர்வூட்டும் கலையாகப் பார்க்கப்பட்டது.

ஷகிலாக்களும், ரேஷ்மாக்களும் அறிமுகமாகாத அந்தக் காலத்தில், ஊரின் ஒதுக்குப் புறமுள்ள சிறுதெய்வ கோயில் திரு விழாக்களில், மீசை அரும்பும் விடலைகளைக் குவித்து வைத்து, தலை நரைத்த பெரிசுகளின் கண்காணிப்போடு, குறவன் குறத்தி ஆட்டம் நடத்தப்படும். மிக மேலேறிய உடைகளணிந்து, பாலியல் உறுப்புகள் பற்றிய வெளிப்படையான வார்த்தைகளோடு, உடலுறவை உணர்த்தும் அசைவுகளோடு நடந்த இந்த ஆட்டத்துக்கு பெரும் வரவேற்பு கிடைத்தது.

கடந்த இருபது ஆண்டுகளில் தமிழர் வாழ்வில் நிகழ்ந்த மாற்றங்கள், வாழ்வோடு கலந்திருந்த கலைகளையும் கவர்ச்சியின் திசையில் இழுத்துச் சென்று விட்டன.

கரகாட்டத்துக்கு இப்போதும் வரவேற்பு இருக்கத்தான் செய்கிறது. ஆனால் அந்தக் கலையில் பழைய தெய்வீகம் இல்லை.

கலைஞர்களுக்கு மரியாதை இல்லை. பார்ப்போர் கூட்டத்தில் பெண்கள் இல்லை. காரணம்... நேரம் செல்லச் செல்ல ஆட்டக் காரிகைகளின் உடலில் உடையே இல்லை.

புதுக்கோட்டை, பொன்னமராவதி, தஞ்சாவூரை ஒட்டியுள்ள கிராமங்கள் என்று கரகாட்டக் கலைஞர்களை தேடி பயணித்தேன்.

பொன்னமராவதியை சேர்ந்த கல்யாணி, ஆதி கரகாட்டத்தில் புகழ்பெற்ற கலைஞர். இன்னும் கூட பட்டுடை உடுத்தி, உடலின் இம்மி கூட தெரியாமல் கரக சாகசம் செய்கிறார்கள் கல்யாணியும், அவரது இரண்டு மகள்களும். கல்யாணி சொன்ன சில வார்த்தைகள் இக்கலையின் தற்காலிக அரிதாரத்தை தோலுரிக்கும்.

''அப்போ, பாதம் வரைக்கும் பட்டுடுத்தி, கரகத்தை தலையில வச்சு சாமி முன்னாடி நின்னோமுன்னா அம்மனுக்கு ஊத்துற மஞ்சத்தண்ணியால எங்களுக்கும் அபிஷேகம் பண்ணுவாங்க. இப்போ, சில ஊருகள்ல பொம்பளங்க ஒண்ணு சேந்து ஆட்டக்காரிக மேல சாணிய ஊத்தி அடிச்சு விரட்டுறாங்க...''

கரகாட்டக்கலைஞர்களின் உலகம் விசித்திரமானது. கரகாட்டம் இல்லா நாட்களில் விவசாயக்கூலி. ஆட்டமுள்ள நாட்களில் மாலை ஆறு மணிக்கு புதுக்கோட்டையில் குழுமுகிறார்கள். அரிதாரப் பொருட்களுக்கு ஒரு சூட்கேஸ். அதில் சொம்பு, கிளிக்கொச்சம், டோப்பு. இது கரக சமாச்சாரங்கள். சொம்பின் அடி நெளிந்திருக்கும். மதுரை பகுதியில் நெட்டி என்ற நாணல் மூலம் செய்யப்படுகிறது கிளிக்கொச்சம். கொண்டையை விசாலப்படுத்தி கரகத்தை பின்பக்கமாகத் தாங்குவது கொக்குமுடி. கொக்கின் மிக நுண்ணிய முடிகளைச் சேகரித்து நுணுக்கமாகக் கோர்க்கப்பட்ட கொக்கு முடி 2000 ரூபாய். ஒரு கொக்கில் ஒரே சிறகு மட்டுமே பயன்படுத்தத் தகும்.

கொடுவாள் பட்டி, ஜாக்கெட், தொடை காட்டும் சல்லடம், மாராடி இவை உடைகள். எல்லா உடைகளிலும் ஜிலுஜிலுக்கும் ஜிகினா.

கரகாட்டம் நடக்கும் ஊருக்குப் போனதும் கறி விருந்து. மிகச்சிலர் மது அருந்தி களமிறங்குவதும் உண்டு. கிராமங்களில், பள்ளிக் கூடங்கள், சமுதாயக் கூடங்கள்தான் மேக்கப் ரூம். ஜன்னல்களை இளவட்டங்கள் மொய்க்க, வண்ணம் தீட்டல் தொடங்கும். முந்தானையை மார்பில் சுற்றிக்கொண்டு நெற்றி

தொடங்கி நெஞ்சுக்குழி வரை கலர் பூச்சு. சுமார் ஒரு மணி நேரம் தாண்டி நீடிக்கும் அலங்காரம். ஆணும் பெண்ணுமாக எல்லோருக்கும் உடை மாற்ற ஒரே அறை. வெட்கத்தை உடையோடு பெயர்த்து வைக்க வேண்டும். இல்லாவிட்டால் கரகாட்ட மேடையில் காலை வைக்க முடியாது.

ஆட்டம் தொடங்க அரை மணி நேரம் முன் நையாண்டி மேளம் சூடு கிளப்புகிறது. ரசிகர்களின் எதிர்பார்ப்பு, ஆரவாரம் பார்த்து கரகம் சுமந்த அடவுகளிலேயே தொடங்கி விடுகிறது அபத்தங்கள். மெல்ல மெல்ல சில்மிஷங்களும் சேட்டைகளும் அதிகரிக்க, கொஞ்சமாக அமர்ந்திருக்கும் பெண்களும் எழுந்தோட, அனலாகிப் போகிறது கரகாட்டக் களம்.

கரகாட்டக்குழுவுக்கு கான்ட்ராக்டர்தான் கேப்டன். பணத்துக்குத் தகுந்த ஆட்டம். சாதாரணமாக ஒரு குழுவுக்கு குறவன், குறத்தி, ராஜா, ராணி, பபூன். இதன்றி நாதஸ்வரம், தவில், பம்பை. காசுக்குத் தகுந்த கலைஞர்கள். இளமையும் ஆட்ட(?)த்திறனும் கொண்ட சிறு வயது பெண்களுக்கு ஏக கிராக்கி. குறைந்தபட்சம் 10 ஆயிரம் ரூபாயில் ஒரு கரகாட்டம் நடத்தலாம். இதில் குறத்திக்கு 1500 ரூபாய். குறவனுக்கு 1100. கரகம் ஆடும் பெண்ணுக்கு 1200. இசைக்கு 3001. மற்றவை கான்ட்ராக்டருக்கு. சம்பளம் பற்றி கேள்வி கேட்டால் மறுமுறை வாய்ப்பு இல்லை. ஒப்பந்தத்தில் சிக்கியவர்களுக்கு இதில் பாதி கிடைத்தாலே அதிகம்.

கரகாட்டத்தில், ரசிகர்களின் கனவுக்கன்னி என்று சொல்லும் அளவுக்கு புகழ் பெற்றவர் புதுக்கோட்டை திலகவதி, உடையில் புரட்சி செய்து புதிய கலாசாரத்தை தோற்றுவித்தவர். 87ம் ஆண்டில் பட்டுக்கோட்டை அருகே ஒரு கிராமத்தில் திலகவதியின் கரகாட்டத்துக்கு போலீசார் தடைவிதிக்க, ரசிகர்கள் கொந்தளித்து பஸ் மறிக்க, துப்பாக்கிச்சூடு நடத்தும் அளவுக்குப் போனது நிலை.

''காலத்துக்குத் தகுந்த மாதிரி கலைஞர்கள் மாறிக்கணும்... எங்களுக்கு வேற தொழில் தெரியாது. அதுனால ஊருக்காரங்க எப்படி கேக்குறாங்களோ அப்படி ஆடுறோம்'' என்று சொல்லும் திலகவதி இப்போது கரகாட்டம் அமைத்துத் தரும் கான்ட்ராக்டர். இவர் வசம் ஐநூறுக்கும் அதிகமான கலைஞர்கள்(?).

கரகாட்டத்தில் 40 ஆண்டுகால அனுபவமிக்கவர் மச்சுவாடி அப்பச்சி. ''என்னோட ஜோடி போடாத புள்ளகளே இல்ல'' என்று பெருமிதம் பொங்கச் சொல்கிறார் அப்பச்சி.

இந்திராவுக்கு தஞ்சைதான் சொந்த ஊர். 12 வயதில் ஆட வந்தவர். ''சினிமாவுல கர்ச்சீப்ப கட்டிக்கிட்டு ஆடுனா சரி... நாங்க கொஞ்சம் அப்பிடி இப்பிடி ஆடுனா தப்பா? எங்களுக்கொண்ணும் அவுத்துப்போட்டு ஆடணும்னு ஆசையில்ல. வயிறுன்னு ஒண்ணு இருக்கே...'' குமுறுகிறார்.

கணேசன் அறந்தாங்கி அருகே துரையரசபுரத்தைச் சேர்ந்தவர். பிரபல கான்ட்ராக்டர். பரம்பரை கரகாட்டக்காரரான இவரை விட்டால் குறவனாக குத்தாட்டம் போட யாருமில்லையாம். தஞ்சாவூர் ராணி, உள்ளிக்கோட்டை சொர்ணத்துக்கு இணையான ஆட்டக்காரராம்.

''கரகாட்டக்காரிங்கன்னாவே தப்பா பாக்குறாங்க. நாங்க தப்பா போகணும்னா ஏன் கரகத்த சுமக்கணும்? நேரா வேற தொழிலுக்கு போயிடலாமே. பவுடரபூசி மண்ணுல கால வச்சுட்டா நாங்க உணர்ச்சியத்த ஜடம். இந்தப் பொழப்புல எங்களுக்கும் விருப்பம் இல்லதான். ஆயிரம் ஆம்பளங்க முன்னாடி உடம்பக் காட்டி ஆட யாருக்கு ஆசை?'' ராணியின் முகத்தில் வேதனை.

''மகன் குறவனா வேஷம் போட்டாலும் ஜோடி போட்டு ஆடித்தான் சார் ஆகணும். யாரு எப்படி ஆடச்சொன்னாலும் ஆடணும். இல்லன்னா பேசின காசு வாங்க முடியாது. புருஷன் செட்டு கான்ட்ராக்ட்ரா இருப்பான். பொண்டாட்டி கொறத்தியா ஆடுவா. புருஷன் முன்னாடியே பொண்டாட்டிய இன்னொருத்தன் கட்டிப்புடிச்சு ஆடுவான்... சகிச்சுக்கத்தான் வேணும். சோறு திங்கணுமே.

என்னோட மனைவி தேன்மொழி கரகாட்டத்துல கலைமாமணி விருது வாங்கினவ. நாகரிகமான டிரஸ்ல பாரம்பரிய கரகாட்டம் ஆடுறவ. நான் தவில் வாசிக்கிறேன். ஒரு கோயில்ல அவ ஆடிட்டு இருக்கும்போது ஒருத்தன் அவ பின்னாடி தட்டி, 'ஏய் ஆட்டக்காரி, நல்லா ஆடுடி'ங்கிறான். நான் ஆவேசப்பட்டேன்னா கூலி வாங்க முடியாது. அமைதியாத்தான் வந்தேன். கலையை காலம் கெடுத் திருச்சு சார்'' ஆவேசப்படும் ராஜேந்திரன் தஞ்சாவூர் மாவட்ட கிராமியக் கலைஞர்கள் சங்கத் தலைவர்.

கரகாட்டத்தில் கான்ட்ராக்ட் கொடுமை கொத்தடிமைத் தனத்திலும் கொடூரமானது. வறுமை காரணமாக பருவம் எய்தும் முன்னரே சிறுமிகளை கான்ட்ராக்டர்கள் வசம் ஒப்படைக்கும் பெற்றோரும் உண்டு. இதுபோன்ற சிறுமிகளை பாலியல் வன்

முறைக்கு உள்ளாக்கி, வெட்கம் போக்கும் அவலங்களும் இக் கலையின் திரைமறைவு அவலங்களில் ஒன்று.

இவற்றுக்கு மத்தியில் கடும் வாழ்வியல் நெருக்கடிகளைச் சுமந்துகொண்டு ரெட்டிப்பாளையம் தேன்மொழி, பொன்னமராவதி கல்யாணி, ஆர்.கே.விசித்ரா, ஆர்.கே.ஜெகதாம்பாள் என்று அங்கொன்றும் இங்கொன்றுமாக ஆதிக்கரகமாடும் கலைஞர்கள் இருக்கவே செய்கிறார்கள்.

☙☼

சுயபிரசவமூர்

பிரசவம் என்பது மறுஜென்மம். உடலுக்குள் ஜீவித்த இன்னொரு உயிருக்கு வெளியுலகு காட்ட, பெண் தன் உடலின் அத்தனை உறுப்புகளுக்கும் உயிர் பகிரும் உக்கிரம். கத்தியோ காயமோ இன்றி இயல்பாக சுகப்பிரசவம் நிகழ்வது வரம். 'கடைசி நேர சிக்கலைத் தவிர்க்க, மருத்துவமனைக்கு வருவதே பாதுகாப்பு' என அரசு கோடிகளைக் கொட்டி பிரசாரம் செய்கிறது.

இச்சூழலில், ஒக்கூர் கிராமத்தில் காலம்காலமாக நிகழ்ந்து வரும் ஓர் மரபு, மருத்துவத்துறைக்கே சவால் விடுகிறது. இக் கிராமத்தின் கடந்த தலைமுறைப் பெண்கள் எவரும் மருத்துவ மனையின் வாசல்கூட தொட்டதில்லை. இங்கு நிகழ்வது சுகப் பிரசவம் மட்டுமல்ல. சுய பிரசவமும் கூட!

புதுக்கோட்டை மாவட்டம் ஆவுடையார்கோவிலிலிருந்து ஏம்பல் செல்லும் பாதையில் ஏழாவது கிலோமீட்டரில் உள்ளது ஒக்கூர். 99 கோயிலும் 99 குளமும் கொண்ட ஊரென்று ஒக்கூருக்கு உபகதை உண்டு. இதற்கொப்ப, கண் தொடும் இடமெல்லாம் கோயில், கால் படும் இடமெல்லாம் குளம். மேலக் குடியிருப்பு, முஸ்லிம் தெரு, வடக்குக் குடியிருப்பு, கீழக் குடியிருப்பு தாண்டி, தலித் மக்கள் வசிக்கும் பகுதி ராம்ஜி நகர்.

இந்நகரின் நான்கு திசைகளிலும் தீப்பெட்டிகளை அடுக்கியது போல தொகுப்பு வீடுகள். கதிரடித்துக் கொட்டிவைக்க களங்களோ, புனை கட்டி போரடிக்க மாடுகளோ இல்லாததால், சாலையே களம். உறுமி வரும் வாகனங்களே நெல் உதிர்க்கும் புனைமாடுகள்.

சாலையோரம் முளைத்திருந்த வைக்கோல் போர் நிழலில் கருக்காய் தூற்றி, நெல்மணி பொறுக்கிக் கொண்டிருந்த கருப்பாயி பாட்டியிடம் சுய பிரசவம் பற்றிய கேள்வியை வைத்தேன்.

''எல்லாம் பொய்யாழம்மா அருளுதாம் தம்பி. என்னோட காலத்துல ஒரு ஊசி, மாத்திரை கண்டதில்ல. இப்ப உள்ள குட்டியல்லாம் தடுப்பூசி, அறுப்புன்னு ஆயிரக்கணக்குல செலவ இழுக்குறாளுவ. நானும் ஏழெட்டு பெத்துப்புட்டேன். அல்லாமே பொய்யாழம்மாவுக்கு முன்னாடி உள்ள தீட்டுக்கொல்லையில தான். என்னோட அஞ்சு பொண்ணுவளும் தீட்டுக்கொல்லையில கம்ப ஊனிக்கிட்டுத்தான் 13 புள்ளகளயும் பெத்தாளுவ... அந்தா கண்ணுக்குப் படுது பாரு... கூரைக்கொட்டாயி. அங்கதான் இருக்கா பொய்யாழம்மா... போயிப்பாரு...'' வெற்றிலை எச்சிலை வார்த்தைகளோடு வாரித் தெளிக்கும் கருப்பாயி பாட்டியைக் கடந்து, ராம்ஜி நகருக்குள் நுழைகிறோம்.

''நாங்க டாக்டரு தேடியெல்லாம் அலையுறதில்ல. எங்களுக்கு பொய்யாழம்மாதான் எல்லாம். எங்க ஊருக்காட்டுல எழுஞ்சு திரியுற பயலுகளெல்லாம் இந்த தீட்டுமேட்டுல பொறந்த பயலுவதான். இப்போ உள்ள பயபுள்ளைகளுக்கு தான் ஆஸ்பத்திரி, ஆப்புரேஷன்லாம் தேவைப்படுது..'' நாட்டுக்கோழியைக் கூறு போட்டபடி பகுடியாக பேசும் சின்னப்பிள்ளை சுகமாகவும், சுயமாகவும் மூன்று குழந்தைகளை ஈன்ற தாய்.

ஊரின் தெற்கெல்லையில் ஒரு கூரைக்கொட்டகை. அதற்குள் மிரட்டலான தொனியில், கம்பீரமாக அமர்ந்திருக்கிறாள் பொய் யாழம்மா. அருகில், அம்மன் குடிபுக புதிதாக முளைத்து வருகிறது சற்று பெரிய கட்டிடம். கரையின் கழுத்தளவுக்கு தண்ணீரை உள்வாங்கி மிதக்கிறது அம்மன் குளம். வேம்பும், அரசும் இணைந்து கிளைத்த தல விருட்சத்தில் கொத்து கொத்தாகத் தொங்குகின்றன தொட்டில்கள்.

''இதெல்லாம் புள்ள வரம் கேட்டு வெளியூரு பொண்ணுங்க கொண்டாந்து கட்டுற தொட்டிக...'' என்று நம் பார்வைக்கு பதில் தரும் பாஞ்சாலிக்கு அறுபது வயதிருக்கும்.

''புள்ள கருக்கொண்ட ஒடனேயே வெள்ளைத்துணிய மஞ்சள்ல நனைச்சு காயவச்சு, ஒன்னேகா ரூவா முடிஞ்சு வச்சிருவோம். புள்ள பொறந்ததும் அந்தக் காசை அம்மன் பூஜையில சேத்துருவோம். பதினைந்தாவது நாள்ல கொட்டாரந்தி கொட்டய அரச்சு சாறெடுத்து தருவோம். அஞ்சாம் மாசத்துக்கு பூவரசம்பட்டைய இடிச்சு சாறு கலந்து, நெல்லைக் குத்தி களி கிண்டி குடுப்போம். அம்புட்டுதான் எங்க வைத்தியம்.

ஒம்போதாம் மாசம் வலி வந்த ஒடனே பொண்ணுக்கு வெள்ளைப் பொடவை உடுத்தி, கூட்டிப்போயி ஆத்தா முன்னாடி நிறுத்தி ஒரு கவை கம்பு குடுப்போம். அதோட ஒரு கருக்கருவா, வேப்பங்கொத்து, ஒரு பானை முட்டியில தண்ணி. இதுகதான் பொண்ணுக்குத் துணை. இதுகளோட பொண்ண தீட்டுமேட்டுல விட்டுட்டு, 'இப்பிடி இப்பிடி நடந்துக்கோ'ன்னு புத்திமதி சொல்லிட்டு எல்லாப் பொம்பளைகளும் ஐம்பதடி தள்ளி நின்னுக்குவோம்...''

அது என்ன தீட்டுமேடு?

பொய்யாழம்மன் ஆலயத்துக்கு நேர் எதிரில் உள்ள திறந்த வெளித் திடல். இப்போது புல் மண்டிக் கிடக்கும் இந்தத் திடல்தான் பல நூறு குழந்தைகளை ஈன்றெடுத்த மருத்துவமனை.

''ஆம்பளை ஆளுங்க பெரசவம் வரைக்கும் வெளியில வரமாட்டாக. வலி வந்து ரெண்டு, மூணு மணி நேரத்துல கொழந்த பொறந்துரும். யாரும் கிட்ட போகக்கூடாது. பெரசவம் ரொம்ப சிக்கலானா தூரத்துல இருந்து சில வழிமொறைகள சொல்லுவம். கவைக்கம்பை பலமா ஊண்டிக்கிட்டு வலி தாங்கி, தானா புள்ளய பெத்து எடுத்திருங்க. தாயி, புள்ளயாயிட்டா யாரும் தொட மாட்டம். தொட்டா தீட்டாயிரும். புள்ள பொறக்கும்போது 'அய்யோ'ன்னு கத்தப்புடாது. பொய்ய''ன்னுதான் கத்தணும். புள்ள பெறந்த உடனே பெத்தவளே தொப்புள் கொடிய அறுத்தெடுத்து, பானை முட்டித்தண்ணியில புள்ளய குளுப்பாட்டி பாலு குடுக்கணும்.

இதுக்குப் பெறவு, தாயி புள்ளயத் தொடாம, ஆம்பிளை ஆளுக கிட்ட போயி பூவரசம் கம்பு ஊண்டி, பச்சை பனை ஓலையில சின்னதா குச்சுக் கட்டுவாக. உள்ள கொஞ்சம் மணல் மட்டும் போட்டு, பனை ஓலை பாயி விரிச்சு, தாயி புள்ளய உள்ள அனுப்பிருவம். உள்ளே சின்ன வெளக்குகூட வைக்கப்புடாது.

அல்லாத்தையும் ஆத்தா பாத்துக்குவா. பொயலா, மழையா எதுக்கும் கவலையில்ல. ஒரு பொண்ணா இருந்து அவளே காவந்து பண்ணுவா. புள்ள பெத்தவ, கல்ல அடுக்கி தண்ணிய சுடவச்சு, தானும் ஊத்திக்கிட்டு புள்ளைக்கும் ஊத்திக்கணும். எட்டு நாளைக்கு பூண்டு மௌகு ரசமும், கொளஞ்ச புழுங்கரிசி சோறும் வடிச்சு பக்கத்துல கொண்ட வப்போம்.

எட்டு நாளுக்கு பெறவு வூட்டுக்கு பக்கத்துல அதே மாதிரி இன்னொரு குச்சு கட்டி, அதுக்கு உள்ளாற வச்சிருவோம். முப்பது நாளைக்கு அப்பறம்தான் தாயும், புள்ளயும் வூட்டுக்குள்ளாற பொழங்கலாம். அதுக்கு எடையில பெத்த தகப்பன் கூட புள்ளய தொட்டுப் பாக்கக்கூடாது. தொட்டா பொய்யாழாத்தாவுக்கு தீட்டாயிரும்...'' பாஞ்சாலியின் இயல்பான வார்த்தைகள் உள்ளே ஊடுருவி ஆச்சரியத்தையும், அதிர்ச்சியையும் ஒருசேர நிகழ்த்துகின்றன.

மருத்துவத்துறை உச்சம் பெற்று நிற்கும் இந்த 21ம் நூற்றாண்டில் இது தகுமா?

''அட, நீ வேறப்பா... இதுக்கே இப்படி திகைக்கிற! ஒரு காலத்துல, அம்மனுக்கு குத்தமாயிடும்னு எங்க ஊரு பொண்ணுக மஞ்சள் தேச்சு குளிக்கிறதில்ல. பூ, பொட்டும் வச்சுக்கிறதில்ல. அம்மனுக்கு நடக்கிற எட்டுநா திருநாள்ல தெனமும் மஞ்சள் அபிஷேகம் நடக்கும். அந்த எட்டு நாள் மட்டும்தான் மஞ்சள் தேச்சு குளிப்பாங்க...'' அச்சமூட்டும் மீசையை நீவியபடி சொல்கிறார் பூசாரி சுப்பன்.

''தலித் மக்கள் மட்டுமில்லாம எல்லா ஜாதிக்காரவுகளும் ஆத்தாவ கும்புட வருவாக. ஆதிகாலத்துல ஆத்தாவ ரோட்டுக்கு அந்தால இருக்கிற சிவன் கோயில்ல வச்சு ஒரு பிராமணரு பூஜை செஞ்சிருக்காரு. ஒரு நா கோயிலுக்கு தன்னோட மவனை அழச்சிட்டுப் போன அவரு, மறந்துட்டு கோயிலுக்குள்ளாறவே வச்சி பூட்டிட்டி வீட்டுக்கு வந்துட்டாரு. ஞாபகம் வந்து திரும்பவும் போயி பாத்தப்போ புள்ளய காணலியாம். அழுது பொரண்ட பிராமணரு இனிமே ஆத்தாவ கும்புட மாட்டேன்னு சொல்லிட்டு போயிட்டாராம். வருத்தப்பட்டுப்போன ஆத்தா, அன்னையிலயிருந்து, யாரு புள்ள வரம் கேட்டு வந்தாலும் மடி நிரப்பி அனுப்புவேன்னு சொன்னாளாம்...'' உணர்ச்சி வசப்படும் முத்தையா நாடாருக்கு ஐந்து பையன்கள். எல்லோருக்கும் வீட்டுக்கு அருகில் உள்ள சிறிய குச்சுதான் பிரசவத்தலம்.

ஒரே பிரசவத்தில் இரண்டு, மூன்று பெற்று தைரியமாக எழுந்து குழந்தைகளைக் குளிப்பாட்டி பரிபாலனம் செய்த தாய்மார்களும் உண்டு. ராமன், லட்சுமணண் இருவரும் இரட்டைப் பிள்ளைகள். ராமன் மூன்று வயதில் இறந்துவிட, லட்சுமணனுக்கு கடந்த ஆண்டு திருமணம் நடந்தது.

''எங்க அம்மாவெல்லாம் தீட்டு மேட்டுலதான் எங்களப் பெத்தாங்க. இப்போ எம்பொண்டாட்டி, வாரந்தவறாம ஆஸ்பத்திருக்கு வான்னு அழைக்கிறா...'' சலித்துக்கொள்கிறார் லட்சுமணன்.

நாகமுத்து, நாகம்மாள் கதை இன்னும் விசேஷம். நாகம்மாளுக்கு முதல் பிரசவத்தில் ஒரு குழந்தை. இரண்டாவதில் இரண்டு. மூன்றாவது பிரசவத்தில் ஹாட்ரிக் அடித்தார். 6 குழந்தைகளை சுயமாக ஈன்று, இன்னும் ஆரோக்கியக் குறைவின்றி இருக்கிறார் நாகம்மாள்.

ஊரெல்லையில் இருக்கிற திரௌபதியம்மனை பொய்யாழம் மனின் சகோதரி என்கிறார்கள். இந்தக் கோயிலின் ஒரு கோபுரம், மசூதியைப் போன்றே இருக்கிறது. தெற்கே இரண்டு குதிரைக்கு நடுவில் தர்ஹா (கப்ரு) வடிவில் ஒரு வழிபாட்டுத் தலமும் உண்டு. முஸ்லிம்களுக்கு வழிபாட்டு உரிமை வழங்கி சமத்துவம் காக்கின்றனர் ஒக்கூர் மக்கள். தலித் மக்களும், பிராமணர்களும் இணைந்து நடத்தும் திரௌபதி திருக்கல்யாணத்தன்று, இரு தரப்பினரும் வேறுபாடின்றி பிரசாதம் பரிமாறிக் கொள்வதும், சாப்பிடுவதும் குறிப்பிடத்தகுந்த செய்தி.

பொய்யாவின் அருளால் பிறக்கும் குழந்தைகளுக்கு நன்றி செலுத்தும் விதமாக பொய்யாமொழி, பொய்யநாதன், பொய்யா முத்து, பொய்யாவள்ளி, பொய்யழகு என பெயர் வைப்பது ஒரு மரபாக வளர்ந்துள்ளது.

''இப்போ ரெண்டு வருஷமா அரசாங்கம் இந்த ஊரு மேல கவனம் செலுத்தி கூட்டமெல்லாம் போடுறாங்க. ஆனாலும், மக்கள ஆத்தாகிட்ட இருந்து பிரிக்க முடியல. ஒருத்தரு, ரெண்டு பேரு ஆஸ்பத்திரிக்குப் போறாங்க. ரொம்ப பேரு இன்னமும் ஆத்தாவத்தான் நம்புறாங்க. இப்போ தீட்டுமேட்டுக்கு யாரும் வர்றதில்லை. வீட்டுக்கு பக்கத்துலயே வச்சு குச்சு கட்டுறாங்க.

நானறிஞ்சு எங்க தாத்தா பாட்டி காலத்துல இருந்து இது வரைக்கும் எங்க ஊருல ஒரு பொம்பளயும் பிரசவ நேரத்துல செத்ததில்ல...'' ஊரின் விவரமான மனிதர்களில் ஒருவரான முருகானந்தம் சொல்லி முடித்த வேளை, பொய்யாழம்மனின் ஆலயத்தில் இருந்து மணி ஒலிக்கிறது. ஒலி கேட்ட அத்தனை மனிதர்களும் ''பொய்ய'' என்று ஒருசேர கையெடுக்கிறார்கள்.

௵

தேவாங்கனூர்

மஞ்சளும் நெல்லுமாக எக்காலமும் பச்சை போர்த்திய வயற்காடுகளினூடே, நான்கு புறங்களிலும் வான் தட்டி நிற்கும் ஆலயங்கள்தான் ஒண்ணுபுரத்தின் அடையாளம். ஜவ்வாது மலையின் சுகந்தமான வாசனையில் பிறந்து, சூரியனுக்கே தாகம் தீர்க்கும் கமண்டல நாக நதியால் பொன்னாகவே பூத்து நிற்கிறது ஒண்ணுபுர மண்.

கைத்தறிகளின் ஸ்வரம் மாறா இசை தவிர, எப்போதும் மாறாத அமைதி போர்த்தியுறங்கும் இந்த சின்ன கிராமத்தில், அள்ளக் குறையாத அளவுக்கு ஆச்சரியங்களும் சுவாரசியங்களும் கொட்டிக் கிடக்கின்றன.

இக்கிராமத்தின் பெரும்பான்மை மக்கள் தேவாங்க செட்டி யார்கள். தொன்மப் பழக்கவழக்கங்களைக் கைவிடாமல் உறவுகளின் கரம் கோர்த்து வாழ்பவர்கள் தேவாங்க செட்டியார்கள். கோவை, சேலம், திருவண்ணாமலை வட்டாரங்களில் பெரும்பான்மையாக வாழும் இவர்களின் தாய்மொழி கன்னடமும், தெலுங்கும். சுமார் 1000 குடும்பங்களை உள்ளடக்கிய இக்கிராமத்தையொட்டி தெருக்களாக நீளும் பகுதிகளை துருக்கம், தேவாங்கபுரம் என அடையாளப்படுத்துகின்றனர். இதுதான் தேவாங்க சமூகத்தின் எல்லை.

உறவுகளையும், இன எஜமானர்களையும் எங்கு கண்டாலும் அவர்களுக்குரிய மரியாதை. இங்கு சண்டை, சச்சரவென உறவைச் சிதைக்கும் எதற்கும் இடமில்லை. நூல் பிரித்தல், பசையிடுதல், ராட்டையில் நூற்றல் என வேலைகளை உரிமையோடு பகிர்ந்து கொள்ளும் பக்குவம்.

அன்றாடம் நெறி வழுவா நடைமுறைகளை அலுவலாகவே கைக்கொண்டு வாழும் தேவாங்கர்கள், எக்காரணம் கொண்டும் தங்கள் கிராமப் பெண்களை, எல்லைவிட்டு பிற கிராமங்களுக்கு மணம் முடித்துத் தருவதில்லை என்பதுதான் கவனிக்கத்தக்க சுவாரஸ்யம்.

ஆமாம்... இக்கிராமத்தின் பெண்களுக்குப் பிறந்த வீடு மட்டு மல்ல, புகுந்த வீடும் ஒண்ணுபுரம்தான். உறவுகளுக்குள்ளேயே திருமண பந்தம் அடங்கிப்போவதால் மாமியார் மருமகள் பிணக்கோ, மண முறிவு விவகாரங்களோ இல்லவே இல்லை.

உலகம் ஒரு வலைக்குள் சுருங்கிப்போன இந்தக் காலத்தில், அண்மைக் கிராமங்களுக்குக்கூட பெண் கொடுக்காமல் உள்ளுக் குள்ளேயே அடங்கிப்போவது சரியா? என்னை வரவேற்ற சரஸ்வதியிடம் வியப்புடன் கேட்கிறேன்.

''சரிதான்'' என்கிறார் சரஸ்வதி.

சரஸ்வதி, ஒண்ணுபுரத்தின் மகளும் மருமகளுமானவர்.

''கோயம்புத்தூர், சேலம்னு நெறய ஊர்கள்ல சொந்தக்காரங்க இருந்தாலும் எங்க எல்லை வுட்டு வேற ஊருக்கு பொண்ணு கொடுக்கிறதில்லை. பொண்ணெடுக்க வர்றவங்க என்ன தருவீங் கன்னு கேட்டா, பொண்ணே தரமாட்டோம்னு வெரட்டிருவோம். காசு, பணம்னு பொண்ணையும், மாப்பிள்ளையையும் வெலை பேசுறவங்க ஒறவ எப்படி காப்பாத்துவாங்க? வரதட்சணை இல்லாம பொண்ணெடுக்க சிலபேரு தயாரா இருந்தாலும், பிற்பாடு பொண்ண கொடுமைப்படுத்துனா? அதுனால எங்க ஊர்லயே, சின்ன வயசுலேயே மாப்பிள்ளையை முடிவு பண்ணி வச்சுருவோம்.

மாப்பிள்ளைக்குன்னு எந்த சீரு செனத்தியும் கட்டாயமில்லை. கல்யாண செலவெல்லாம் பையன் வூட்டுக்காரங்களுது. பொண் ணுக்குக் கூட நகை நட்டுன்னு பையன் வீட்டுக்காரங்க செஞ்சிரு வாங்க. பொண்ணு வூட்டுல தொழில் தொறவு இல்லாம கஷ்டப்

பட்டா, அதுக்கும் பையன் வீட்டுல உதவி பண்ணுவாங்க. புள்ளகுட்டி பெக்குறதுக்குக் கூட பெத்தவங்க வூட்டுக்கு அனுப்ப மாட்டாங்க..'' என்கிறார் சரஸ்வதி.

வரதட்சணை என்ற பெயரில் மாமனாரின் கோவணத்தைக்கூட பறிக்கத் தயங்காத மாப்பிள்ளைகள் வாழும் இந்த உலகில் ஒண்ணு புரம் ஒரு உதாரண கிராமம். ஆனால், தலைமுறை தலைமுறையாக ரத்த பந்தத்துக்குள்ளாகவே நிகழும் திருமண உறவால் மருத்துவ ரீதியான சிக்கல்கள் உருவாகுமே?

''இந்தக் கேள்வி இதுவரை எழவில்லை'' என்கிறார் அமிர்தலிங்கம். இவர் தெலுங்கு தேவாங்கர் சமூக நல அமைப்பின் துணைத் தலைவர்.

''எங்களுக்குன்னு தனி பாரம்பரியம் இருக்கு. தேவர்களுக்கு ஆடை நெஞ்சு கொடுக்கிறதுக்காக மனுவால் உயிர்ப்பிக்கப் பட்டவர் தேவல முனிவர். தேவாங்கச் செட்டியார்களின் மூதாதை இவர்தான். திருமாலோட நாபிக்கமல நூலை வாங்கி, ஒரு பூங்காவுல குடில் அமைச்சு, ஆடை நெஞ்சு கொடுத்தார் தேவல முனி. இதைப் பொறுக்காத அசுரர்கள் சண்டன், முண்டன் ரெண்டுபேரும் நூலை அபகரிக்க முயற்சி செஞ்சாங்க. தேவல முனிவர் அம்மனை நினைச்சு துதிக்க, கோடி சூரிய பிரகாச கிரீடத்தோட சிங்க வாகனத்துல வந்த அம்மன் அசுரர்களை கிழிச்சுப்போட்டா. அஞ்சு வண்ணத்துல அசுரர்களோட ரத்தம் கொட்டுச்சு. அதுல நூலை நனைச்சு, வண்ண நூலால துணி நெஞ்சு கொடுத்த தேவல முனி, சண்டனையும் முண்டனையும் வதம் செஞ்சசண்டமுண்டேஸ்வரிய, சாமுண்டேஸ்வரின்னு சொல்லி வணங்கினாரு. அதுல இருந்து எங்களுக்கு சாமுண்டேஸ்வரிதான் குலதெய்வம். சண்டமுண்ட வதம் நடந்தது ஆடி அமாவாசை. அதுனால ஒவ்வொரு அமா வாசைக்கும் எங்க மக்கள் தறி ஓட்டாம நிறுத்தி வச்சு அம்மனுக்கு நன்றி சொல்வாங்க...'' புராணத்தில் தொடங்கி யதார்த்தத்தில் நிறுத்துகிறார் அமிர்தலிங்கம்.

தேவாங்கர் சமூகத்தின் நிர்வாக அடுக்கு வியப்பூட்டும் ஒழுங்கு மிக்கது.

சிம்மாசனம், குருபீடம், மடம், எஜமானர்கள் என்று வரிசைப் படுத்துகிறார்கள் சமூக நிர்வாகத்தை. இந்தியா முழுவதும் ஐந்து சிம்மாசனங்கள் உண்டு. இதில் ஒண்ணுபுரத்துக்கு அருகில் உள்ள

படைவீடு முக்கிய சிம்மாசனம். படைவீட்டில் உள்ள சௌடேஸ்வரி அம்மன் கோயில்தான் ஒண்ணுபுரம் மக்களின் குலக்கடவுள்.

தேவாங்கர்கள் வாழும் எல்லா பகுதிகளிலும் எஜமானர்களின் நிர்வாகம்தான். குழுவுக்கு ஒரு எஜமானர். எஜமானரை செட்டிமை தாரர் என்கிறார்கள். செட்டிமைதாரராக எல்லோருக்கும் தகுதி இல்லை. குலம், கோத்திரப்படி குறிப்பட்ட ஒரு சந்ததியினர்தான் எஜமானராக முடியும். உதாரணமாக கொட்டூவாரூ, முந்திவாரூ, ராயவாரூ மாதிரியான குலத்தினர்தான் பரம்பரை செட்டிமைதாரர். தாத்தா, அப்பா, மகன் என செட்டிமை என்பது குலச்சொத்து. குலம் அன்றி செட்டிமை தன்மையை பொருளாதாரமோ, உறவுப் பின்புலமோ தீர்மானிப்பதில்லை. செட்டிமைதாரருக்குக் கீழே சேர்வை செட்டி. இதையடுத்து ஒன்பது பேர் கொண்ட குழு. அவர்களுக்கு தகுதியின் அடிப்படையில் தனித்தனி வரிசையில் இருக்கை.

தேவாங்கர்களின் இல்லத்தில் நடக்கும் நல்லது கெட்டது எல்லாவற்றுக்கும் செட்டிமைதாரர்களே தலைமை. திருமணம் நடப்பதற்கு முன்பாக, செட்டிமைதாரருக்கு முறைப்படி தாம்பூலம் வைத்து, இன்னாருடைய மகளை என் மகனுக்கு மணம் முடிக்க விரும்புகிறேன் என்று அனுமதி வாங்க வேண்டும். அவரின் தலையசைப்புக்குப் பிறகே, திருமண ஏற்பாடுகள் தொடங்கும். இதற்காக உறவினர்கள் அடங்கிய 'துரைமார் குழு'வை அமைப் பார் செட்டிமைதாரர். தாம்பூலம் வைப்பதிலிந் இருந்து, வாழைமரம் கட்டி, விருந்து உபசரிப்பு வரை எல்லாம் அக்குழுவின் வேலை. திருமணம் முடிந்த பிறகு மணவீட்டார் சார்பில் துரைமார் குழுவுக்கு சிறிய சன்மானம் வழங்கப்படும்.

செட்டிமைதாரருக்கு நிரந்தரமாக சேவகம் செய்வது சிங்கத்தவர்களின் வேலை, இவர்களை ராஜூக்கள் என்கிறார்கள். தேவாங்கர் இனத்தின் கடைச்சமூக மக்கள் இவர்கள்.

ஒண்ணுபுரத்தில் மட்டும் பதினொரு எஜமானர்கள் உண்டு. வயது வித்தியாசமின்றி இங்கு செட்டிமைதாரருக்கு தரப்படும் மரியாதை வியப்பைத் தருகிறது. இவர்களின் பெயரைக்கூட யாரும் உச்சரிப்பதில்லை!

தங்கள் இனக்குழு கட்டுப்பாடுகளை விட்டுத்தராத தேவாங் கர்கள், எக்காரணம் கொண்டும் பிற சமூகத்தாரின் உரிமைகளில், உணர்வுகளில் தலையிடுவதில்லை. ஆனாலும், காதல் திருமணங்கள்

கடும் குற்றமாகக் கருதப்படுகிறது. செட்டிமைதாரர்களின் அனுமதியும், அறிவுரையும் இன்றி நடக்கும் திருமணங்கள் தண்டனைக்குரியவை. ஒண்ணுபுரத்தை மிதிக்கவே காதல் திருமணம் செய்தவர்களுக்கு அனுமதியில்லை.

வார்த்தைகளில் கூட கடுமைகாட்டாத, மென்மையான தேவாங்கர்களின் வழிபாட்டு முறை கொடூரம் கலந்தது. கத்தி போடுதல் என்ற ஒரு சடங்கு ஒண்ணுபுரத்தையே ரத்தபுரமாக்கி விடுகிறது. ஊரின் நடுவில் பிரமாண்டமாக எழும்பி நிற்கும் சௌடேஸ்வரி அம்மன் கோயிலில் தினந்தோறுமே திருவிழாக் கோலம் உண்டு. ஆயினும், விஜயதசமி, ஆவணி அவிட்டம், யுகாதி நாட்களில் ஊரே விழாக்கோலம் பூணும். அம்மன் திருவிழா என்றொரு நிகழ்வும் குறிப்பிடத்தகுந்தது.

பதினொரு செட்டிமைதாரர்களில், வரிசை வாரியாக ஒவ்வொரு செட்டிமைதாரரின் பொறுப்பிலும் இவ்விழா நடைபெறும். குறிப்பிட்ட செட்டிமைதாரர் அக்னிகுண்டம் சுமந்து, விழாவில் முன்னிலை வகிப்பார். ஊரார் பங்கேற்று கமண்டல நாகநதியில் இருந்து நீரள்ளி, அம்மனை அழைத்து வருவர். அப்போது நிகழும் கத்தி போடும் நிகழ்ச்சி உயிரை உறைய வைக்கும். சிறியோர், பெரியோர் வேறுபாடின்றி பங்கேற்கும் ஆண்கள் அனைவரும் பிரமாண்டக் கத்திகளை இரண்டு புறங்களிலும் உடலில் பாய்ச்சி ரத்த சகதியோடு ஊர்வலத்தில் வருவதை பார்க்கும்போது மிரட்சியில் விழிகள் பிதுங்கும். ரத்தம் தெறிக்கும் காயங்களில், அதற்கென நியமிக்கப்பட்ட ஒருவர் மஞ்சள் அள்ளி அப்ப, மறுநாளே காயம் ஆறிப்போகும் என்கிறார்கள்.

வாழ்க்கை, வழிபாடு, இல்லறம் என எல்லாவற்றிலும் தனித் தன்மையோடு ஆதிப்பழக்கம் மாறாமல், சுய கட்டுப்பாடு காக்கும் தேவாங்கர்கள், தங்களை மிகவும் பிற்படுத்தப்பட்ட வகுப்பில் சேர்த்து, வாழ்வாதாரத்தை மேம்படுத்த வேண்டும் என்பதையே முக்கிய கோரிக்கையாகச் சுட்டுகிறார்கள்.

☙❧

குடியூர்

தஞ்சை மாவட்டத்தின் கடைக்கோடியில் சவலைப்பிள்ளையாக சிறுத்துக்கிடக்கிறது பெத்தனாச்சிவயல். பேராவூரணியில் இருந்து கிழக்கே, கலைஞர் நகர் வழியாக நீளும் தார்ச்சாலை ஊமத்த நாட்டை தொட்டு, சம்பைப்பட்டினத்தில் கடலிறங்கும். ஊமத்த நாட்டில் ஒரு வேலியோரம் பிரியும் சிறிய ஒத்தையடிப்பாதைதான் பெத்தனாச்சிவயலுக்கான வாசல். அது வழி நடந்தால், பத்து பதினைந்து கருவேல முட்கள் காலைத் தைத்த பின், பரந்து விரிந்த ஒரு மணற்காட்டை பார்க்கலாம். அந்த மணற்காடுதான் பெத்தனாச்சிவயல்.

ஆலங்குடி அருகே பள்ளத்தி விடுதியில் பிறந்து, அம்மணி சத்திரத்தில் கடலைத்தொடும் அம்புலி ஆறு, கடைசியாக கால் நனைப்பது பெத்தனாச்சிவயலில். இந்த கிராமத்தின் கிழக்கையும், தெற்கையும் அம்புலி ஆறு மறித்து நிற்க, பிரமாண்டமான ஊமத்தகாடு பெரியகுளம் மேற்கே நீர் வேலியாக நிற்கிறது. அந்தக் குளத்தில் தொடங்கி, கடலில் இணையும் பெரும் வாய்க்கால் ஒன்று, இக்கிராமத்தில் மிச்சமிருக்கும் வடக்கையும் சூழ்ந்து கொள்கிறது. நான்கு புறங்களிலும் நீர் குவிந்த இத்தீவில் ஐநூறு குடும்பங்கள் வசிக்கின்றன.

இந்தத் தண்ணீர் காட்டின் தேசியத் தாவரம் தாழைச்செடி. தாழைக்குள் ஜீவிக்கும் பாம்புகள் மனிதர்களுக்கு இணையாக

உலவுகின்றன. நான்கு புறமும் நீர் சூழ்ந்திருந்தாலும், வறட்சியான வாழ்க்கையின் அடையாளமாக நிறைந்து நிற்கின்றன பனை மரங்கள். பனை ஓலைகளை கருக்குத் தெரிய கட்டி, வட்ட வடிவில் கவிழ்த்து வைத்த தலைமுட்டும் கொட்டகைக்குப் பெயர் தான் வீடு. ஒரு கூடை அளவிலான இந்தக் கூட்டுக்குள்ளேதான் சமையல், குழந்தை, குடித்தனம் எல்லாம்.

பரந்து விரிந்த இந்த மணற்காட்டை மின்சாரம் எட்டிப் பார்த்தது சில ஆண்டுகளுக்கு முன்தான். ஆனாலும், எந்த வீட்டிலும் மின்னொளி இல்லை. தெருக்களின் இருள் விரட்ட எப்போதாவது எரியும் மூன்று குண்டு பல்புகள். நீர் சூழ வாழ்ந்தாலும் குடிநீர் என்னவோ கானல் நீர்தான். ஊரைச் சுற்றியுள்ள 6 பைப்புகளில் என்றைக்காவது கால் மணி நேரம் தண்ணீர் வந்தால் அது அதிர்ஷ்ட தினம்.

அம்புலி ஆற்றின் நீர்பிடிப்புப் பகுதியான பெத்தனாச்சி வயலுக்கு மாட்டுமந்தை என்பதுதான் பழைய பெயர். இங்கு மனிதர்களின் தடம்பட்டு 70 ஆண்டுகள் இருக்கலாம் என்கிறார்கள்.

மழைக்காலத்தில் போர்க்கோலம் பூண்டுவிடுகிறது பெத்தனாச்சி வயல். மேகம் மூடினாலே மழைத்துளிகளை எண்ணத்தொடங்கி விடும் மக்கள், தூறல் வலுத்தால் குழந்தை குட்டிகளோடு, உயிரையும் மூட்டையில் கட்டிக்கொண்டு ஆலடிக்காட்டுக்கோ, உடைய நாட்டுக்கோ ஓடத்தொடங்குவார்கள். வாயுள்ள ஜீவன்களே வாழத் தவிக்கும்போது வாயில்லா ஜீவன்கள்..? ஒவ்வொரு மழைக்கும் உடைப்பெடுத்து வரும் அம்புலி ஆறு அள்ளிச்செல்லும் ஆடு மாடுகளின் எண்ணிக்கை அளவில்லாதது.

தங்கள் ஊரை ஒட்டி வாழும் பிற கிராம மக்களோடு எந்த ஒட்டுதலுமற்ற இந்த மனிதர்களுக்கு அடிப்படை சுகாதார விழிப் புணர்வு கூட இல்லை என்பது இந்த நூற்றாண்டின் இன்னொரு சோகம். ஒவ்வொரு குடும்பத்திலும் ஐந்துக்குக் குறையாத குழந்தைகள். ஆண்டுக்காண்டு கோடிக் கணக்கான ரூபாய்களைச் சாப்பிட்டு ஏப்பமிடும் குடும்பக் கட்டுப்பாடு பிரசாரம், காட்டாற்றைக் கடந்து இந்த கிராமத்துக்குள் இதுவரை நுழைந்தபாடில்லை.

ஒவ்வொரு குழந்தைக்கும் ஏதோவொரு பாதிப்பு. காலில் கட்டி, கையில் புண், மூக்கில் காயம்... இன்னும் அதிர வைக்கும் உடலியல் குறைபாடுகள். சராசரி மனிதர்கள் எதிர்கொள்ளவே இயலாத வாழ்க்கைச்சூழல்.

மிகுந்த சிரமத்துக்கு இடையே ஒரு வழியாக ஊருக்குள் நுழைகிறேன்.

கருவைமுள் வெட்டிக் கொண்டிருந்த காளிமுத்து விழிகளாலேயே மிரட்டுகிறார்.

''இப்போ ஊருக்குள்ள யாருகிட்டயும் பேச முடியாது. விடியக்காத்தாலே வா...''

காளிமுத்துவையும், பள்ளம் படுகுழிகளையும் கடந்து கிராமத்துக்குள் நுழைந்தால்...

காளிமுத்துவின் வார்த்தைகளுக்கு அர்த்தம் புரிகிறது. பெரும்பாலான ஆண்களின் வார்த்தைகளில் குடலைப் புரட்டிப் போடும் சாராய நெடி.

''அதையேப்பா கேக்குற... பாவிப்பயமக்க... கெடைக்குற கூலியை அப்பிடியே சாராயக்கடையில குடுத்துட்டு வெறுங்கைய வீசிகிட்டு வந்துருவாங்கே. பசி, பட்டினின்னு புள்ளக்காடல்லாம் தவியா தவிக்குதுக. அதோ பாரு அம்புலி ஆத்து தண்ணி... அது மாதிரி சாராயமும் ஊருக்குள்ள ஆறா ஓடுதுப்பா...''

சிவந்த விழிகளால் மிரட்டும் கணவர் கருப்பையாவை கட்டுப்படுத்தி விட்டு யதார்த்தம் பேசுகிறார் சீரங்கி.

அந்தச் சூழலில் இருந்து வேறுபட்டு, நிதானமாக என்னை அணுகிய ஒரே நபர் மாரியப்பன். ''இந்த ஊரு ஒரு பாவப்பட்ட கிராமம் சார். இதோ பாருங்க தாழை. இதுக்குள்ளாற புள்ளக்காடு மாதுரி இழைஞ்சு திரியுது பாம்புக... இதுக்குப் பக்கத்துலதான் அண்டிக்கெடக்க வேண்டியிருக்கு. இங்க இருக்குற யாருக்கும் சொந்த நெலம் இல்ல. நெறைய பேருக்கு வீட்டு பட்டாவே இல்ல. எல்லாருமே வெவசாயக்கூலிங்கதான். இப்பல்லாம் வெவசாயத்துக்கு மெசின் வந்துட்டதாலே உள்ளூர்ல யாரும் எங்கள சீண்டுறதில்ல... அதனாலே ராமநாதபுரம், தொண்டின்னு கௌம்பிருவாங்க. அந்தப் பகுதியில ஆளுங்க பத்தாக்குற இருக்கறதாலே கங்காணிகள போட்டு எங்க கிராமத்துல ஆளு புடிப்பாங்க. ஆயுதபூஜைக்கு இங்கயிருந்து கௌம்புற மக்க, தீபாவளிக்குத்தான் திரும்புவாங்க...'' என்கிற மாரியப்பன், அந்த கிராமத்தின் முன்னாள் வார்டு உறுப்பினர்.

''உள்ளூர்ல வேலைக்குப் போனா 80 ரூவாய்க்கு மேலே கூலி கெடைக்கும். மேற்கே தொண்டி, மீமிசல்ன்னு போனா 110 ரூவா

வரைக்கும் கெடைக்கும். இந்த பாவிபயமக்கா எவ்ளோ கெடைச்சாலும் எல்லாக் காசையும் சாராயக்கடையில குடுத்துட்டு தள்ளாடிக்கிட்டே வூட்டுக்கு வாராங்கே. இங்க இல்லன்னாக்கூட சோலக்காடு, அம்மணிசத்திரம், மேலக்காடுன்னு பக்கத்து ஊருக்கு போயிடுறாங்கே...'' தள்ளாடும் கணவர் சின்னத்தம்பியை முறைத்தபடி குமுறுகிறார் மாரியம்மா.

''இந்த புள்ளயப்பாரு கண்ணு... முத பெரசவம். திடீர்னு இடுப்பு வலி வந்தா எங்க கொண்டுக்கிட்டு ஓடுவம்? காரு, கண்ணி வர்ற மாதிரியா ரோடு இருக்கு. முன்ன ஒரு தடவை செம்மண்ண கொண்டாந்து கொட்டுனாக. இப்போ அதெல்லாம் எங்கே போச்சுன்னே தெரியல. முன்னெல்லாம் 'பொட்டாக்கெளவி' பெரசவம் பாக்கும். எவ்ளோ கஷ்டமா இருந்தாலும் கைய குடுத்து புள்ளைய இழுத்துப் போட்டுரும். இப்போ அந்த கெழவியும் சாராயக்கடையே கெடைன்னு கடக்கு... வாயால, வவுத்தால போனாக்கூட கட்டில்ல வச்சுத்தான் வெளியூருக்கு தூக்கிட்டுப் போவோம். புள்ளக்காடெல்லாம் பாரு... நல்ல சாப்பாடு இல்லாம மொகம் வெளிறிக் கெடக்கு. பெரசவ வலியவிட கொடுமை, வவுத்துப்புள்ளக்காரிகள கட்டில்ல வச்சு தூக்கிட்டுப் போறது...'' நிறைமாதக் கர்ப்பிணியான பேத்தி கனகாவைப் பார்த்தபடி கண்கலங்குகிறார் பெத்தாயி.

யாரந்த பொட்டாக்கிழவி?

90 வயது பொட்டாக்கிழவியைப் பார்க்க வியப்பாக இருக்கிறது. தன் குடிசையில் வைத்து, இந்த மருத்துவச்சி பார்த்த பிரசவங்கள் ஆயிரத்துக்கும் மேல்!

''இந்த ஆத்தங்கரையில ஆத்துர அவசரத்துக்கு ஆரு வருவா. ஒரு காலத்துல எங்க அம்மா பெரசவம் பாத்தா. அதுக்குப்பெறவு நாந்தான் வயித்தியச்சி. இங்க ஒலாத்துற அத்தனை புள்ளகளும் என் கை பட்டு பொறந்ததுவதான். ஊருக்கெல்லாம் பெரசவம் பாத்த எனக்கு இன்னைக்கு அன்னம் தண்ணி தர ஆளில்ல... இப்படி அனாதயா கெடக்குறேன்...'' பொட்டாக்கிழவியின் புலம்பலோடு தெறிக்கிறது சாராய நெடி.

ஊரின் நடுவில் அனாதையாக நிற்கிறது தொடக்கப் பள்ளி.

புள்ளக எல்லாம் பள்ளிக்கூடம் போவுதுகளா?

''அட ஏஞ்சார்... பள்ளிக்கொடமே இடிஞ்சு வுழுந்துரும் போலருக்கு. வாத்தியாரே சரியா வரதில்லே. புள்ளக்காடெல்லாம்

உக்காந்து இருந்துட்டு எழுந்திருச்சு வந்துருதுக...'' மாரியப்பனிட மிருந்து விரக்தியில் நனைந்த வார்த்தைகள் வந்து விழுகின்றன.

ஆசிரியர்களின் பதிலில் இன்னொரு அதிர்ச்சி.

''இங்க மொத்தம் 58 பேரு படிக்கிறாங்க சார். ஆனா, பள்ளிக் கூடம் வர்றது பத்துக்குள்ளதான். வந்தாலும் குளிக்காம, பல்லு வெளக்காம, வெறும் ஒடம்போடதான் வர்றாங்க. வர்றதுகளும் ஒண்ணுக்கு பெல்லுலேயே ஆடோட்ட போறேன், மாடோட்ட போறேன்னு சொல்லிட்டு கெளம்பிடுதுக. ஒரு நாள் அஞ்சாம் வகுப்பு படிக்கிற ஒரு பையனுக்கு பெத்தவங்க சாராயத்தை ஊத்தி பள்ளிக்கூடம் அனுப்பி இருக்காங்க. சின்னப் பொண்ணுங்கல்லாம் புகையிலை போட்டுக்கிட்டே ஸ்கூலுக்கு வர்றாங்க. இதையெல்லாம் கண்டிச்சா சாராயத்தைக் குடிச்சிட்டு பெத்தவங்க சண்டைக்கு வாராங்க. என்ன சார் பண்ண சொல்றீங்க..?'' பதிலில் இன்னொரு கேள்வியை செருகி நியாயப்படுத்துகிறார்கள் ஆசிரியர் பெருமக்கள்.

இதுபோலவே நீளும் ஏராளமான கேள்விகள் தண்ணீரோடு தண்ணீராக பெத்தனாச்சிவயலைச் சுற்றிச் சூழ்ந்து நிற்கின்றன.

ஊரின் நடுவில் உள்ள சிதைந்த கூரைக் கொட்டகையில், உக்கிரமான விழிகளோடு அமர்ந்திருக்கும் பெத்தனாச்சி அம்மன் தான் இந்தக் கேள்விகளுக்கெல்லாம் பதில் சொல்ல வேண்டும்.

୭୦ଓ

கடல்கொண்ட ஊர்

கடலூர்...!

'உம்'மென்றால் பற்றிக்கொள்ளும் வெப்பக்காடு. ஆழ்ந்து உறங்கும் இந்நகரில், திடீரென விழித்துக் கொள்ளும் வன்முறை ஓரிரண்டு உயிர்களை சுவைத்த பிறகுதான் அடங்கும். புதுச்சேரிக்கு பக்கமிருப்பதால் இங்கு காற்றே கொஞ்சம் தள்ளாடி, தள்ளாடித் தான் வீசும்.

சமணர்களால் கைகால் கட்டி கடலில் வீசப்பட்ட அப்பர் பெருமான், நமச்சிவாயம் துதித்து கரை மீண்ட துறையும், வேதாந்த தேசிகருக்கு ஹயக்ரீவர் நேரடி தரிசனம் தந்த திருவந்திபுரம் பெருமாள் கோயிலும் கடலூரின் கம்பீர அடையாளங்கள். இக்கடல் சூழ் நகரில், நீரரக்கன் ஆடிய ருத்ர தாண்டவம் காலங்களால் அழிக்க முடியாத சரித்திரப் பதிவு.

சுனாமி தாக்குதலில் பேரழிவுக்குள்ளான பகுதிகளில் ஒன்று கடலூரின் தேவனாம்பட்டினம். கடலூர் கலெக்டர் அலுவலகம் வழியாக பயணித்தால் இந்தப் பட்டினத்தை அடையலாம். கடலூர் கடற்கரையின் மிகப்பெரிய மீனவர் பகுதி தேவனாம்பட்டினம். பட்டினவர், பருவதராஜ குலத்தார், வன்னியர், வள்ளுவர் என பல இனங்கள் சங்கமித்து வாழும் சமத்துவ பூமி. ஒரே சமயத்தில் 86

பேரை கடலுக்கு காவு கொடுத்த பரிதாப உவர் மண். கடலூர் நகராட்சிக்குள்ளான இந்த பட்டினத்தில் சிதைந்து நிற்கிற ஓரிரண்டு கட்டிடங்களும், உடைந்து கிடக்கிற படகுத்துகள்களும் சுனாமியின் சுவடுகளாக மிஞ்சியிருக்கின்றன.

காவல் நிலையம் தாண்டி உள்நுழையும் குறுகலான சாலை, சில வளைவுகளைக் கடந்து கடலைத் தொட்டு அலைகளில் நனைகிறது. ஒரு ஓட்டப் பந்தய வீரனைப்போல எம்பி, எழும்பி வீராவேசமாக பாய்ந்து வரும் அலைகளை பயங்கரத்தின் வெளிப் பாடாகவே இன்னும் பார்க்கிறது தேவனாம்பட்டினம்.

ஊரின் நுழைவாயிலில் அதிவேகமாக நடக்கின்றன கட்டிட வேலைகள். புயல் பாதுகாப்பு மையம், கோயில்கள், நிழற்குடைகள், பள்ளிகள் என கலைந்துபோன தேவனாம்பட்டினத்தை மீட்டுரு வாக்கம் செய்யும் பணிகள். அதைக் கடந்து கடற்கரை இறங்கினால், 'விடுவேனா பார்' என்று கடலோடு மல்லுக்கட்டும் மீனவர்களின் போராட்டம்.

கூட்டம் கூட்டமாக வந்து, பிற மாநிலத்தவரெல்லாம் தொழில் செய்த இந்த உறங்கா கடல், இப்போது விழிப்பதே சூரியக் கதிர் சுட்டபின்தான். உயிர் தின்னும் கடலில் தொழில் செய்யப் பிடிக்காமல், பெரு நகரங்களின் திசையில் பலர் நகர்ந்து விட, உறுதிமிக்க சிலர் மட்டுமே கடலோடு போராட வலை சுமக்கின்றனர்.

சுனாமிக்குப் பிறகு, பள்ளங்கள் மேடாகி, மேடுகள் பாதாளமாகி கடல் வேற்றுருவெடுக்க, ஃபைபர் படகுகளை அலை கடந்து ஆழம் செலுத்துவதும், உள்ளிருந்து வெளியே மீட்பதும் முற்றிலும் சவாலாகவே சாத்தியப்படுகிறது.

பகை மறந்து, பத்து பேர் கை கோர்த்து, இருபுறமும் மரக்கட்டை சேர்த்து, படகை தோளில் சுமந்து, அலையைக் கிழித்து நடந்து, ஆழம் தொட்டு படகை இறக்க வேண்டியிருக்கிறது. மீனள்ளி முடிந்து கரைக்கு வரும் நேரத்திலும், படகை மேட்டுக்கு இழுப்பது இயற்கைக்கு முரணான ஒரு உயிரியல் போராட்டமாகவே நிகழ்கிறது.

தேவனாம்பட்டினத்து மீனவர்களின் தொழில்நுட்பம் வித்தி யாசமானது. கெண்டை, கெளுத்தி, தட்டக்காரை போன்ற சிறிய வகை மீன்களை வாங்கி ஒரு டிரம்மில் நிரப்பிக்கொள்ளும் மீனவர்கள், ஓரிழை வலையில் கோர்க்கப்பட்ட நூற்றுக்கும்

மேற்பட்ட தூண்டில்களில் அவைகளை சொருகி கடலில் வீசுகிறார்கள். இரையென நம்பி வரும் பெரும் மீன்கள் தூண்டிலில் சிக்கி இரையாகி விடுகின்றன. இரவுகள் நிச்சயமில்லாததால், காலை 7 மணிக்கு தொடங்கி மதியத்துக்குள்ளாக முடிந்து விடுகிறது கடல் தொடு பிழைப்பு. சுனாமிக்குப் பிறகு, வலைபடும் மீன்கள் குறைந்துவிட, ஏற்றுமதி ஏஜென்டுகள் எல்லாம் மூட்டை முடிச்சுகளோடு பஸ் ஏறி விட்டனர். இதனால் உள்ளூர் சந்தையில் நடக்கும் மந்தமான வியாபாரம்தான் வாழ்க்கைக்கு ஆதாரம்.

மீன்பிடித்தளம் கடந்து மேற்கே நடந்தால் தற்காலிகக் குடில்கள். அதன் கிழக்கே தேவனாம்பட்டினத்தின் காவல் தேவதை திரிபுர சுந்தரியின் அடையாளமாக சூலாயுதம். எதிரே அம்மனின் சகோதரர் களைக் குறிக்கும் ஒரே கல்லிலான ஏழு பேரின் சிலைகள். கடல், எல்லை தாண்டியபோது இந்த காவல் தேவதையும் காணாமல் போனது சோகம். இப்போது புதிய எல்லையில், புதிய தேவதை.

மனிதக் கழிவுகளும், மிருக மிச்சங்களும் இறைந்து கிடக்கும் கடலோரம் நடந்தால், கடலூரின் அடையாளம் சில்வர் பீச். மெரினாவுக்கு அடுத்து, தமிழகத்தின் இரண்டாவது பெரிய பீச். கெட்டி வெண்ணெயை வெட்டிக்கொட்டியது போல வெண்ணிற மணல். கடலின் தொலைவில் நகராட்சி கட்டிய விளையாட்டுத் திடல். எல்லாம் இருந்தும், இயற்கையே இறுமாந்து போகும் இந்த அழகு பூமியை தரிசிப்பார் யாருமில்லை. உயிரச்சம் துருத்தி நிற்கிற மனிதர்கள், தேவனாம்பட்டினம் கடலை இன்னும் கூட 'நரம் தின்னும் உடலாக'த்தான் பார்க்கிறார்கள்.

இந்த பரந்து விரிந்த உப்புக்காட்டில் அங்கொன்றும் இங் கொன்றுமாய் சில காதல்கள் மட்டும் பூத்து நிற்கின்றன. காதல் புகுந்துவிட்டால் சுனாமியைக்கூட சுண்டுவிரலால் சுண்டி துரத்தி விடுமே மனம்.

''சுனாமி வந்தது ஞாயித்துக் கெழமை. வேற நாள்ல வந்திருந் துச்சுன்னு வச்சுக்கோ, இதோ இருக்கு பாரு பெரியார் காலேஜ். அங்க படிக்கிற புள்ளக, ஜோடி ஜோடியா தண்ணிக்குள்ளார போயிருக்கும் நைனா. எந்த சாமி புண்ணியமோ..?''

வருத்தமா.. கிண்டலா.. எனத் தெரியாத தொனியில் பேசும் குமார், மீன்பிடித் தொழிலைக் கைவிட்டவர்.

''கடல் பக்கமே வர பயமாருக்கு நைனா. எப்ப எப்படி அடிச்சிக்கினு போவும்னு தெரியலை. அதோ பாரு கல்லு கொட்டி

கெடக்கு. அதுல இருந்து அரை கிலோ மீட்டரு பக்கம் கெடந்துச்சு கடலு. நாளாக நாளாக உள்ள வந்துக்கினே இருக்கு. புள்ளக எல்லாம் கடலப்பத்தி பேசுனாவே அழுகுதுக. உண்மைய சொல்லணும்னா, சுனாமிய விட இப்போ பரவுது பாரு வதந்தி. அதுதான் கொடுமையா இருக்கு. யாராவது சுனாமின்னு சொல்லிட்டா போதும்... புள்ள குட்டிகள தூக்கிகிட்டு எங்க மக்க படுற பாடு..''

அலையாய் நீள்கிறது குமாரின் ஆதங்கம்.

கடலுக்குப் போய் வந்த களைப்போடு மீன் அள்ளிக் கொண்டிருந்த ராமையன், ''500 ரூவாய்க்கி எரை வாங்கிக்கிட்டு, 700 ரூவாக்கி டீசல் போட்டுட்டுப் போனா தொழிலு நட்டுக்கிச்சு. 300 கூட தேறாது போலருக்கு...'' என்று புலம்ப, அவரை பரிதாபம் சூழ்ந்து கொண்டது.

''அதையேப்பா கேக்குற... வீட்டுக்குள்ளாற புகுந்த அலை புள்ள குட்டிய, தொழில் சாமானத்தையெல்லாம் வாரிக்கினு போயிருச்சு. தற்கொலை பண்ணிக்கலாம்னு நெனச்சோம். ஒரு தொண்டு நிறுவனத்துக்காரங்க படகு வாங்கித் தந்தாங்க. இதோ பாரு அது லட்சணத்த. ரெக்சின் பிஞ்சு தண்ணி உள்ளாற வருது. ஒருமுறை நடுக்கடல்ல படகுக்குள்ள தண்ணி ஏறி, எல்லாரும் உள்ளாறயே சமாதியாகப் பாத்தோம். டுபாக்கூர் படகுப்பா. ஐந்தாயிரம் ரூவா கூட போவாது. 75 ஆயிரம் ரூவா கணக்கு காமிச்சிருக்காங்க...''

ராமையன் வயிற்றுக்குள் இருந்து வெப்பம் வார்த்தையாக வந்து விழுகிறது.

கடல் ஏறி மேற்கே தார்ச்சாலை தொட்டு நடந்தால், பள்ளிக் கூடத்துக்கு அருகாமையில் ஒரு கிளைப்பாதை முளைக்கிறது. அதற்குள் நுழைந்து சிறிது நடந்தால், சுனாமி குடியிருப்பு பிரமாண்டமாக விரிந்து கிடக்கிறது. மொத்தம் 648 வீடுகள். தமிழகத்திலேயே மிகப்பெரிய சுனாமி குடியிருப்பு. கணவனை, மனைவியை, சந்ததிகளை இழந்தவர்கள் தங்கள் மறுவாழ்வை தொடங்கியிருக்கும் புனிதத் தலம்.

''பொண்டாட்டியையும், மகளையும் பறிகொடுத்த பரங்கிப் பேட்டையாரு, பொண்டாட்டியை எழந்து ரெண்டு புள்ளகளோட தவிக்கிற பாபு, பரமானந்தன், மாதிரி சில பேரு இன்னமும் அதே நெனப்போட இருக்காங்க. மத்தபடி ஓரளவுக்கு எல்லாரும் அந்த

ஞாபகத்துல இருந்து மீண்டுட்டாங்க. ஆனா அப்பா, அம்மாவ பறிகுடுத்து அனாதியா நிக்கற புள்ளகதான் அங்க இங்க கடந்து சீரழியுதுக. என்னதான் செல்வம் கொழிச்சாலும், பொணக்காடா மாறுன இந்த மண்ணுல சந்தோஷம் வராதுப்பா…''

முகம் கோண பேசுகிறார் ஏழுமலை.

'தேவனாம்பட்டினத்தை மாற்றப்போவதாக வந்த பாலிவுட் ஹீரோ விவேக் ஒபராய் என்னதான் செய்தார்..?'

அவர் பேச்செடுத்தாலே வெடிக்கிறார்கள் தேவனாம்பட்டினம் மக்கள்.

''அந்த சினிமாக்காரனை பத்தி மட்டும் பேசாதப்பா. உங்கள மாதிரி ஆளுங்கதான் பெருசா எழுதினீங்க… வா, அந்த ஆளு எங்க ஊருக்கு பண்ணுன உதவியைக் காட்டுறேன்…'' நம் கைபிடித்து அழைத்த ரங்கநாதன் பின்னால் நடந்தோம். அவர் சுட்டிக்காட்டிய இடத்தில் இடிந்து விழுந்த 3 குடிசைகள்.

''இதான்யா அந்தாளு கட்டிக்குடுத்தது… 86 குடிசைய கட்டிக் குடுத்துட்டு 200னு கதை விட்டாங்க. படகு வாங்கிக் கொடுக்கப் போறேன்னு நெறைய எடத்துல பணம் வசூலிச்சிருக்காங்க. எங்க ஜனங்க எல்லாரும் கூடி ஒரு நாள், 'ஊருக்குள்ள வராதே'ன்னு சொல்லி தொரத்திட்டோம்…''

அதிர்ச்சி தடவிய அம்பாக பாய்கிறது ரங்கநாதனின் வார்த்தைகள்.

சுனாமிக்குப் பிறகான மறுவாழ்வு உதவிகள் மீனவர்களை சோம்பேறிகளாக்கி விட்டதாக ஒரு குற்றச்சாட்டு உண்டு. அது சரியா.. தவறா.. தெரியவில்லை. ஆனால் மறுவாழ்வுப் பணிகளில் ஈடுபட்டதாகச்சொல்லிக் கொண்ட பலரின் வாழ்க்கையை சுனாமி வளமாக்கி விட்டுச் சென்றிருக்கிறது. இந்த மறுவாழ்வுப் பணிகள் பற்றி அரசு, மனசாட்சியின் அடிப்படையில் தூய ஆய்வொன்றை நடத்தினால் வருங்காலங்களில் இதுபோன்ற அவலங்களைத் தடுக்கலாம்.

৪৫৫

மொய்யூர்

தஞ்சைக்கும் புதுகைக்குமான எல்லைக்கோட்டில் பச்சைக்குடை விரித்துப் படர்ந்திருக்கிறது பேராவூரணி. இதற்கு ஆயிரம் அடையாளங்கள் இருந்தாலும், நீலகண்ட வினாயகர் ஆலயத்தை முதன்மைப்படுத்துவதிலே தனி கம்பீரம் இருக்கிறது. ஜாதி கடந்து, மதம் கடந்து மனிதம் ததும்பும் அந்த ஆலயம் வினாய கருக்கான தனித்தலங்களில் முதன்மையானது.

பேராவூரணியில், அறந்தாங்கி ரோட்டோரம் பிரியும், கற்கள் பெயர்ந்த சாலை நீலகண்டபுரத்துக்கு அழைத்துச் செல்லும். 50க்கும் மேற்பட்ட வேளார் இனக்குடும்பங்களை உள்ளடக்கிய இந்த குட்டி கிராமத்தில் இருந்துதான் பிற கிராமங்களின் காவல் தேவதைகள் உயிர் பெற்றுச் செல்லும். இன்னும் மிஞ்சியிருக்கிற சிறுதெய்வ வழிபாட்டுக்கு, பரிவாரத் தெய்வங்களின் உருவங்கள் இந்த வேளார்களின் கரம் பட்டுத்தான் கண் திறக்கின்றன. அருகிலுள்ள ஆதனூரில் கொசக்குளி குளத்தின் பொலிவான களி மண்ணும், கல்லணை வாய்க்காலில் தண்ணீர் உமிழ்ந்து தள்ளும் மெலிதான வண்டலுமே இம்மக்களின் தொழில் முதலீடு. கலையும் தொழில்நுட்பமும் கலந்துறவாடும் இப்பகுதி வேளார்களில் சங்கரன் வகையறாவுக்கு தனி பாரம்பரியம் உண்டு.

"தஞ்சாவூரை ஆட்சி செஞ்ச துளசாஜி ராஜாவுக்கு நீரிழிவு. ஆவுடையார் கோவிலுக்கு போயி மருந்து வாங்கி சாப்பிட இந்த

ஊரு வழியா வந்தாரு. அப்ப எங்க முப்பாட்டான் வகையறாவ சேந்த ரெண்டு பேரு நீலகண்ட புள்ளையார வச்சு பூஜை செஞ் சுட்டிருந்தாங்க. மணியோச கேட்டு ராஜா பல்லக்கை விட்டு எறங்கி வந்து திருநூரு கேட்டாரு. எங்க மக்களும் கொடுத்தாக. அதை பூசுன கொஞ்ச நேரத்துலேயே நோவு தீந்து குணமாயிட்டாரு ராஜா. ஆச்சரியப்பட்ட ராஜா நெறைய நெலத்தை எழுதிக் கொடுத்து கோவில கட்டச்சொல்லி, அந்த ரெண்டு பேருக்கும் சங்கரன்னு பட்டம் கொடுத்துட்டுப் போனாரு. அப்போ கட்டுனது தான் இந்தக் கோவிலு. அன்னையிலயிருந்து இன்னைவரைக்கும் சங்கரன் வகையறாவ சேந்தவங்கதான் வினாயகருக்கு பூஜை செய்யுறோம்...'' சுருக்கமாக தல வரலாற்றை சொல்லும் பழனி வேல், சங்கரன் வகையறாவைச் சேர்ந்தவர். வேளார்களே பூஜை செய்யும் நீலகண்ட வினாயகர் கோவில் கருவறைக்குள் பிராமணர் களை அனுமதிப்பதில்லை.

இயற்கை வேளாண்மை தழைத்து முப்போகம் கண்ட பூமிகளில் பேராவூரணியும் ஒன்று. இடைக்காலத்தில் புகுந்த ரசாயன உரங்கள் நிலங்களைக் கொலை செய்ய, முப்போக பூமி மலடாகி முடங்கியது. குடும்பமே குருதி கொட்டி உழைத்தாலும், நெல்லுக்கு விலை நீரை விட மலிவாகி விட்டதால் வயல்கள் எல்லாம் தென்னையை போர்த்திக்கொண்டன.

இந்திய எண்ணெய்த் தேவைக்கும் அதிகமாக தமிழகத்தில் தென்னை மரங்கள் இருந்தாலும், பிலிப்பைன்சிலும், இந்தோ னேஷியாவிலும் இருந்து கழிவெண்ணெய்களை கப்பல் கப்பல் களாக இறக்கி, எரியும் வயிற்றில் எண்ணெய் வார்க்கும் அரசியல் சித்து விளையாட்டுகளால் தென்னை விவசாயிகளும் சிதைந்து போனார்கள். இப்போது அங்கும் இங்குமாக வாழை சாகுபடி. சென்னையின் கோயம்பேடு வரை பேராவூரணி வாழைக்குப் பெயர் உண்டு.

விவசாயம் குலைந்து வரும் சூழலில், இப்போது இளம் தலைமுறை கையில் எடுத்திருப்பது கூல்டிரிங்ஸ் தொழிலை. எட்டுக்கு மூன்று அளவிலான சிறிய பெட்டி, உள்ளே தெர்மா கோல், காப்பர் கம்பிகள், சில இயந்திரங்கள். மிகச் சிறிய மூலதனம். 'வராதா மழை' என தவித்த விவசாயிகள், 'மழையே வராதே' என பிரார்த்திக்கும் மாற்றம்.

தண்ணீர் விலையில் பழரசங்கள், குளிர்பானங்கள் வழங்கும் இத்தொழிலின் தந்தை சுப்பிரமணியன். பேராவூரணியின் முன்னாள் பேரூராட்சித் தலைவரான இவர், 15 ஆண்டுகளுக்கு முன் மிகச் சிறிய அளவில் தொடங்கி வைத்த இத்தொழில், ஆழ வேரூன்றி பல்லாயிரம் பேருக்கு ஜீவாதாரமாக எழும்பி நிற்கிறது.

இவை எல்லாவற்றையும் தாண்டி பேராவூரணிக்கு இன்னொரு முகம் தந்தது மொய் விருந்து. நீரும் நிலமும் சார்ந்த இந்த மருத மண்ணின் வரமும் சாபமும் இதுதான். ஆதியில் உறவுகளின் வாழ்வாதார மேம்பாட்டுக்காக உயிர்ப்பிக்கப்பட்ட மொய் பழக்கம், இன்று பேராவூரணி நகரின் பண்பாட்டுக் கூறாக தலையெடுத்து நிற்கிறது.

பொருளாதாரச் சிக்கலில் தவித்த அடித்தட்டு சொந்தங்களை மீட்க, முத்தரையர் சமூகத்திலும், முக்குலத்தோர் சமூகத்திலும் ஒரே நேரத்தில் உருக்கொண்டது மொய். மங்கள காரியங்களில் அச்சமூக உறவுகள் செய்த சிறிய சிறிய நிதியுதவிகளை காலம் கணக்கு பார்க்கத் தொடங்கிய போதுதான், ஜாதி, மதம் கடந்து எல்லை விரித்தது மொய். இன்று எல்லா மனிதர்களையும் ஒரு பந்தத்தில் இணைத்து ஜாதிய வன்மங்களில் இருந்தும் பேரா ஊரணியை காத்து நிற்கிறது.

தொடக்கத்தில் சுப அசுப நிகழ்ச்சிகளில் தங்கள் வருகையைப் பதிவு செய்வதும், செலவுகளை ஈடு செய்வதும் மட்டுமே மொய் செய்ததன் நோக்கம். கடந்த 20 ஆண்டுகளில் தனி விழாவாகவே விசுவரூபம் எடுத்து கட்டுப்பாடுகளை கடந்து நிற்கின்றன மொய் விருந்துகள்.

ஆடி மாதங்களில் மட்டுமே நடந்த மொய் விருந்துகளுக்கு இப்போது கால வரையறை இல்லை. நம்பகத்தன்மை உள்ள யாரும் மொய் விருந்துகள் நடத்தலாம். தகுதிக்கு தகுந்த வரவு. யார் யார் எப்போது விழாக்கள் நடத்துவது என்பதை உறவின் முறை சங்கங்கள் தீர்மானிக்கின்றன. அந்த தீர்மானம் புத்தகமாக்கி வினியோகிக்கப்படுகிறது. ஒருவர் மட்டுமே தனி மொய் விருந்துகள் நடத்திய காலம் போய் இப்போது 5 பேர், 10 பேர் ஒன்றிணைந்து நடத்தி, செலவைக் குறைத்துக்கொள்கின்றனர். மொய் விருந்துக் கென்று பேராவூரணி மற்றும் சுற்று வட்டாரங்களில் 25க்கும் அதிகமான கூரையால் வேயப்பட்ட விழா அரங்கங்கள்.

விருந்துக்கு பத்து தினங்களுக்கு முன்பே அழைப்பிதழ் அடிக்கப்படுகிறது. 'விருந்துண்டு, மொய்பெய்து...' என அழகு தமிழில் அழைப்பிதழ். ஆனால், அழைப்பதில்தான் பண்பாட்டுக் கொலை. திறந்திருக்கும் வீடுகளுக்குள் வீசி எறியப்படும் அழைப்பிதழ்கள்.

விழாவன்று காலையில் பெரிய சட்டிகள், நோட்டுகளோடு எழுத்தர்கள் அமர்ந்திருக்க, களை கட்டும் கறி விருந்து. தள்ளு முள்ளு, தகராறு இல்லாத விருந்துகள் வெகு குறைவு. விருந்துக்குச் செல்லும் ஒருவர், விருந்து நடத்துபவர் தனக்கு செய்திருக்கும் மொய்யோடு கூடுதலாக ஒரு தொகையை எழுத வேண்டும். இல்லாத பட்சத்தில் அவருடனான நட்பே கூட நலிவடையலாம். வாங்கிய மொய்யை திரும்பச் செய்யாமல் ஜகா வாங்குபவர்கள் கடைவீதிகளில் அசிங்கப்படக்கூடும். அடிபடவும் வாய்ப்புண்டு. விடுபட்ட மொய்ப்பணத்தை வீடுவீடாகப்போய் வசூலிப்பது விவகாரமான சிக்கல். கறி விருந்தில் பரிமாறல் குறைபாடு ஏற்பட்டு அரிவாள் வெட்டில் உடல்கறி இழந்த ஏனையோரும் இந்நகரில் உண்டு.

மொய் விருந்துக்காலங்கள் பலருக்கு பொற்காலம். நிராதரவான பிச்சைக்காரர்கள், தெருவாசிகளுக்கு மொய்க்காலம் முழுவதும் மதிய உணவு நிரந்தரம். சமையலர்கள், பரிமாறுவோர் என ஆயிரக் கணக்கான பெண்களுக்கு பணி வாய்ப்பு. அழைப்பிதழ் அடிக்கும் அச்சகங்களுக்கும் கொண்டாட்டம். படித்து பணியில்லாத நூற்றுக் கணக்கான இளைஞர்களுக்கு ஒரு நாளைக்கு 150 ரூபாய் கூலி தரும் தற்காலிக கணக்கர் வேலை. இன்னும் இன்னும் ஏராள நல்லவை.

ஆனால், உறவுகளைத் தக்க வைக்கும் அதன் புனிதமான நோக்கம்தான் போன இடம் தெரியவில்லை. இனப்பாகுபாடு இல்லாமல், எல்லோரும் இணைந்து இழுக்கும் இந்த பொருளா தாரத் தேர், அண்மைக்காலமாக குடைசாயும் நிலைக்கு வந்து விட்டது. மங்கள வரவாக கருதப்பட்ட மொய், இப்போது கறுப்பு வெள்ளை விளையாட்டாக கலர் மாறிப்போனதால் நடுத்தர ஏழைகள் அந்த முடிச்சில் இருந்து தங்களை விடுவித்துக்கொள்ள தொடங்கியாயிற்று.

"ஒரு நேரத்துல உறவுகளை கைதூக்கி விட்ட மொய், இன்னைக்கு நெறைய குடும்பத்தை அழியிற நெலைக்கு கொண்டு வந்துருக்கு. வசதியுள்ளவங்க வருமான வரி கட்டாம ஏய்க்கிறதுக்கான வழியா

மொய்ய பயன்படுத்துறாங்க. பாரம்பரிய விழாவா இருந்த மொய் விருந்துகள்ல இப்போ கள்ள நோட்டு, கறுப்பு பணமெல்லாம் சரமாரியா பொழங்குது'' என்கிறார் இப்பகுதியின் பிரமுகர் எம்.ஆர்.ஜி. வள்ளுவர்.

10 ரூபாயில் தொடங்கிய மொய்யின் இன்றைய குறைந்தபட்ச கொள்ளளவு 100 ரூபாய். இதற்கு குறைந்தால் மொய் எழுதுபவரே முகம் கோணக்கூடும். ஒரே நாளில் 5 பேர், 10 பேர் விருந்து நடத்தும்போது பெரும் தனக்காரர்களே விழிபிதுங்கும் நிலை. மொய் கௌரவத்தின் வெளிப்பாடாகக் கருதப்படுவதால் ஏற்படும் சிக்கல்கள் சாதாரணமானதல்ல.

மொய் செய்ய முடியாத விரக்தியில் தற்கொலைகளுக்கும், அடிதடிகளுக்கும் குறைவில்லை. அவமானம் கருதி ஊரை விட்டே ஓடுவோரும் உண்டு.

பின்புலமின்றி தவிக்கும் உறவுகளை விட்டுக்கொடுக்காமல், கைதூக்கிவிட நினைக்கும் தமிழ் இனத்தின் மிஞ்சிய அடையாளமே மொய். மனிதர்கள் மத்தியில் வேர்விட்டு கிளைத்துவிட்ட சுய நலமும், அகம்பாவமும் மொய் விருந்து என்ற பெயரில் இந்த நோக்கத்தை சிதைத்து விட்டதாக குமுறுகிறார்கள் ஆய்வாளர்கள். ஜாதி, மத வேறுபாடின்றி, ஒரு நகரின் பண்பாட்டு அடையாள மாகவே வேர் விட்டு வளர்ந்து நிற்கும் மொய் விருந்துகளை ஒரு கட்டுக்குள் கொண்டு வந்து காக்க வேண்டிய கடமை அரசுக்கு இருக்கிறது.

৪০৫৪

இருளரூர்

கொத்து கொத்தாக முளைத்து நிற்கும் மலைகள், முள்ளும் இலையுமாக குடைபோல குவிந்திருக்கும் மரங்கள். தவிர, கோவண மனிதர்களும், கொச்சையாகக் குளறுதமிழ் பேசும் பெண்களும்தான் கோமாளூருக்கு அடையாளம். திருக்கோவிலூரில் இருந்து கிழக்கே லாலாப்பேட்டை சாலையில் ஒரு மணி நேரப் பயணம். நான்கு தெருக்கள் சூழ்ந்த இந்த கிராமத்தில், சிறிதும் பெரிதுமாக ஏராளமான சிறுதெய்வக் கோயில்கள். குன்றுகளுக்கு மத்தியில் கம்பீரமாக உயர்ந்து நிற்கும் மச்சுவீடுகளுக்குக் கீழே ஏழ்மை கொண்டு வேயப்பட்ட இருளர் வீடுகள். நடுத்தெரு, பெருமாள் கோயில் தெரு, கிழக்குத்தெரு, கங்கையம்மன்கோயில் தெருக்களில் பிரத்யேகமாக உருவாக்கப்பட்ட இருளர் சந்துகள்.

இருளர்கள் கடைநிலை மனிதர்கள். நாகரிகம் அண்டாத ஆதி பழக்கங்களோடு ஜீவிக்கும் இந்த நாடோடி சமூகம், காலத்துரத்தலில் மலையடிவாரங்களில் நிலைகொள்ளத் தொடங்கியது. விழுப்புரம் மாவட்டத்தில் திருக்கோவிலூரைச் சுற்றிய மலைக் கிராமங்கள் பெரும்பாலான இருளர் குடும்பங்களுக்கு ஏந்தலாக உள்ளன. அதில் ஒன்று கோமாளூர்.

பழைய கசங்கலான பழக்க வழக்கங்களில் இருந்து விடுபட்டு பிற தொழில் நாடிய சிலர் மட்டும் கொஞ்சம் பலமான இருப்

பிடங்களை அமைத்துக் கொண்டுள்ளனர். பிறர் நிழலொதுங்க, ஏரியில் முளைக்கும் விழல் என்னும் நாணல் கொண்டு வேயப் பட்ட குடிசைகளே! கோமாளூர் ஏரி, புகைப்பட்டி ஏரிகளில் வெள்ளம் வடிந்த தருணத்தில் விழல் வெட்டி, மலைமுகடுகளில் உலர வைக்கின்றனர். மூன்று நாள் பதம் பழுத்த காய்ச்சலில், ரெப்பூர் தைலக்காட்டில் கசங்குக்கொடி வெட்டி, நார் உரித்து, நாணலை அடுக்காக வைத்து அழுத்தி முடிகின்றனர். இதற்கு 'செத்தை வைப்பது' என்று பெயர். விழல் இல்லாத தருணங்களில் கரும்புத்தோகை. சுற்றிலும் உள்ள கரும்புத் தோப்புகளில் 'வெட்டுக்கு செல்வது' பெண்களின் தலையாய வேலைகளில் ஒன்று. வெட்டு முடிந்ததும் தோகைகளை வாரிச் சுருட்டி வந்து, காய வைத்து அள்ளிச் செருகினால் செலவில்லா குடிசை தயார்.

பல ஆண்கள் வேட்டையாடுதலையே முதன்மையாகக் கொண்டலைய, சிலர் கட்டிடத் தொழிலாளிகளாக அரிதாரம் பூசிக்கொண்டுள்ளனர். பெண்கள் பெரும்பாலும் விவசாயக்கூலிகள். வெகு சிலர் இங்குள்ள பிள்ளைமார் வீடுகளில் வேலை செய்து மாதம் நூறோ, இருநூறோ சம்பாதிக்கிறார்கள். விவரமான சிலர் ஊராரிடமிருந்து வயலையோ, கால்நடைகளையோ 'வாரத்துக்கு வாங்கி' பிழைக்கிறார்கள்.

'வாரத்துக்கு வாங்குதல்' குத்தகைக்கு ஒப்பானது. வயற்காட்டை வாரத்துக்கு வாங்குபவர்கள் முப்போகம் சாகுபடி செய்யலாம். இடுபொருள், உழைப்பு எல்லாம் வாங்கியவரின் பொறுப்பு. விளைச்சலில் சரிபாதி நிலம் தந்தவருக்கு. ஆடு, மாடுகளாயின் போடும் குட்டிகளில் சரிபாதி.

காடு கடந்து, சமவெளி தொட்டாலும் உணவு உள்ளிட்ட ஆதிவாழ்க்கையில் ஏற்றமோ, மாற்றமோ இல்லை. எலி, உடும்பு, கீரி, ஆமை, நத்தை, மரநாய்... இவை அகப்படாத நாட்களில் நண்டு, மீன். ரத்தம் படாத நாட்களே இல்லை.

இவர்களின் எலி பிடிக்கும் தொழில்நுட்பம் அலாதியானது. அகண்ட வாய் கொண்ட பானையின் கீழே, மையத்தில் சிறிய ஓட்டை. இதை ''ஊத்தாம்பள்ள'' என்கிறார்கள். நெல் அறுப்பு முடிந்த காலங்களில், எலிப்பொந்துகளை மையமிட்டு அமரும் இருளர்கள், பானைக்குள் வைக்கோல் கொடிகளை அமுக்கிப் பொந்துகளில் கவிழ்க்கிறார்கள். அருகில் நெருப்பு மூட்டி, தீ கங்குகளை பின்புறமுள்ள ஓட்டை வழியே பானைக்குள் போட்டு,

அதே ஓட்டையில் பலமாக ஊத, பானையில் இருந்து கிளம்பும் புகை நேரடியாக எலிப் பொந்துக்குள் புகும். உள்ளே குடியிருக்கும் எலிகள் தப்பினால் போதுமென்று ஏதேனும் ஒரு திசையில் பூமியைப் பொத்துக்கொண்டு வெளியோடும். சுற்றிலும் தடி சுமந்து நிற்கும் சிலர் ஒரே போடாகப் போட்டு பையில் அள்ளிக் கொள்வார்கள். வெள்ளெலி, வரப்பெலி, சுண்டெலி, கல்லெலி ஆகியவை இருளர்களின் விருப்பத்துக்குரியவை.

கீரி, முயலுக்கென்று பிரத்யேக வலைகள் உண்டு. கீரியைப் பார்த்து விட்டால் இருக்கும் வழிகளிலெல்லாம் வலைகளால் சூழ்ந்து நின்று வளைத்துப் பிடிப்பர். சமைத்தது போக மிஞ்சும் கீரி முடிக்கு பாத்திரக் கடைகளில் வெகு கிராக்கி. பளபளப்புப் பணிக்காக 100 கிராம் 10 ரூபாய்க்கு வாங்கிக் கொள்கின்றனர். முயலுக்குக் கம்பிகளால் உருண்டை உருண்டையாகச் சுருக்கிட்டு ஒரு வலை. வழக்கமாக ஒரே பாதையைப் பயன்படுத்தும் பழக்கம் கொண்டவை முயல்கள். அதன் தடம் கண்டு வலையைக் கட்டி விட்டு அருகிலேயே படுத்துக் கொள்வர். வலையில் சிக்கிய முயல், கத்தி உறக்கம் கலைக்கும். உயிரோடு கிடைக்கும் முயலுக்கு விலை அதிகம்.

பலரது வீடுகளில் வேட்டை பழகிய நாய்களும் உண்டு. வேட்டைக்கு மட்டுமின்றி வீட்டை விட்டு வெளிச்சென்றாலே பெரும்பாலும் ஜோடியாகத்தான் செல்வர்.

அடுப்பு, ஆட்டுக்கல், உரல், அம்மி என புழங்குப் பொருட்கள் மட்டுமின்றி, அமர, படுக்க, இருக்க, சமைக்க எல்லாமும் குன்றுகளின்மேல்தான். இருளரின்பாரம்பரிய உணவில் வடவமும், மலைவள்ளிக் கிழங்கும் முக்கியமானவை.

''வெங்காயத்தை உரல்ல இடிச்சு, வெளக்கெண்ணைய ஊத்தி, சோம்பு, சீரகம், வெந்தயம்னு 21 சரக்க சேத்து பெணஞ்சு கொஞ்சம் உணத்துவோம். உணந்ததும் உருண்டைப்புடியா புடிச்சு காய வச்சு வருஷத்துக்கு வச்சுக்குவம்'' என்று வடவத்தின் பக்குவம் சொல்கிறார் அலமேலு.

இருளர் சமூகத்தில் ஏற்பாட்டுத் திருமணங்கள் வெகு குறைவு. காதல்... காதல்... காதல். கோமாளூரின் எல்லாத் திசைகளிலும் காதல். உறவுமுறை மீறல் இல்லாத காதல்கள். ஆனாலும், இருளர் களின் பெரும் பொழுதுகளை சாராயமே ஆக்கிரமித்திருப்பதால்

ரகளைகள் இல்லாத கூடல்கள் இல்லை. காதல் எங்கு தோன்றி, எங்கு முடிந்தாலும், திருமணங்கள் மட்டும் சப்தகன்னிகள் ஆலயத்தில்தான். ஏற்பாட்டுத் திருமணங்களிலும் சாராயத்துக்கு முக்கியப் பங்குண்டு. முன்பெல்லாம் மாப்பிள்ளை வீட்டில், நாவல் மரக்கிளையை பந்தலாக நட்டு, மணமக்களை அடுப்பில் அமர வைத்து திருமணம் நடக்கும். இப்போது பெரும்பாலும் சப்தகன்னிகள் ஆலயத்தில். முன்பு ஊத்தாம்பள்ளாவும், வயலெலிகளும்தான் மாப்பிள்ளை சீர். இப்போது அதுவும் இல்லை.

சப்தகன்னிகளே இருளர் தெய்வம். நாகக்கன்னி, மாங்கன்னி, தேகக்கன்னி, இளையகன்னி, எலுமிச்சங்கன்னி, நார்த்தங்கன்னி, கடல்கன்னி. மூத்தவளான இளையகன்னியை மையமாக வைத்து, ஊரோரம் உள்ள பொதுவான அய்யனார் கோயிலில் சப்தமின்றி அமர்ந்திருக்கிறார்கள் சப்தகன்னிகள். ஆடி மாதம் ஆடு, கோழி, பன்றி வெட்டி முப்பூஜையிடுவர். தலைச்சன் பிள்ளை பிறந்ததும் கருமணி, கருவளை, கறுப்புக்கயிரிட்டு முதல் முடி இறக்கும்போது, அவற்றைக் கன்னிகளுக்குப் படையலிட்டு வணங்குவது தொடர் மரபு.

குற்றப்பரம்பரைச் சட்டத்தின் கொடுமைக்குள்ளான பல்வேறு இனக்குழுக்கள் அடுத்த தளத்தை எட்டிவிட, இருளர்கள் மட்டுமே இன்னும் வன்கொடுமைக்குள்ளாகி வருகிறார்கள். பெரும்பாலான கிராமங்களில், ஆதிக்க சமூகத்தால் இருளர் பெண்கள் பாலியல் துன்புறுத்தல்களுக்கு உள்ளாக்கப்படுவதும் நடக்கிறது. ஆனால் கோமாளூர், இருளர்களை சகஜீவிகளாக அங்கீகரித்துள்ளது. பேராசிரியர் ப.கல்யாணியை ஒருங்கிணைப்பாளராகக் கொண்ட பழங்குடி இருளர் பாதுகாப்பு சங்கம், இருளர் பாதுகாப்பு அறக்கட்டளை மற்றும் சில கிறிஸ்தவ நிறுவனங்கள் ஏற்படுத்திய விழிப்புணர்வால் பெரும்பாலான குழந்தைகள் கல்விக்கூடங்களைத் தொட்டு இன்னொரு படிக்கட்டை எட்டியாயிற்று. ஆனாலும்...

சாதிச் சான்றிதழ் வழங்குவதில் சில அதிகாரிகளின் கோணல் பார்வைகள் அடுத்த தலைமுறையின் நாட்களை இருட்டாக்கியுள்ளன. கோமாளூரில் மலைவாழ் மக்கள் என சாதிச்சான்றிதழ் இல்லாமல் நூற்றுக்கணக்கான இருளர் குழந்தைகள் பத்தாம் வகுப்போடு முடங்கிக் கிடக்கின்றனர்.

அதில் புவனேஸ்வரியின் கதை மனசாட்சி உள்ளோரின் மனதைப் பிழியும்.

கோமாளூருக்கு அருகில் பூமாரி கிராமத்தைச் சேர்ந்த பச்சையப்பன் ராணி தம்பதியின் 4வது மகள் புவனா. பள்ளிக்கூடத்தின் திசை கூட அறியாமல் வளர்ந்து விட்ட பச்சையப்பனுக்கு கடைசி மகளை ஆசிரியையாக்கிப் பார்க்க ஆசை. புவனாவும் நன்றாகவே படித்தார். +2வில் 915 மதிப்பெண்கள். எஸ்.டி. பிரிவில் மாநில அளவிலான மதிப்பெண் இது. மனம் மகிழ்வில் துள்ள ஆசிரியர் பயிற்சிக்கு விண்ணப்பித்தார் புவனா. மாநில அளவில் இரண்டாம் இடம் கிடைத்தது. ஆனால், துரதிர்ஷ்டம் துரத்தியது. சாதிச் சான்றிதழ் தர, ஆய்வு செய்ய வந்த அதிகாரிகள், 'நீங்கள் நல்ல தமிழ் பேசுகிறீர்கள், சிவப்பாக இருக்கிறீர்கள்' எனக் காரணம் கூறி சான்றிதழ் மறுத்தனர். இரண்டாம் வருடமும் போராடினார். 'போன வருடம் உங்கள் மனு நிராகரிக்கப்பட்டது. அதனால் இப்போதும் தர முடியாது' என்றனர். துவண்டு போனார் புவனா. முதல்வர் வரை மனு அனுப்பி ஓய்ந்து விட்டது புவனாவின் குடும்பம். இறுதியில் உயர்நீதிமன்றம் நீதி வழங்கியது. ஆனால், அதற்குள்ளாக தனியார் ஒருவரின் உதவியுடன் ஆசிரியர் பயிற்சியையே முடித்து விட்டார் புவனா.

''எங்க குடும்பமே ஒட்டுமொத்தமா கொளுத்து வேல பாத்து படிக்க வச்சாங்க சார். டீச்சராகி எனக்காக உழைச்சு ஓடாப்போன எல்லாரையும் உக்கார வச்சு சோறு போடணும்னு நெனச்சேன். ஆனா அரசாங்கம் என்னை நம்பல. 'நீங்க இருளரே இல்ல. தரமுடியாது'ன்னுட்டாங்க. காலம் தாழ்ந்து நியாயம் கிடைச்சிருக்கு. நான் என்ன சார் பாவம் பண்ணேன்... இருளர் சாதியில பொறந்தது என்னோட தப்பா? இருளர் குடும்பத்துல பொறந்தவங்க நல்ல துணி போடக்கூடாதா...'' புவனாவின் விழிகளில் வழியும் கண்ணீர் இதயத்தைப் பிழிகிறது.

விழுப்புரம் மாவட்டத்தில் பெரும்பாலான இருளர்களுக்கு சாதிச்சான்றிதழ் வழங்கப்பட்டிருக்க, கோமாளூர், பூமாரி உள்ளிட்ட சில கிராம இருளர்களுக்கு மட்டும் மறுக்க காரணம் என்ன? சம்பந்தப்பட்ட ஒரு ஆர்டிஓவிடம் கேட்டேன்.

''அவங்கல்லாம் இருளரே இல்லங்க. 100 வருஷத்துக்கு முந்தி அவங்க பாட்டன், முப்பாட்டன் பேர்ல ஏதாவது சான்றிதழ் இருந்தா கொண்டு வர சொல்லுங்க. அல்லது அவங்க மலைஜாதிக்காரங் கன்னா எந்த மலையில இருந்து எறங்கி வந்தாங்கன்னு சொல்லட்டும். எல்லாரும் ஏமாத்துறாங்க சார். அவங்கள்லாம் இருளப்பூசாலி

இனத்தை சேந்தவங்கன்னு சொல்றாங்க. அவங்களுக்கு எப்படி இருளர்கள்னு சான்றிதழ் தர முடியும்? இந்த மாதிரி கேட்டவங்களுக்கெல்லாம் சான்றிதழ் கொடுத்த ஒரு ஆர்.டி.ஓ. மாட்டிக்கிட்டு முழிக்கிறார்..." கறாராகப் பேசுகிறார் லீலா.

'நாங்கள் காடுகளில் இருந்து கொண்டு வரப்பட்டோம் நாகரிக வாழ்க்கைக்கு... இப்போது, நாங்கள் காட்டு விலங்குகளின் பகுதியுமல்ல... நாகரிக சமூகத்தின் பகுதியுமல்ல...' இது கேரள ஆதிவாசி மக்களின் வேதனை சொல்லும் பாடல்.

இதைத் தவிர இருளரின் வாழ்க்கைச் சோகத்தை வேறுவிதமாக வார்த்தைப்படுத்த முடியாது.

೧೨೫

தீப்பெட்டியூர்

வேலூருக்கும் பேரணாம்பட்டுக்கும் இடையில் இருக்கிறது இந்தக் குட்டி நகரம். கடும் காடாக இருந்து, பின் குடியேறும் பகுதியானதால் 'குடியேற்றம்' எனப்பட்டு, பின் திரிந்து குடியாத்த மானது. தமிழகத்தின் தேங்காய் வங்கி எனச்சொல்லும் அளவுக்கு தென்னைச் சாகுபடி நடந்த இங்கு, இப்போது நிறைய விவசாயிகள் சோறிட்ட நிலங்களை கான்க்ரீட் காடாக்கி வருகின்றனர். பசியாற்றி, தாகம் தீர்த்த கவுண்டன்ய மகாநதி இப்போது நதிக்குரிய பொலிவு இழந்து தோல் தொழிற்சாலைகளின் கழிவு சுமக்கும் வாய்க்காலாக அரிதாரமிட்டதால் நெல் விவசாயமும் விளிம்பில் இருக்கிறது.

ஆன்மிக நம்பிக்கை தழைத்து நிற்கும் குடியாத்தத்தில் ஈஸ்வரன் கோயிலும், கங்கையம்மன் கோயிலும் பிரசித்தி பெற்றவை. கங்கையம்மன் கோயிலின் சிரசு திருவிழா, சுற்றியுள்ள 44 கிராம மக்களையும் ஓரிடத்தில் திரளச் செய்யும். விலைவாசி விண் தொட்டு நிற்கும் இக்காலத்திலும், '7 ரூபாய் சாப்பாடு' குடியாத்தத்தின் சிறப்புகளில் ஒன்று.

நிலம் நம்பிய வாழ்க்கை நீர்த்துப் போனதால், ஆண் பெண் பேதமற்று எல்லா மனிதர்களும் கந்தகக் காட்டுக்குள் அண்டி நிற்க வேண்டி இருக்கிறது. முதன்முதலில் குடியாத்தத்தில் தீப்பெட்டித் தொழிலைத் தொடங்கி வைத்தவர் கே.பி.பழனி முதலியார். 1923ல்

ஆரம்பமான இந்தத் தொழிற்சாலைக்கு ஆங்கிலேயர்கள் விதித்த நிபந்தனைகள் ஏராளம். சுதந்திர வெறியோடு அனலாகத் திரியும் போராளிகளின் கையில் தொழிற்சாலையின் வெடிமருந்துகள் சிக்கிவிடக் கூடாது என்பதற்காக தினந்தோறும் நிகழுமாம் போலீசாரின் ஆய்வு. இன்னொரு புறம், அபாயத்தொழில் எனக் கருதி பணியாளர்கள் வர மறுத்தனர். இதுபோன்ற ஏராளமான சிக்கல்களை எதிர்கொண்டு, ஒரு தொழில் நகருக்கான அடித்தளத்தை வலுவாக அமைத்துத் தந்தார் பழனி முதலியார். இவ்விதம் தொடங்கி, குடிசைத் தொழிலாக மலர்ந்த தீப்பெட்டித் தொழில் இப்போது உலகமயமாக்கலுக்கு ஈடுகொடுக்க, இயந்திரமயமாகி வருகிறது.

தீப்பெட்டிக்குரிய குச்சிகள் கேரளா, மத்தியப் பிரதேசத்தில் இருந்து இறக்கப்படுகின்றன. அத்தி, ஆஸ்பின், பீகணுக்கான், பாவை, ரப்பர், மட்டி மரங்களைப் பொடியாக்கி செதுக்கப்படு கின்றன குச்சிகள். குச்சிகளைத் தடுக்கில் அடுக்க, ஒவ்வொரு தொழிலகத்திலும் ஒப்பந்தத் தொழிலாளர்கள் இருப்பர். தடுக்கு என்பது வரிசையாக சட்டங்களைக் கோர்த்துச் செய்யப்பட்ட அடுக்கு.

தொழிலக முதலாளிகள், குச்சிகளை எடைபோட்டு தங்களுக் குரிய தொழிலாளர்களின் வீடுகளுக்கே சென்று வழங்குவர். 10 தடுக்கு அடுக்க 1,100 கிராம் குச்சிகள். தட்டின் ஒவ்வொரு அடுக்கிலும் 40 குச்சிகள். 1 தடுக்கு குச்சி அடுக்க 140 பைசா கூலி. பெரியோர் தொடங்கி சிறியோர் வரை ஒவ்வொரு வீட்டிலும் ஐந்தாறு பேர் குச்சி அடுக்கும் தொழிலில் உள்ளனர்.

இதன்றி 18 வயதுக்கு உள்பட்ட ஏராளமான சிறுமிகள் தொழிலகங்களுக்கே வந்து குச்சி அடுக்குவதும் உண்டு. குச்சி பொருத்தப்பட்ட தடுக்குகள் அடுத்தபடியாக செல்வது மட்ட பிளேட்டுக்கு. மேலும் கீழுமாக அடுக்கப்பட்ட குச்சிகளை மட்ட பிளேட் சமமாக்கும். அடுத்ததாக குச்சிகளுக்கு மெழுகு குளியல். எண்ணை மெழுகு, பொட்டு மெழுகு, சாதாரண மெழுகு மூன்றையும் சம விகிதத்தில் கொதிக்கச் செய்து, சதுரமான மரத் தட்டில் ஊற்றி அதில் குச்சிகளைக் குளிப்பாட்டுகிறார்கள். நின்று எரியச் செய்யும் முயற்சி இது.

அடுத்து, மருந்தில் நனைக்கும் பணி. பொட்டாசியம் குளோரேட், எல்லோ சல்பர், வஜ்ரம், ரசாயன கலர் பொடி நான்கையும் ஒன்றாக

அரைத்து, மெழுகூற்றி ஒரு மரத்தட்டில் வைத்திருப்பார்கள். குச்சிகள் அடுக்கப்பட்ட தடுக்கை அந்தக் கரைசலில் மேலாக நனைத்து, குறிப்பிட்ட நேரம் வெயிலில் காய வைத்தால் தீக்குச்சி ரெடி.

ரப்பர் மற்றும் அத்தி மரங்களில் செய்யப்படுகின்றன பெட்டிகள். 40 முதல் 45 குச்சிகள் வரை வைத்து பண்டல் போட்டு வினியோகிக்கிறார்கள். பல்வேறு பெரிய நிறுவனங்களும் இது போன்ற தொழிலகங்களில் தீப்பெட்டிகளை வாங்கி, தங்கள் லேபிள்களை ஒட்டி விற்பனை செய்கின்றன.

எந்திரங்கள் அறிமுகமாகாத காலங்களில் சுமார் 500 பேர் குடிசைத் தொழிலாக தீப்பெட்டி தயாரித்து வந்தனர். இப்போது 10 தொழிற்சாலைகள் பிரமாண்ட இயந்திரங்களோடு போட்டிக்கு வர, சிறு தொழிலகங்கள் பாதியாகக் குறைந்து விட்டன.

சிறு தொழிலகங்கள் ஒரு மாதத்தில் உற்பத்தி செய்யும் தீப்பெட்டிகளை, ஒரு மணி நேரத்தில் தயாராக்கி விடுகின்றன இயந்திரங்கள். குச்சி மற்றும் மருந்து தட்டுப்பாடும் சிறு தொழில கங்களைப் பெரிதும் பாதிக்கின்றன.

‘குழந்தையை தொழிலாளராக்குவது குற்றம்’ என்று அரசு மூச்சுக்கு மூன்று முறை அறிவித்தாலும், குடியாத்தம், குழந்தை களின் பால்யத்தை கந்தகத்தில் மூழ்கடித்து சிதைக்கிறது. புவனேஸ்வரிபேட்டை, நல்லூர்பேட்டை, பிச்சனூர் பகுதிகளில் பல தொழிலகங்களில் குச்சி அடுக்குதல், லேபிள் ஒட்டுதல், பேக்கிங் என சகல பிரிவுகளிலும் குழந்தைத் தொழிலாளர்களே.

குடியாத்தத்தைச் சுற்றியுள்ள கிராமங்களில், 80 சதவிகிதம் குழந்தைகள் எட்டாம் வகுப்பை எட்டுவதில்லை என்கிறது ஒரு தொண்டு நிறுவன ஆய்வு. இதுதவிர பெண்களையும் வேலைக்கு அமர்த்துவதை சிறு மற்றும் பெரும் தொழிலகங்கள் விரும்புகின்றன. பெண்களே குடும்பங்களைத் தாங்கி நிறுத்துவதால், பலருக்குத் திருமணம்கூட சரியான வயதில் நடப்பதில்லை என்கிறார்கள். காலை 8 மணி தொட்டு இரவு 7 மணி வரையிலான உழைப்புக்கு 80 ரூபாய் கூலி. குழந்தைகளாயின் 50 ரூபாய்.

தீப்பெட்டிக்கு இணையாக ஆயிரக்கணக்கான குடும்பங்கள் நம்பியிருக்கும் இன்னொரு தொழில் பீடி சுற்றுதல். இந்து, முஸ்லிம், கிறிஸ்தவர்கள் எனஎல்லாத்தரப்பினரும் இணைந்திருக்கும்

இத்தொழில் பெரும் நலிவை நோக்கிச் சென்று கொண்டிருப்பது சோகம்.

அஹ்ரகாரம், கர்ணம்பேட்டை, முகைதீன்பேட்டை, எத்தாங்கல் ஆகிய இடங்களில் பீடி சுற்றும் பணி இரவு பகலாக நடக்கிறது. புகையிலை, இலை, கயிறு மூன்றையும் பீடி கம்பெனிகள் வழங்கி விடுகின்றன.

குடியாத்தம் பீடிகளின் சிறப்பே குஜராத்தி, நிப்பானி, மைசூர் புகையிலைகளின் கலவைதான். ராஜஸ்தான், மத்தியப் பிரதேசம், ஒரிசா, பீகார் பகுதிகளில் இருந்து வரவழைக்கப் படுகின்றன இப்புகையிலைகள். புகையிலை திணித்து சுற்றப்படுவது தும்பி இலை. பீடி சுற்றுவது 10 நிலைகள் கொண்ட சிரமமான வேலை. கம்பெனிகள் தரும் இலையை ஒரு இரவு ஊற வைக்க வேண்டும். ஊறிய இலையை தகடு வைத்து வடிவத்துக்கு வெட்டி, காம்பு நரம்பை சீவ வேண்டும். அடுத்து, சிட்டிகை அளவு புகையிலையை வைத்துச் சுற்றி கட்டுப்போட்டு, நுனியை மூட வேண்டும். இதற்கு புணி மூடுதல் என்று பெயர். புணி மூடி, காற்றாட உலர விட்டு கட்டிவிட்டால் வேலை முடிந்தது. பின் கம்பெனியின் லேபிள் ஒட்டி, அனலில் காயவிட்டு பேக் செய்து வினியோகிப்பது நிறுவனங்களின் வேலை.

அதிகாலை தொட்டு இரவு வரை ஒருவர் உழைத்தால் ஒரு நாளில் 1000 பீடி சுற்றுவது சாத்தியம். இதற்கு 70 ரூபாய் கூலி. பீடி சுற்றுபவர்களுக்கு இந்த கூலி போக இன்னொன்றும் கிடைக்கிறது... அது காசநோய். பெரும்பாலான பீடித் தொழிலாளர்களுக்கு புகையிலை சுவாசம் தரும் பரிசு அது.

குடியாத்தத்தைப் பீடித்துள்ள இன்னொரு பிணி குடிநீர் விவகாரம். கவுண்டன்ய நதி கழிவுநீர் வாய்க்காலானதால் நிலத்தடி நீரும் சாக்கடையாகி விட்டது. ஒரு குடம் தண்ணீர் 3 ரூபாய் வரை விற்கப் படுவதாகச் சொல்கிறார்கள். ஏழைப்பெண்கள் குடங்களை அள்ளிக்கொண்டு அலைவது பரிதாபம்.

இந்தக் கொடுமைகளுக்கு எதிராக நடவடிக்கை எடுக்க வேண்டிய கரங்களை எது தடுக்கிறது என்பதுதான் பதிலறிய முடியாத கேள்வி.

சாலையூர்

இந்தப் பக்கம் உயர் நீதிமன்றம்... அந்தப் பக்கம் சென்ட்ரல் ஸ்டேஷன். இரண்டு பிரமாண்டங்களுக்கும் நடுவே இரவு பகல் வித்தியாசமில்லாமல் பரபரப்பாக இயங்கும் பூக்கடையில், சென்னையின் பல ரகசியங்கள் புதைந்து கிடக்கின்றன. சாலையோர மக்களின் விடை தெரியாத வாழ்க்கையும் அதில் ஒன்று.

சரோஜா அக்காவுக்கு 49 வயது. 15 வயதில் சிவாஜிகணேசன் நடிப்பில் லயித்து, அவரைப் பார்க்க சேலத்தில் இருந்து 50 ரூபாயோடு ரயில் ஏறியவர். கடைசிவரை சிவாஜியை பார்க்க முடியவில்லை. ஆனால், பார்க்கக்கூடாத கொடுமைகளையெல்லாம் சந்தித்துவிட்டார்.

சரோஜா அக்கா மாதிரி ஆயிரக் கணக்கானோர் பூக்கடை சாலையோரம் ஜீவிக்கின்றனர். 'மாசக்கடைசி. ஏதாச்சும் கேஸ் வேணுமே...' என்று இன்ஸ்பெக்டர் யோசிக்கும்போதே கான்ஸ்டபிள்கள் நிற்பது பூக்கடை சாலையில்தான். 'இஸ்பேட்டு மவன் பேர்ல கஞ்சா கேஸ், புறாப்பய மேல பிக்பாக்கெட். ஏதாவது விபசார கேஸ் மாட்டுதா பாரு...'

எட்டி நின்று பார்க்கிறவர்களுக்கு இவை சுவாரசியம் தரலாம்... ஆனால், அந்த வாழ்க்கை சராசரி மனிதர்களால் தாங்க முடியாத வலிகளை உள்ளடக்கியது.

முன்னே சாலை, பின்புறம் சாக்கடை. இதுதான் அந்த மக்களின் வாழ்க்கைக்கு எல்லை. தினந்தோறும் பூக்கடை சாலைகளை 20 ஆயிரத்துக்கும் அதிகமான வாகனங்கள் கடக்கின்றன. அவற்றின் முரட்டு வேகங்களுக்கு மத்தியில்தான் குழந்தைகள் ஓடி விளையாடுகின்றன. வானமே கூரையானதால், மழை நாட்களில் கழிப்பிடங்களும், கடை தாழ்வாரங்களுமே நிழல். சுத்தம் பேணவும், சுகாதாரம் காக்கவும் அரசாங்கம் வாரி இறைக்கும் நிதிகளின் எச்சங்கள் கூட இந்த மக்களின் திசையை எட்டிப் பார்ப்பதில்லை.

சினிமா ஹீரோக்களின் ஜிகினா முகங்களை நம்பி, அன்பும் அரவணைப்பும் தந்த குடும்பங்களை விட்டு, கிடைத்த சில்லறைகளோடு ஓடி வரும் சிறுமிகள்; பருவக் கிளர்ச்சிகளை காதலென நம்பி ஓடி வந்து நிராதரவாக விடப்பட்ட இளம் பெண்கள்; குடும்ப வன்முறைகளில் சிக்குண்டு, சிதைந்து, ஒரு கட்டத்தில் சென்னைக்கு ஓடி வரும் பெண்கள்... இப்படி வாழ்வின் விளிம்புக்கு வந்தவர்கள் உயிர் வளர்க்க பூமி தந்தது பூக்கடை சாலைகள்தான். இப்படி சென்னை நெடுஞ்சாலைகளில் ஒரு லட்சம் பேர் அடைக்கலமாகி இருக்கிறார்கள். பூக்கடை சாலைகளை நம்பியுள்ள குடும்பங்கள் ஐந்தாயிரம்.

ஒரு காலத்தில் பாரிமுனையில் இயங்கிய புறநகர் பேருந்து நிலையம்தான் இந்த மக்களின் வாழ்வாதாரமாக இருந்தது. ஆண்கள் பொதி சுமக்க, ரிக்ஷா ஓட்ட, பெண்கள் பூ கட்டி ஓரளவுக்கு பசி விரட்டினர். பேருந்து நிலையம் கோயம்பேடுக்கு இடம் பெயர்ந்தவுடன் இவர்களின் நாட்களை பட்டினி கவ்வியது. பல்வேறு திசைகளில் வாழ்க்கையை திருப்பியது பசி.

கோட்டை ரயில்வே ஸ்டேஷனுக்கு வெகு அருகில், 375 குடும்பங்கள் ஜீவிக்கின்றன. இந்தப் பகுதிக்கு 'திடீர் நகர்' என்று நாமகரணம் சூட்டியிருக்கிறார்கள். இரண்டு அடுக்காக குடிசைகள். சென்னையின் பெருவாரியான கொசுக்கள் இங்கிருந்தே உற்பத்தியாகின்றன. சகதியும், சாக்கடையும் அப்பிய குழந்தைகள். ஈக்கள் நிர்மாணித்த குட்டி தேசம் போல் இருக்கிறது திடீர் நகர்.

''ஊடு கட்டித்தான்றோம், கக்கூஸ்கூட கட்டித்தர மாட்றாங்கோ. மழை, காத்து வந்தா மக்கள் அவசரத்துக்கு ஒதுங்குற கக்கூஸ்கள்லதான் நாங்க தூங்கணும். சோத்துக்கே ததுங்கினத்தோம் போடயில இன்னாத்த குளிக்கிறது? அப்பிடியே குளிக்கணும்னாலும் பொட்ட வெளியிலதான். நாதாரிங்க நாக்க தொங்கப்போட்டுக்கினு

பாக்குதுங்க. இன்னா பண்றது?'' என்று குமுறும் சுசிலாவுக்கு மூன்று பிள்ளைகள். கணவர் இறந்துவிட, பூகட்டுவது ஜீவனத்துக்கு உதவுகிறது. அதிகாலை நான்கு மணிக்கு எழுந்து, பூக்கூடையோடு கோயம்பேடுக்கு பஸ் பிடித்தால் சாயங்காலம்தான் மதிய சாப்பாடு.

இந்தப் பகுதியில் இருந்து ப்ளஸ் 2வைத் தொட்ட வெகு சிலரில் சங்கரும் ஒருவன். ''அடிக்கடி இந்தக் குடிசைகள்ல தீ பத்திக்கும்ணா. மழை பேஞ்சா புத்தகத்த காப்பாத்துறதே பெரும் பாடு. எனக்கு இந்த மாதுரி வாழப் புடிக்கலேண்ணா. படிச்சு டாக்டரோ, இன்ஜினியரோ ஆக முடியாட்டியும் எடம் வாங்கி வீடு கட்டவாவது சம்பாரிக்கணும்ணா...'' என்கிறான் கோபி.

பூக்கடை பஸ் நிறுத்தம்.

''அதோ இருக்கு பாரு கக்கூஸு... அதுக்கு பொறத்தாடிதான் தட்டுமுட்டு சாமான்லாம் இருக்கு. மழை வந்தா அங்கதான் படுக்கை. இல்லன்னா கடைக முன்னாடி படுத்துப்போம். ஆறு மணிக்கு முன்னாடி எழுந்தா மருவாதி. இல்லன்னா கடக்காரன் மானங்கெட்ட கேள்வி கேப்பான்'' என்று கசியும் கண்களோடு பேசும் பாளையத்துக்கு மூணு பிள்ளைகள்.

''பொம்பளப் புள்ளக படுத்துக்கினு இருந்தா பாக்குறவனுக கண்ணடிக்கிறானுவ... இத பாத்துட்டு எங்க வூட்டு ஆம்பிளைக சண்டைக்குப்போனா போலீஸ கூப்புட்டு, காசு பறிக்கிறான்னு சொல்லி கேஸ் போடுறாங்க. இங்க உள்ள பொம்பளக எல்லாம் மானத்தோட வாழ்றவுகதான். வேற ஏரியாவுல இருந்து இங்க வந்து தொழில் பண்ற பொம்பளகள விட்டுப்புட்டு, எங்கள மாதிரி குடும்பப் பொம்பளகள புடிச்சிக்கிட்டு போயி கேஸ் போட்டுர் றாங்க. ஒரு தபா கேசுன்னு போயிட்டா அப்புறம் என்ன மானம், மருவாதி? புள்ளக சோத்துக்கு தவிக்கும்போது ஒடம்பு இன்னா ஒடம்பு?'' எதிர்கொள்ளும் அத்தனை சிரமங்களையும் சலனமின்றி எடுத்து வைக்கிறார் லதா.

பஸ் நிறுத்தத்தில் உள்ள பாத்ரூமை வீடாக்கி தங்கியிருக்கிறார் பூங்காவனம். ''எல்லாரும் புள்ளகளுக்குக் கல்யாணம், காச்சி பண்ணுனா சந்தோஷப்படுவாங்க. அன்னைக்குதான் நாங்க வருத்தப் படுவோம். சின்னஞ்சிறுசுகள தனியா தங்கவக்க குச்சுக்கூட இல்லாம, அப்பிடி என்னதான் வாழ்க்கை வாழுறோம்? பாவம்

அதுக! கடைக அடச்சபெறகு, பச்சப்புள்ளக தூங்கினபெறகுதான் ஒண்ணு சேர வேண்டியிருக்கு. சில மானங்கெட்டதுக இதை வேடிக்க பாக்குறதுக்குன்னே ஒளிஞ்சி நிக்கிறதும் உண்டு'' என்று பூங்காவனம் சொல்லும்போது, அந்த வாழ்க்கையை அதிர்ச்சியோடு எதிர்கொள்ள வேண்டியிருக்கிறது.

இந்த அவலம் மாற வழியேயில்லையா?

'அரசே வீடு கட்டித் தந்து, அடிப்படை வசதிகளை செய்து கொடுத்தால் மாறும்'' என்கிறார் இப்பகுதியின் முன்னாள் கவுன்சிலர் மணிப்பால்.

''இவங்க பிராட்வே, கோயம்பேடு பகுதிகள்ல தொழில் செய்யுறவங்க. இவங்களுக்கு பள்ளிக்கரணையில வீடு கட்டிக் கொடுத்தா எப்பிடி அங்க போவாங்க? தினமும் அங்கேயிருந்து இங்க வரவே 50 ரூபாயாகும். இதப்பத்தியெல்லாம் யாரும் யோசிக்கிறதில்ல. புளியந்தோப்பு, கண்ணப்பர் திடல் மாதிரியான இடங்கள்ல வூடு கட்டிக்கொடுத்தா பிரச்னை தீரும்'' என்கிறார் அவர்.

''இந்தப் பகுதியில 'ம்'னா தற்கொலை பண்ணிக்கிறாங்க... நெறய குழந்தைங்க அனாதையாகிடறாங்க. இவங்களுக்கு தன்னம்பிக்கை தர்ற பயிற்சிகளைக் கொடுக்கணும். குழந்தைகள் கொஞ்சம்கூட சுகாதாரமா இல்லை. இதில் அரசு மட்டுமின்றி, சமூகத்தின் பல்வேறு தளங்களில் இருப்பவர்களும் கவனம் செலுத்தணும்'' என்கிறார் ''மரியாலய'' தொண்டு நிறுவனத்தின் திட்ட இயக்குனர் இசபெல்லா.

உணவு, உடை, உறைவிடம் மூன்றையும் அடிப்படை மனித உரிமைகள் என்கிறது ஐ.நா. சபை. இந்த அடிப்படை உரிமைகளுக்கு எதிராக நிகழ்த்தப்படும் கொடுமைகளைக் கண்டிப்பதில் இந்தியாவின் குரல் முதன்மையானது. சோமாலியா, உகாண்டா போன்ற வறுமை நாடுகளுக்கு கோடிகளை அள்ளிக்கொடுத்து மனிதாபிமானத்தை நிரூபித்திருக்கிறார்கள் இந்தியர்கள். அதே மனிதாபிமான பார்வைக்காகத்தான் இந்த சாலையோர உயிர்களும் ஏங்குகின்றன.

<>

கூத்தூர்

தென் சென்னையில் மேடவாக்கத்துக்கு அருகில் இருக்கிறது ஜல்லடியான்பேட்டை. கழிவுகளால் மூழ்கி வரும் பள்ளிக்கரணையின் நோய்க்காற்று தொட்டுச் செல்லும் 'புண்ணிய' பூமி. இங்குதான் இருக்கிறது கழைக்கூத்து நகர்.

ஒரு நேர்க்கோட்டு ரோடு சென்று, திரும்பி, நீளும் ஒரு குறுக்குச் சந்தில் நிசப்தமாக அமர்ந்திருக்கும் இந்த கழைக்கூத்து நகரில் நாற்பது கூத்துக் குடும்பங்கள், கொஞ்ச நஞ்ச ஆயுளை குடிசை கட்டி கழிக்கின்றன.

கழைக்கூத்தாடிகளை தரிசிக்காத மனிதர்கள் இருக்க முடியாது. தவில் சப்தம் முழங்க, பச்சைக் குழந்தையை ஒற்றைக்கையில் தூக்கி வித்தை காட்டிய மனிதர்கள் தட்டை நீட்டி பிச்சை கேட்கையில், முகத்தைத் திருப்பி நகர்ந்து வந்த அனுபவம் அநேகம் பேருக்கு இருக்கக்கூடும். வேகாத வெயிலில், உயிரைப் பணயம் வைத்து சாகசம் செய்துவிட்டு, உணவுக்கு கையேந்துகையில் பல வீடுகளில் ஜன்னல்கள் கூட சாத்தப்படுகின்றன.

காலம் கலைத்துப் போட்ட வாழ்க்கை. குழந்தைகளைக் கூத்துக்குப் பயன்படுத்தக் கிளம்பிய எதிர்ப்பு, அந்த மக்களின் பட்டினி நாட்களை அதிகமாக்கி விட்டது.

இப்போது...

குழந்தைகள் பள்ளி செல்கின்றன. கம்பங்களையும், கயிறு களையும் தூர வீசிவிட்டு மினிடோர் ஆட்டோக்களின் டிரைவர் களாகவும், குப்பை பொறுக்குபவர்களாகவும் அவதாரம் எடுத் துள்ளனர் அந்தக் கலைஞர்கள்.

வெள்ளை வெளேரென திரும்பிப் பார்க்கத் தோன்றும் அழகுப் பெண்கள், கம்பீரம் பொருந்திய ஆண்கள், மொழுமொழுவென்று தூக்கிக் கொஞ்சத் தோன்றும் குழந்தைகள்...

இவர்களின் பூர்வீகம் குஜராத். குஜராத்தின் பூர்வகுடிகளான தோம்பரா மக்களின் பாரம்பரிய கலைதான் கழைக்கூத்து. தோம்பராக்கள் காட்டுநாயக்கர்களின் ஒரு பிரிவு என்ற கருத்து உண்டு. குஜராத், இயற்கைச் சீற்றங்களால் அடிக்கடி பாதிக்கப் பட்டதால், ஜீவனம் தேடி இடம்பெயர்ந்தவர்கள், ஆந்திரம் வழியாக தமிழகம் வந்து அடைக்கலமானார்கள் என்றும் சொல்லப்படுகிறது. தமிழகத்தின் எல்லா மாவட்டங்களிலும் சிதறி வாழ்கின்றனர் கழைக்கூத்தாடிகள். தமிழகத்தில் மொத்தம் ஐநூறு கூத்தாடிக் குடும்பங்கள் இருக்கலாம் என்கிறது ஒரு கணக்கெடுப்பு.

இவர்களின் வாழ்க்கை சோகமும் கண்ணீரும் கலந்தது. ஆயினும், அந்த வலிகள் பிறப்பிலேயே பழக்கப்பட்டு விடுவதால் அந்த நேர்க்கோட்டு வாழ்க்கை திசை திரும்புவதை யாரும் விரும்பு வதில்லை.

தங்கள் பாரம்பரிய பழக்க வழக்கங்களை, பசிக்குப் பறி கொடுத்த கழைக்கூத்தாடிகள் அண்மைக்காலமாக கிறிஸ்தவ மதம் நாடிச் செல்ல தொடங்கியுள்ளனர். கழைக்கூத்து நகரில் அரசாங்கம் கட்டிக்கொடுத்த வீடுகளுக்கு மத்தியில் பிரமாண்டமாக நிற்கிறது ஜெபக்குடில்.

தமிழ்நாடு கழைக்கூத்து கலைஞர்கள் நல சங்கத்தின் தலைவர் பாபுஜி. 'நல்லநேரம்' படத்தில் எம்.ஜி.ஆருக்கு டூப் போட்டு கே.ஆர்.விஜயாவின் தலையோடு, தலை சேர்த்து கூத்தாடியவர் இவர்தான்.

''தெருவுல கூத்தாடுறதைத் தவிர வேறெதும் எங்களுக்குத் தெரியாது. இப்ப தெருவுல கூத்துப் போட்டா போலீசுக்காரங்க புடிச்சிடுறாங்க. அதனால, நெறைய பேரு தொழிலை விட்டுட்டு

வேற பக்கம் திரும்பிட்டாங்க. இப்போ புள்ளைகளையும் பள்ளிக் கூடத்துல சேத்துட்டோம்'' என்று கூறும் பாபுஜிதான் கழைக்கூத்து நகரின் தலைவர்.

குழந்தைகளுக்கு ரெண்டாவது மாதத்திலேயே கூத்துப்பயிற்சியை தொடங்கி விடுகிறார்கள். தலையே நிமிராத இரண்டு மாதக் குழந்தையை ஒரு கையால் தூக்கி, மேலே நிறுத்துவது தான் முதல் கட்டப் பயிற்சி. கீழே கிடத்தி வயிற்றில் ஏறி மிதிப்பது, குழந்தையின் வயிற்றில் கயிற்றைக் கட்டி, ஊஞ்சல் போல ஆட்டுவது என பயிற்சிகள் நீள்கின்றன. 3 வயதிலேயே குழந்தை தட்டோடு தெருவிறங்கி விடுகிறது.

உறவுகளை அறிந்து கொள்ளும் முன்பாகவே பிச்சைக்குப் பழக்கப்பட்டு விடுகின்றன குழந்தைகள். பெண்ணாக இருந்தால் 12 வயதிலேயே திருமணம் முடிந்து விடுகிறது.

'இப்படி சிறு வயதில் திருமணம் செய்வது தப்பில்லையா?'

''தப்பு, சரியெல்லாம் யோசிக்க முடியாது. எங்களுக்கு சாப்பாடு தான் பிரதானம். நாளெல்லாம் பட்டினி கெடக்குற மனுஷங்களுக்கு சோறுபோட வழி செய்யாத சட்டம், எங்க பாரம்பரிய பழக்க வழக்கங்களைக் குறை சொல்ல மட்டும் ஏன் வருது?'' வெடிக்கிறார் பாபுஜி.

கூத்து நடக்கும் தெருவே பெண் பார்க்கும் இடம். பல்டியடிப்பது, கயிறு மேல் நடப்பது, தவில் தட்டுவது இவைதான் பெண்களின் திருமணத் தகுதி. நன்றாகக் கூத்தாடும் பெண்ணைத் திருமணம் செய்து கொள்ள கடும் போட்டி நிலவும். மாப்பிள்ளை பார்த்தலும் கூத்திலேயே நிறைவடையும். திருமணத்துக்கு முதல் நாள் உறவினர்கள் வீடுகளுக்குச் சென்று மணமக்கள் நெல் வசூலிப்பார்கள். கிடைக்கும் நெல்லை குத்தி, அரிசியாக்கி, நெல் தந்த உறவினர்களிடமே திருப்பி தந்து விடுவார்கள். திருமணத்தன்று மணமக்கள் குத்தி தந்த அரிசியில் சோறாக்கி சாப்பிட்டு விட்டு உறவினர்கள் திருமண நிகழ்விடத்துக்கு வருவார்கள். திருமண சடங்குகள் மிக எளிமையாகவே நடக்கிறது. திருமணத்துக்குப் பிறகு கட்டாயம் தனிக்குடித்தனம் தான். ஆனாலும், எல்லோருமே கூத்தை நம்பி வாழ்வதால் திருமணத்துக்குப் பிறகும் தம்பதியர் தத்தம் பெற்றோரை எளிதில் கைகழுவிவிட முடியாது.

"முன்னாடியெல்லாம் கல்யாணமான ஆம்பிளை, பொண்ணு வீட்டில தான் இருக்கனுன்னு கட்டுப்பாடு இருந்துது. காலப் போக்குல கலைக்கூத்து அழிஞ்சது மாதிரி கட்டுப்பாடும் அழிஞ்சிருச்சு. இப்போ, கல்யாணமாகி தனிக்குடித்தனம் போற ஆம்பிளை, தன்னோட வருமானத்துல பாதியை, ஒரு மாதம் பெத்தவங்களுக்கும், மறு மாதம் மாமியாரு வீட்டுக்கும் தரணும். அப்படித் தர மறுத்தா அந்த ஆம்பிளையை, ஊர் கூடி மொட்டை யடிச்சு கழுதையில் ஏத்தி தண்டிப்போம்" என்கிறார் இந்த நகரின் இன்னொரு முக்கியஸ்தர் சேகர்ஜி.

தங்கள் கிராமத்து பெண்களை அசலூருக்குக் கட்டித் தருவதையும் கலைக்கூத்து மக்கள் விரும்புவதில்லை. 'புள்ளைகளை பக்கத்தில கட்டிக்கொடுத்தா, புருஷன் அதட்டிப் பேசாம பாத்துக்கலாம்..' என்று காரணம் சொல்கிறார்கள். திருமணமான ஜோடிகள் ஒரு மாதம் வரை தொழிலைப்பற்றி நினைத்துப் பார்ப்பதில்லை. அதன் பிறகு வண்டியைக் கட்டிக்கொண்டு கிளம்பினால், ஒரு வருடமோ, ஆறு மாதமோ? கோயில்கள், பொது இடங்களில் இரவு தங்கல். தெருவோரம் கட்டிக்கொள்ளும் தற்காலிகக் கூடாரங்களில்தான் தாம்பத்யம்.

இவர்களின் குலதெய்வம் கம்பத்தடி கருப்பர். கழைக்கூத்து நகரில் உள்ள கம்பத்தடி கருப்பருக்கு தை மாதம் 10 நாள் திருவிழா கோலாகலமாக நடக்கிறது. ஆடு, கோழி என்று பூஜைகள் அனல் பறக்கும். இரவுகளில், தினமும் ஒரு குழுவின் கூத்து. பத்தாம் நாள் இரவு, கழைக்கூத்து நகரே கலந்து கட்டி ஆடும்.

20 அடி உயரத்தில், கயிறில் நடக்கும்போது தவறி விழுந்து கால், கை முறிந்தவர்கள், உயிரிழந்தவர்கள் அநேகம் பேர். அப்படி பாதிக்கப்படுவோருக்கு எந்த நிவாரணமும் கிடைப்பதில்லை.

இமிதிஜியை மாதிரி கயிற்றில் நடக்கும் கூத்தாடி யாரும் இல்லை. லாவகமாக நடந்து பார்வையாளர்களின் பாராட்டைப் பெற்று காசை அள்ளும் இமிதிஜி, சில வருடங்களுக்கு முன் சென்னை அமைந்தகரையில் கூத்து நடத்தும்போது அந்தரத்தில் இருந்து கீழே விழுந்தார். ஒரு காலை எடுத்தால்தான் பிழைக்க முடியும் என்ற நிலை. நாலு குழந்தைகளை வைத்துக்கொண்டு சாப்பாட்டுக்கு வழி? கூத்துக்கு குட்பை சொல்லிவிட்டு வேறு வேலைகளுக்குச் சென்று வருகிறார் இமிதிஜியின் மனைவி ராணி.

''சில நேரங்கள்ல இது என்னடா பொழப்புன்னு தோணுது. லாட்டரி சீட்டு மாதிரிதான் வாழ்க்கை. ஒரு நாளைக்கு சாப்பாட்டுக்குத் தேறும். இன்னொரு நாளைக்கு பட்டினி. தலைமுறை, தலை முறையா கம்பியிலே நடக்குறதையும், குட்டிக்கரணம் போடுற தையும் விட்டுட்டு எங்க குழந்தைகளுக்காவது வேற திசை காட்டணும். அதுக்காகத்தான், அங்க இங்க கடன வாங்கி ஒரு லோடுஆட்டோ வாங்க முடிவு பண்ணியிருக்கேன்'' என்கிறார் கலைக்கூத்தாடி கணேஷ்.

குழுவாக கூத்தாடப்போன இடத்தில் கணேசும், பக்கத்து வீட்டு சந்திராவும் காதலிக்க, சின்ன சலசலப்போடு ஊர் கூடி திருமணம் செய்து வைத்திருக்கிறது. கூத்துகிராமத்தில் முதல் காதல் திருமணம்.

முத்துவுக்கும் ரேவதிக்கும் திருமணமாகி ஒரு மாதம்தான் ஆகிறது. வெளியூருக்கு கூத்துக்கட்ட செல்ல வண்டி ஆயத்தமாகிக் கொண்டிருக்கிறது. ''கைநிறைய கலை இருந்தாலும் கையேந்தி நிக்கிற இந்த பொழப்பு வெறுப்பா இருக்கு. எங்க குழந்தையை நிச்சயம் கழைக்கூத்தாடியா வளக்க மாட்டோம்'' முத்துவின் வார்த்தைகளில் விரக்தி அப்பிக் கிடக்கிறது.

''இப்போ தமிழ்நாடு முழுதும் இருக்கிற எங்க குழந்தைங்க பள்ளிக்கூடம் போறாங்க. அடுத்த கட்டத்துக்கு எங்க தலைமுறை போகணும்னா அதுக்கு சாதிச் சான்றிதழ் கட்டாயத் தேவை. வெவரம் தெரிஞ்ச நாளுல இருந்து எங்க மக்கள் சாதிச் சான்றிதழ் தாங்கன்னு அரசாங்கத்துகிட்டே கேட்டுட்டு இருக்காங்க. எங்க சத்தம் அரசாங்கத்துக்கும் கேட்கல; ஆண்டவனுக்கும் கேட்கல...'' கோபமாக சொல்கிறார் பாபுஜி. அவரின் வார்த்தைகளில் தெறிக்கும் கோபம், கம்பத்தடி கருப்பர் கோயிலில் பட்டு எதிரொலிக்கிறது.

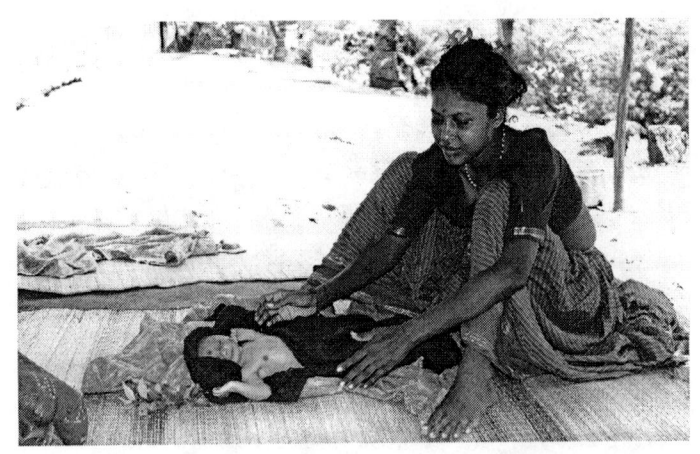

நரிக்குறவரூர்

நா**ன்**கு புறமும் கிழிந்து, ஊக்கால் கோர்த்துத் தைக்கப்பட்ட அருவருப்பான உடைகள் இல்லை. மூக்கொழுக, அழுக்கு மேனி யோடு, இலை வழித்து அள்ளிய கதம்ப சோறை, கழுவாத கைகளால் அள்ளித்தின்னும் அவலங்கள் இல்லை.

அழகழகாய் சீருடையிட்டு ஆங்கிலப் பள்ளியின் மிடுக்கோடு அமர்ந்திருக்கும் அந்தப் பிஞ்சுகளின் விழிகளில் காலத்தை வெல்லப்போகும் வெளிச்சம்!

'குருவியெல்லாம் சேந்துச்சாம்
கூட்டம் ஒண்ணு போட்டுச்சாம்
சிட்டுக்குருவி எழுந்திருச்சு
பாட்டு ஒண்ணு பாடுச்சாம்
காட்டுக்குருவி ஓடிவந்து
கையத்தட்டி ஆடுச்சாம்..'

கொக்கு, குருவியென கண்ணில் படும் உயிர்களை உணவாக்கும் ஆதிகுணம் மாறாத நரிக்குறவர் குழந்தைகள், அதே உயிர்களை சினேகித்து, அதன் இயல்புகளை ரசித்துப்பாடும் ஒரு பிரளய மாற்றம்.

இது நிகழ்ந்திருப்பது விழுப்புரத்தை ஒட்டிய கோலியனூர் கிராமத்தில். விழுப்புரம் புதுச்சேரி சாலையும், சென்னை கும்ப

கோணம் சாலையும் கொஞ்சிக் குலாவி பிய்ந்து செல்லும் இடம் கோலியனூர் கூட்டு ரோடு. இந்த இணைவுக்குக் கீழே, ஒரு பள்ளத்தில் மறைந்து கிடக்கின்றன நரிக்குறவர் குடில்கள்.

மழையையும், வெயிலையும் வஞ்சனையின்றி உள்ளே வர வழைக்கும் தொகுப்பு வீடுகள். வீடொட்டி கிளைத்திருக்கும் மர நிழலில்தான் இளைப்பாறுதலும், பசியாறுதலும்.

நரிக்குறவர்களின் வாழ்க்கை எட்டி நின்று பார்க்க சுவாரசிய மானது. முடைநாற்றம் வீசும் மேனியோடு எக்காலமும் சண்டை, சலசலப்பு. வெகுஜன நெருக்கமில்லாத வாழ்க்கை. பூர்வீகம் மகாராஷ்டிரா என்பார்கள். ஆயினும், இவர்கள் பற்றிய உறுதியான பதிவுகள் எதுவும் இதுவரை முழுமை பெறவில்லை. இவர்களின் தொன்மம் குறித்தும் பலவகை நம்பிக்கைகள் நிலவுகின்றன.

ஒரு கிராமத்தில் வாழ்ந்த மூன்று சகோதரர்கள் காட்டு வழியே பயணம் செய்தபோது, தாகத்தில் தவித்தனர். தண்ணீர் தேடி ஆளுக்கொரு திசை செல்ல, கடைசி தம்பி சென்ற திசையில் ஒரு ஓடை தென்பட்டது. அங்கு அழகுப் பெண்ணொருத்தி ஆடையின்றி குளிக்கக் கண்டு, தாகம் மறந்து மோகம் கொண்டான். தம்பியைத் தேடிவந்த அண்ணன்களும் அப்படியே! அந்தப் பெண் ஒரு தேவ கன்னிகை. மூவரது செயலையும் கண்டு கோபமுற்று அவள் சாப மிட்டாள். 'முதலில் என்னை விழியால் தொட்டவன் குடுகுடுப்பைக் காரனாய் வீடிண்டி பிச்சை எடுப்பான். இரண்டாம் சகோதரன் லம்பாடியாகி தன்னுடலை தானே அடித்துப் பிச்சையெடுப்பான். மூன்றாமவன் நரிக்குறவனாகி காடுகாடாக வேட்டையாடி, பிச்சை எடுத்து உயிர் வளர்ப்பான்' என்று கூறி மறைந்தாள்... இப்படி ஒரு கதை இவர்கள் மத்தியில் சொல்லப்படுகிறது.

நரிக்குறவர்கள் வீர சிவாஜியின் படையில் பங்காற்றிய வீரர்கள். மொகலாயர்களுக்கும் மராத்தியர்களுக்கும் நிகழ்ந்த தொடர்போரில், ஒரு கட்டத்தில் மொகலாயர்களின் கொடுமை தாங்காது காடுகளுக்குள் ஓடி ஒளிந்தார்கள் என்றும், நெடுங்காலம் காட்டில் வாழ நேர்ந்ததால் காட்டோடும், விலங்குகளோடும் ஒன்றிப்போனார்கள் என்றும் அந்த சரித்திரம் பகர்கிறது. மெல்ல இடம்பெயர்ந்து தென் மாநிலங்களைத் தொட்ட இவர்களின் வேட்டையாடும் திறன் கண்டு அதிசயித்த ஆங்கிலேயர்கள், துப்பாக்கி கொடுத்து தங்களது படைவீரர்கள் ஆக்கினர்.

வரிவடிவம் இல்லாத இவர்களின் மொழி வாக்ரிபோலி. தமிழ், தெலுங்கு, உருது, மராத்தி, குஜராத்தி உள்ளிட்ட 24 மொழிகளின் கலவை. நாடோடிகளாகவே சுற்றித் திரியும் நரிக்குறவர்கள், இருக்கும் இடத்துக்குத் தகுந்தாற்போல தங்கள் மொழியைப் பதப்படுத்திக் கொள்வதாலேயே ஒரு வட்டத்துக்குள் சுருக்க முடியாத மொழியாக இருக்கிறது இது. இவர்களது ஒரு வாக்கியத்தில் நான்கு மொழிகளின் கலப்பிருக்கும் என்கிறார்கள்.

அணிலில் தொடங்கி, பூனை, எலி, காடை, கவுதாரி என சகலமும் கலந்தது இவர்களின் உணவுப் பழக்கம். வேட்டையாடுவதில் உணவுக்குப் போக மீதமே விற்பனைக்கு. இதன்றி புறா, கிண்ணிக் கோழி, வான்கோழி, வெள்ளை எலி என வீட்டில் வளர்த்து சாப்பிடும் பழக்கமும் உண்டு.

இவர்களின் வேட்டையாடும் நுட்பம் வியப்பூட்டும். காடை, கவுதாரிக்கு கவுதாரிகட்டு என்றொரு மூங்கில் வலை உண்டு. இதை, ஏற்ற இறக்க வரிசையில் விரித்து வைத்து, பழக்கப்படுத்தி வைத்திருக்கும் பிறிதொரு கவுதாரியை எதிர்த்திசையில் விட்டு கத்த விடுவர். அதற்கிணையாக இன்னொரு திசையில் இருந்து இவர்களும் கத்த, தன் இனங்களின் குரல் கேட்டு ஓடோடி வரும் கவுதாரி, காடைக்கூட்டம் மொத்தமாக வலையில் சிக்கி இரையாகி விடும். குறிபார்த்துச் சுடுவதில் வல்லவர்களான இவர்கள், வெகு எளிதான உண்டிவில் கொண்டே திறன் வாய்ந்த பறவைகளைக்கூட வீழ்த்தி விடுவர்.

இவர்களுக்குள்ளும் ஜாதிய கட்டுக்கோப்பு உண்டு. நரிக்குறவர் இனத்தில் குஜராத்தி ஜாதிதான் ஒசத்தி. இவர்கள் காளியை வணங்குபவர்கள். ஒவ்வொரு ஆண்டும் ஆடி மாதம், ஊரெல்லையில் எருமையைப் பலியிட்டு, பச்சை ரத்தம் குடித்து இவர்கள் நடத்தும் வழிபாடு விழிகளை வெளித்தள்ளும். மேவாடோ ஜாதி இரண்டாம் நிலை. இவர்கள் ஆடுகளைப் பலியிட்டு மீனாட்சியை வணங்குவர். இவைகளின்றி ஜோகன், டாபி, சேளியோ ஆகிய முக்கிய பிரிவுகளும், ஏராளமான உட்பிரிவுகளும் உண்டு. இதில் டாபி பிரிவினர் தாழ்ந்த ஜாதியாகக் கருதப்படுகிறார்கள்.

பிற சமூகத்தினர் ஆண் குழந்தைக்காகத் தவம் கிடக்கும் நிலையில், நரிக்குறவர்கள் பெண் குழந்தை பெற்றுக் கொள்வதையே பெரிதும் விரும்புவர். பெண் குழந்தைகளை எதிர்பார்த்த

இவர்களின் தேடல், 7,8 குழந்தைகளாக விரிவடையும். காரணம், திருமணத்தின்போது பெண்ணுக்கு மாப்பிள்ளை வீட்டார் வரதட்சணை தர வேண்டும் என்ற நியதிதான். இதை பரிசப்பணம் என்கிறார்கள். 10 ரூபாயில் தொடங்கிய பரிசப்பணம் இப்போது 50 ஆயிரத்தைத் தொட்டு நிற்கிறது.

பதினைந்து வயதுக்குள் ஆண்களுக்குத் திருமணம் நடந்து விடுகிறது. பெண்கள் பெரும்பாலும் வயதுக்கு வருவதற்கு முன்பே மணப்பந்தம் பெற்று விடுகிறார்கள். விதவை என்ற இழிசொல் நரிக் குறவர் சமூகத்தில் இல்லவே இல்லை. கணவன் இறந்த சிறிது காலத்தில் பெண் இன்னொருவரைத் திருமணம் செய்து கொள்ளலாம்.

கடும் மூடநம்பிக்கைகளை விடாது தொடரும் இவர்கள், இந்த நம்பிக்கைகளின் பேரில் பெண்களை வன்கொடுமைக்கு உள்ளாக்கு வதும் தொடர்கிறது. வீட்டுக்குள் சாமி படங்கள் இருப்பதால் பெண்களின் ஆடைகளை வீட்டுக்குள் வைக்க அனுமதியில்லை. புதர்கள், மரக்கிளைகளில் தங்கள் ஆடைகளைப் பாதுகாக்கிறார்கள் பெண்கள். கற்பு நெறியில் நரிக்குறவர்களை மிஞ்ச ஆளில்லை. பிறன்மனை நாடும் ஆணும், பெண்ணும் கடும் குற்றவாளிகள். இவர்களுக்கு மட்டுமின்றி, இவர்களின் வருங்காலத் தலைமுறை களுக்கும் கூட்டத்தில் இடமில்லை. ஆண்கள் முடி வெட்டினால் கூட்டத்திலிருந்து விலக்கப்படுவர். பெண் தன் பாவாடையால் கணவனை அடிப்பதும், ஆண் தன் கோவணத்தால் மனைவியை அடிப்பதும் கடும் குற்றம். பெண், ஆண்களின் குடுமியைத் தொட்டால் தண்டனை.

இதுபோல, தங்கள் ஆதியும், அந்தமும் மாறாமல் ஏராளமான நம்பிக்கைகளைச் சுமந்து திரியும் நரிக்குறவர் இனத்தில் இருந்து ஓர் ஒளியாய் உதித்திருக்கிறார்கள் சங்கரும், அனுராதாவும். பிறந்தது வெவ்வேறு ஊராயினும், தங்கள் சமூகத்தை நாகரிக நீரோட்டத்தில் இணைக்கும் நோக்கில் ஒன்றிணைந்திருக்கிறார்கள். சங்கர் இப்போது சட்டம் படிக்கிறார். அனுராதாவின் தந்தை ஆறுமுகம் அவரது காலத்திலேயே இனக்கட்டுப்பாடுகளை உடைத்து எறிந்தவர். கடும் எதிர்ப்பைத் தாண்டி, முடிவெட்டி, அரசாங்க வேலை பார்த்தவர். இவரது மிடுக்கில் மயங்கி இவரை மணந்து கொண்ட சந்திரா தேவரினத்தைச் சேர்ந்தவர். இவர்களது புரட்சிகர கலப்பில் உதித்தவர் அனுராதா. இவர் சமூக சேவையியலில் முதுகலைப் பட்டம் பெற்றவர்.

இவர்கள் இருவரும் கோலியனூரில் நடத்திய அமைதிப் புரட்சி, நரிக்குறவர் இனத்தையே அடுத்த தலை முறைக்கு எடுத்து சென்றுள்ளது.

"நாங்க வந்தப்போ இங்க நிலைமை ரொம்ப மோசமா இருந்துது. குடிக்கிறதுக்காக வீட்டு பட்டாவைக்கூட அடகு வச்சிருந்தாங்க. யாரு வேணும்னாலும் இவங்கள அடிக்கலாம், உதைக்கலாம்னு இருந்துது. குழந்தைகள குடிக்கு பழக்கி பிச்சை எடுக்கவிட்டு, வேட்டைக்கு கூட்டிட்டு போயி, பாசி மணி விக்க வச்சு கொடுமை செஞ்சாங்க. நாங்களும் அவங்கள்ல ஒருத்தரா குடில்கட்டி வேலையைதொடங்குனோம். 'டிரைபல்சொசைட்டி'ன்னு ஒரு அமைப்பை தொடங்கி தமிழ்நாடு முழுசும் இருக்கிற படிச்ச நரிக்குறவர் இளைஞர்களை ஒருங்கிணைச்சோம். இங்கேயுள்ள குழந்தைகள மீட்டு படிக்க வச்சோம். வழக்கறிஞர் லூசி, ஜோஸ் அய்யா மாதிரி மனித உரிமை ஆர்வலர்கள் உதவியோட நிறைய வேலைகளை செஞ்சோம். அதுக்கு கெடச்ச பலன்தான் இதெல்லாம்..." என பெருமிதத்தோடு பேசுகிறார் அனுராதா.

இப்போது..

கோலியனூரில் குடிப்பழக்கம் பாதியாகக் குறைந்திருக்கிறது. சுய உதவிக்குழுக்களில் ஆண்களும், பெண்களும் சேமிக்கிறார்கள். விழுப்புரம் வட்டாரம் முழுதுமுள்ள அறுபது குழந்தைகள் புதுப் பொலிவோடு புத்தகத்தைத் தூக்கி இருக்கிறார்கள்.

இதே நரிக்குறவர் குடியிருப்பைச் சேர்ந்த அன்னபூரணி பி.ஏ. படித்து விட்டு இப்பள்ளியில் ஆசிரியையாக இருக்கிறார். எம்.ஏ. படித்த ஜோதி மணிகண்டன் இப்போது கம்ப்யூட்டர் இன்ஜினியராகி 15 ஆயிரம் ரூபாய் ஊதியமீட்டுகிறார். இவரது மனைவி ஜெயசித்ரா பிளஸ் 2 முடித்து, அனிமேஷன் படிக்கிறார். முரளியும், இனியனும் பி.காம். படிக்கிறார்கள். இருண்டு கிடந்த கோலியனூர் நரிக்குறவர் குடியிருப்பை கல்வி வெளிச்சமாக்கி இருக்கிறது. போதைப் பாடல்களும் கெட்ட வார்த்தைகளும் கேட்ட இடத்தில் இப்போது திருக்குறளும் திருவாசகமும் கேட்கின்றன.

தங்களின் நாகரீக உடையையும், தளையறுத்த நடையையும் மிரண்டு போய் பார்க்கும் பெற்றோரைப் பார்த்தபடி பாடுகிறார்கள் குழந்தைகள்.

பண்டைக்காலம் போலின்றி டான்ஸ் பாப்பா டான்ஸ்

பட்டங்களைப் பெற்று வாழ்வோம் டான்ஸ் பாப்பா டான்ஸ்..

குட்டியான உடையில் இருந்தோம் டான்ஸ் பாப்பா டான்ஸ்..

இப்போ சீருடையில் ஜொலிக்கின்றோம் டான்ஸ் பாப்பா டான்ஸ்.

அகதியூர்

இந்தியாவின் தென்கோடி முனையான கன்னியாகுமரியை அடையாளப்படுத்த ஆயிரமாயிரம் அற்புதங்கள் உண்டு. கோடை, வசந்தம் என எல்லாக் காலத்திலும் மக்கள் வெள்ளத்தில் மூழ்கிப் போகும் குமரியில், எல்லா நேரங்களிலும் சோகத்தை போர்த்திக் கொண்டு அமைதியாக அடங்கிக் கிடக்கிறது பெருமாள்புரம் அகதிகள் முகாம்.

மரணத்தை மடியில் கட்டிக்கொண்டு சுவாசிக்கும் இலங்கையில், வாழ்வாதாரங்களை இழந்து, உயிரை மூட்டையாகக் கட்டிக்கொண்டு கடல் கடந்து தமிழகம் வந்த ஈழத்தமிழர்களுக்கு இந்திய அரசாங்கம் தந்துள்ள வாழ்விடங்களில் ஒன்று இது. ஊரின் வாசலில் விஸ்தாரமாக விரிந்து விழுதுகள் இறங்கிய ஆலமரமும், பழம் கொய்ய வந்த பறவைகளின் கீதமும், மேல்பூச்சு பெயர்ந்த கட்டிடங்களின் பழமையும் உள்ளே உறைந்து கிடக்கும் சோகத்தை அமானுஷ்யமாக உணர்த்தும். எல்லையில், இலங்கையின் அண்மைக்கால விபரீதங்களில் தப்பி தமிழகம் வந்தவர்களின் குடில்கள். இடையில் புற்கள் முளைத்த சிறிய மைதானம், இளசுகளின் கிரிக்கெட் திடல். அதைத் தாண்டி நேர்நேராக மூன்று வரிசைகளில் வீடுகள்.

1990ல் நிகழ்ந்த சிங்களக்காட்டேறிகளின் தாக்குதல் சம்பவத்தில் தப்பிப் பிழைத்து வந்த 350 குடும்பங்கள் இங்கு தான்

ஜீவிக்கின்றன. ஒவ்வொரு உயிருக்குப் பின்னாலும் சோகம்... சோகம்... சோகம். உறவுகளைத் தொலைத்த சோகம். உடைமைகளை மறந்த சோகம், உறுப்புகளை இழந்த சோகம்.

பெருமாள்புரம் இலங்கை அகதிகளின் குடியிருப்பாகி 27 வருடங்கள் ஆன பிறகும், பிற மனிதர்கள் நுழைய முடியாத நிரந்தரமான பாதுகாப்பு.

தன் கடந்த காலம் பற்றி யோசித்து யோசித்து பேசுகிறார் கல்யாண்குமார். 45 வயதுக்காரர்.

திருகோணமலை சொந்த ஊர். ஒரு பெண், இரு ஆண் குழந்தைகள். 89ல் மனைவி மக்களோடு தமிழகம் வந்தவர் பெருமாள்புரவாசியாகிவிட்டார்.

''இவ்விடத்தே வந்து 25 ஆண்டுகள் ஆன பின்னாடியும் என்ட நாட்டை நெனச்சா கண்ணில தண்ணி கோத்துக்குது. நா எம் புள்ள குட்டியளோட பொழச்சு இங்கே வந்து சேந்ததே அந்த திருகோண மலை கோணேசன் அருள்தான். ஒரு நா என்ட கிராமத்தை சுத்தி வளச்சு படைக்காரங்க கோவிலு மைதானத்துக்கு வரச்சொல்லினம். எல்லாரும் போகேயில, 'தலையாட்டி' என்ன கைகாட்ட, என்னைக் கொண்டு போயி, 'எல்டிடிஈ ஆளுங்கள் எங்கே காட்டு'ன்னு சொல்லி காலு, கை, முட்டின்னு கண்ட எடத்துலயெல்லாம் அடிச்சாங்க. ஐந்து நாளுக்குப்பொறவு 'இவன்மேல தப்பில்லை'ன்னு சொல்லி என்ட ஊருல கொண்டு வந்து எறக்கி விட்டுட்டு போவ, இனிமே இருந்தா புள்ள குட்டிகள் மிஞ்சாதுன்னு நெனச்சு, இருந்த சொத்து பத்தை அடிமாட்டுக்கு வித்துப்போட்டு படகேறிட்டம்...''

இந்தியா மாதிரியான அமைதிப்பூங்காவில் இருந்து கொண்டு, வெறும் வார்த்தைகள் மூலம் போர்க் கொடுமைகளின் உக்கிரத்தை உணரமுடியாதுதான். ஆனாலும், கல்யாண் கண்களில் வடியும் கண்ணீர் அந்தச் சூழலைக் காட்சிப்படுத்துகிறது.

'தலையாட்டின்னா யாரு?'

''என்ட மண்ணுல நடக்குற கொடுமையள சொல்லால சொல்ல முடியாது. அதுலயும் தலையாட்டி கொடுமை ரொம்ப கொடூரம். மொதல்ல ஊரசுத்தி வளைக்கிற படைக்காரங்க, போராளிங்களோட தொடர்புள்ளவங்கன்னு சந்தேகப்படுறவங்கள புடிச்சிட்டுப் போயி அடிச்சு உதைச்சு அடைச்சு வப்பாங்க. பெறவு, தலையில ஒரு ஒறைய மாட்டி, கண்ணு மட்டும் தெரியுற மாரி ஒரு கேரவன்

மேல நிக்க வச்சு ஊருக்குள்ள கூட்டி வருவாங்கோ. ஊரில உள்ள எல்லா ஆண் பிள்ளைகளையும் வரச்சொல்லி, ஒவ்வொருத்தரா அந்த தலையாட்டி முன்னாடி நிறுத்துவாங்க.

அவன் போராளிகளோட தொடர்புடையவங்களை அடையாளம் காட்டனும். தலையாட்டி தன்னோட தலையை ரெண்டுபொறமும் ஆட்டி இல்லையின்னு சொன்னா சம்பந்தப்பட்டவனை அடி ஒதையோட வூட்டுக்கு அனுப்பிடுவாங்க. லேசா தலையாட்டி 'சந்தேகம்'னு சொன்னா காலு கைய ஒடைச்சு விசாரிச்சுட்டு அனுப்புவாங்க. ''ஆம''ன்னு உறுதியா தலையாட்டுனா சாவுதான். ஊருக்கு ஒதுக்குப்பொறத்துக்கு கொண்டுபோயி சுட்டுப்போட்டுட்டு போய்டுவாங்கோ. தலையாட்டி யாரையும் காட்டிக்கொடுக்காம, யாரு மேலயுமே சந்தேகம் இல்லன்னு சொல்லிட்டான்னா அவன சுட்டு தூக்கிப் போட்டுடுவாங்க. இதுக்காகவே யாரையாவது கை காமிச்சு அவன் தப்பிச்சுக்குவான்...''

கண்களில் மிரட்சி தெரிய பேசும் யோகராஜாவுக்கு திருகோண மலை குச்சரவிளை சொந்த ஊர். கிராமத் தலைவரான யோகராஜா 19 வயதில் காதல் திருமணம் செய்து கொண்டவர். சகோதரனை படையினர் பிடித்துக்கொண்டு போய் சுட்டுக்கொல்ல, உயிரைத் தூக்கிக்கொண்டு தமிழகம் வந்தவர். இப்போது மனைவி இலங்கையில். யோகராஜாவோ மகன் மற்றும் மகளுடன் பெருமாள் புரத்தில் இரண்டாவது வரிசை வீட்டில் வசிக்கிறார்.

''என்ட நாட்டுல இங்க மாதிரி வயசுப்பசங்களோ, பொண்டுகளோ தெருவில திரிய முடியாது. கல்யாணம் ஆன பையன்கள மட்டும் தான் போராளிகள் அவங்க படையில சேத்துக்க மாட்டாங்க. அதனால 16 வயசுலேயே பசங்களுக்கு கல்யாணம் பண்ணி வச்சுருவாங்க. அதே மாதிரி பொண்டுக வயசுக்கு வந்துட்டாலே சிங்களப்படைக கண்ணுல படாம காப்பாத்தணும். கல்யாணம் கட்டிட்டா அவனுகளும் எரக்கப்பட்டு விட்டுடுவாங்கோ. அதனால 12 13 வயசுலேயே பொண்டுகளுக்கு கல்யாணம்...''

தொடரும் இனப்பிரச்னையின் தாக்கம் எப்படி ஒரு சமூகத்தின் பண்பாடு, உறவுகள், பழக்க வழக்கங்களில் கொடூர விளைவுகளை நிகழ்த்துகின்றன என்பதைப் படம் பிடிக்கின்றன காந்தனின் வார்த்தைகள்.

பனைமரக்காட்டின் சரசரப்புகளுக்கு மத்தியில், தலைக்கு மேல் பனங்காய்களைப்போல தொங்கிக்கொண்டிருக்கும் குண்டுகள், கால் நகம் பட்டாலே வெடித்துவிடத் துடிக்கும் கண்ணி வெடிகள், தலையாட்டியின் சமிக்ஞைகளுக்குப் பின்னான கொடூரம், வாகனச் சத்தம் கேட்டாலே பதுங்கு குழியைத் தேடும் பெண்கள், மனநலம் பாதிக்கப்பட்ட, உறுப்புகளை இழந்த உறவுகள்...

நாகரிக சமூகம் வெட்கித் தலைகுனிய வேண்டிய கொடூர வாழ்க்கை ஈழத்தமிழனுடையது. சதா சர்வ காலமும் குண்டுகள் சத்தமிட்டாலும், மனசுகள் உரசி முகிழும் காதல் அவர்களின் பருவ காலத்தைப் பசுமையாக்குகிறது. இலங்கையில் துளிர்த்து பெருமாள் புரத்தில் மலர்ந்த காதல்கள் மூன்று. அந்த ரத்தம் தோய்ந்த வாழ்க்கையை காதலைத் தவிர வேறெதனால் சுவாரசியப்படுத்த முடியும்!

பாலவத்தை எஸ்டேட்டில் முகிழ்ந்த மாடசாமி நிலவொளி காதல் போர்ச்சூழலில் இடம் பெயர்ந்து, மத்துக்கோழை எஸ்டேட் வரை நீண்டது. குண்டுச் சத்தம் துரத்த, கடல் குதித்து மீண்ட உயிர்களோடு காதலும் தொற்றிக்கொண்டு கரையேறியது. பெருமாள்புரம் காதலர்களை இல்லறத்தில் இணைத்து வைத்தது.

நாகர்கோவில் கல்லூரியில் பி.காம். படித்த விஜயகுமாரி லவ்வியது ஆட்டோடிரைவர் உதயகுமாரை. 'இருவருமே இலங்கை' என்ற நேர்க்கோடு காதலைச் சேர்த்து வைக்க, அன்புக்குச் சாட்சியாக ஷோபியா ஒரு வயது குழந்தை.

விஜயராஜாவின் அத்தை மகள் வராகினி. சிறு வயதிலேயே பெற்றோர் கனவை விதைக்க, பருவம் வந்தபோது, வராகினியை தமிழ்நாட்டுக்குத் துரத்தியது இனக்கலவரம். விதை, விருட்சமாகி உயிருக்குள் ஊடுருவ, ஒரு கட்டத்தில் டூரிஸ்ட் விசா எடுத்துக் கொண்டு பெருமாள்புரம் வந்து வராகினியைக் கைப்பிடித்தார் விஜயராஜா.

காதலுக்கு கடல், மலை, இனம், மொழி பேதம் ஏது? திருகோணமலை விஜியின் காதல், தேசம் கடந்தது. திருகோண மலையின் முன்னாள் சேர்மன் நடராஜ கிராமுண்டனின் பேத்தி விஜி. தமிழர் விடுதலைப் போராட்டத்தில் தீவிரப் பங்காற்றிய நடராஜன் ஒரு துப்பாக்கிச் சூட்டில் கொல்லப்பட, செல்வச் செழிப்பு கொண்ட குடும்பம் நிலைகுலைந்தது. இனப்போர் பற்றி

யெரிய, தாயுடன் தமிழகம் வந்தார் விஜி. வந்த இடத்தில் வீட்டில் சும்மா இருக்கப் பிடிக்காமல், பெருமாள்புரத்தைச் சேர்ந்த கண்ணன் நடத்திய சிப்பி வால் கண்ணாடி தொழிற்சாலைக்கு வேலைக்குப்போக, ஒரு கட்டத்தில் துளிர்த்தது காதல். இப்போது விஜி தமிழ்நாட்டு மருமகள்!

கை, கால்களில் காயத் தழும்புகள் உறுத்த, லேசாக எம்பி எம்பி நடக்கும் கயிலாயப்பிள்ளையிடம் கேட்டேன்.

'தமிழகத்தில் பரிபூரண நிம்மதியை உணர்கிறீர்களா..?'

''உயிருக்கு உத்தரவாதம் கெடச்சிருக்கு. அரசும் நெறைய உதவிகள் பண்ணுது. பட்டினி இல்லை. ஆனா, வந்து 20 வருஷமாச்சு. ஒண்ணுக்கு இருக்க பெருமாள்புரத்தை விட்டு வெளியே போனாலும் கூட கையெழுத்துப் போடணும். கஷ்டப்பட்டு ஒழைச்சு ஒரு மண்ணு வாங்கிப்போட கூட வாய்ப்பு இல்லை. ஒரு பிச்சைக் காரனுக்கு இருக்கிற உரிமை கூட எங்களுக்கு இல்லை. இதுவும் சிறை மாதிரிதான். சொந்த ஊருல அன்னமா இருந்த எங்களுக்கு இது காக்கா வாழ்க்கைதானே...''

ஒட்டுமொத்த பெருமாள்புரவாசிகளின் உணர்வுகளும் கயிலாயப் பிள்ளையின் இந்த வார்த்தைகளில் அடங்கிப்போய் விட்டன.

௵

சிற்பியூர்

இடைவிடாது கரை தழுவிச் செல்லும் அலைகளைக் கிழித்து, ஆங்காரமாக ஓங்கி நின்ற கற்களை பல நூறு ஆண்டுகளாக பார்த்த விழிகள் அனைத்தும் பாறைகளாகத் தான் பார்த்தன. ஆனால் காஞ்சியைப் புகழ் பெற வைத்த நரசிம்ம பல்லவன் தான் பாறை களுக்குள் ஒளிந்திருந்த அழுகு மிகு ஆலயங்களை சிறப்பு மிகு சிற்பங்களை முதன்முதலில் தரிசித்தான். அந்தக் கலைராஜனின் ஆர்வமும் ஞானமும் இந்தியாவுக்கே கம்பீரம் பெற்றுத் தந்தன. சென்னையை ஒட்டி, கிழக்குக் கடற்கரைச் சாலையில் பூமித் தாயின் மார்புகளாக, குன்றுகள் தாங்கி மதர்த்து நிற்கும் மாமல்ல புரம் கலையின் தலைநகராகவே அறியப்படுகிறது.

கதைப்படுத்தப்பட்டு, காட்சிப் படுத்தப்படாமல் இருந்த இந்து புராணங்களின் சிற்பத்தொகுப்பே மாமல்லபுரச் சிற்பங்கள். இயல்பாகவே கலைத்தேர்ச்சி மிக்க நரசிம்மன், இதை துறைமுக நகராக்கி வணிகம் செய்ய வந்த வேளை, கல் நகருள் ஒளிந்திருந்த கலைநகரைக் கண்டான். சிற்பிகள் உளிக்கு உயிர் கொடுத்தனர். கற்கள் கவிதைகளாயின.

உடல் தழுவும் காற்றும், விழி தழுவும் பூங்காக்களும் இன்னும் காங்க்ரீட் அரக்கன் விழுங்கி விடாத பச்சை பூமியின் மிச்சமாக

மாமல்லபுரத்தைக் காத்து நிற்கின்றன. எங்கும் உலவும் அமைதியும், அமானுஷ்யமும் நகரின் புனிதத்தைக் கூட்டுகின்றன.

பேருந்து நிறுத்தம் தொட்டு இடது பக்கம் நடந்தால், ஸ்தல சயனப்பெருமாள் ஆலயம். அதையொட்டி நீட்டி நிமிர்ந்து நிற்கிறது 'அர்ஜுனன் தபசு' என்றொரு புடைப்புச் சிற்பம். 62 மீட்டர் நீளமுள்ள ஒரே கல்லைக் கீறி, ஒளிந்திருந்த சிற்பங்களுக்கு உயிரளித்த சிற்பிகளின் அழியா உழைப்பு. சிறிதும் பெரிதுமாக சுமார் 150 சிற்பங்கள். பாசுபத வரம் பெற சிரம் மேல் கரம் குவித்துத் தவமிருக்கும் அர்ஜுனன், தவம் மெச்சி பூத கணங்கள் புடைசூழ வந்து வரமருளும் சிவபெருமான். கீழே பகீரத தவம். தனது முன்னோருக்கு இறுதிக் கிரியைகள் செய்ய ஆகாய கங்கையைக் கொண்டுவர தவமிருந்த பகீரதன். கங்கையை தன் தலையில் சுமந்து பூமியில் இறக்கிய சிவன். ஒவ்வொரு சிற்பத்திலும் ஒவ்வொரு தத்துவம். இச்சிற்பங்களில் வியந்து, வடக்கே நடந்தால் அந்தரத்தில் நிற்கிறது மாபெரும் உருண்டைக்கல்.

'வெண்ணெய் உருண்டைக்கல்' என்கிறார்கள் அந்தக் கல்லை. அசையாமல் கல்லைத் தாங்கி நிற்பது புவி ஈர்ப்பு சக்தியின் மையமென்கிறது அறிவியல். இக்கல் கடந்தால்... சந்துகள், பொந்துகள், புதர்கள். காதலிக்க, உணவருந்த, கலை ரசிக்க, கழிவிறக்க... சுற்றிலும் ஒரு கிலோமீட்டர் நீள அகலத்துக்கு பரந்து விரிந்து கிடக்கிற கற்காடு பல உணர்ச்சிகளுக்கு வடிகாலாக. வெளிப்படையான காமக்கலாசாரத்தில் ஊறிய வெள்ளைக்காரர்கள், கலையில் ஆழ்ந்து சொக்கிக் கிடக்க, நம் விடலைகள் செய்யும் காம சேஷ்டைகள், ஆத்மார்த்தமாக இன்னும் உலவித் திரியும் பல்லவர்களின் ஆவியையே பதறச் செய்கின்றன.

''அட, ஏஞ் சார்... தொல்பொருள்துறை கன்ட்ரோல்ல இருக்கிறதால போலீஸ் கண்காணிப்பெல்லாம் இல்ல. ராத்திரி, பகல்னு இல்லாம புதரும் சந்துமா இருக்கிற எடங்கள்ல கொஞ்சம் கூட இங்கிதம் இல்லாம பலபேரு தப்பா நடந்துக்கிறாங்க. இதுவே கேவலம்னா அதைவிட கொடுமையான இன்னொரு கேவலமும் இருக்கு. உள்ளூர் பசங்க செல பேரு இந்த விடலை வெளையாட்டப் பாக்குறதுக்குன்னே மலைமேல சுத்துறாங்கே. இது இல்லாம பீர், பிராந்தின்னு பாராவே மாத்திடுறாங்க சார் பாறையை. தெனமும் பள்ளிக்கொடங்கள்ல இருந்து ஆயிரக்கணக்குல புள்ளங்க வந்து போவுதுங்க. கலையைக் காட்டிலும் இந்த

கருமங்கதான் அந்த புள்ளங்க கண்ணுல படுது...'' ஆவேசமாகப் பேசுகிற அந்த குளிர்பானக்கடைக்காரர் தன் பெயரைத் தவிர்க்கிறார்.

சாதாரண நாட்களில் சுமார் 7 ஆயிரம் பேர், விடுமுறை நாட்களில் சுமார் 15 ஆயிரம் பேர் குழுமும் இக்கலை நகரில் இரண்டே இடங்களில் மட்டும் பராமரிப்பின்றி சிதைந்து கிடக்கின்றன இரண்டு கழிவறைகள். ஒரு சுற்றுலாத்தலத்தில் நல்ல கழிவறை கூட இல்லை என்பது சாபம். இதன் காரணமாகவே கலைவடிவமான கற்கள் கழிவறையாகிப் போகின்றன.

கோடிக்கணக்கில் வருமானம் தரும் இந்நகரில் ஏன் இந்த அவலம்? தொல்பொருள் துறை உள்ளூர் நிர்வாகத்தை சுட்ட, உள்ளாட்சி நிர்வாகம் 'விரைவில் செய்யப்படும்' என்ற மனனம் செய்யப்பட்ட வார்த்தைகளை உதிர்க்கிறது.

நகரின் தெற்கே, தோண்டி மீட்ட அடையாளங்களோடு கம்பீரமாக நிற்கிறது ஐந்து ரதம். வியப்பூட்டும் நுட்பங்களோடு தொட்டு வருடத் தோன்றும் சிலைகள். தெற்கிலிருந்து வடக்கே சரிந்திருக்கும் சிறிய குன்றைக் குடைந்து செய்த நேர்த்தி, விழிகளை விரிய வைக்கிறது.

கடலோரம், அழியா ஓவியமாகக் கிளைத்து நிற்கும் கடற்கரைக் கோயில், கலையின் உச்சம். கடலன்னைக்குச் சூட்டப்பட்ட மணி மகுடமாக மிளிரும் கற்கோயிலை முழுநிலவுக்காலங்களில் காணக் கண்கோடி வேண்டும். சுற்றிலும் நந்தி சிலைகள். உப்புக் காற்று தின்றது போக கொஞ்சம் கொஞ்சம் மிஞ்சியிருக்கின்றன. ஆங்காங்கே பூமி குடைந்து தொன்மம் மீட்கும் முயற்சிகளும் நடக்கின்றன.

ஐந்து ரத வீதியில் இடை விடாது இயங்குகின்றன 160க்கும் அதிகமான சிற்பக்கூடங்கள். இங்குள்ள சிற்பக்கல்லூரி பிரசவித்த சிற்பிகளின் எண்ணிக்கை பல ஆயிரத்தை எட்டும். இதில் பலரும் மாமல்லபுரத்திலேயே கூடம் அமைத்து செதுக்குகிறார்கள்.

கல்லை சிலையாக்குவது நெல்லை பிரித்து உமியாக்குவது போலில்லை. நீண்ட நெடுங்கால வேலை. சிலை முடிவானவுடன், கல்லை விழிகளாலேயே குடைந்து, தகுந்தது வாங்குவதே ஒரு கலை. கல் தேர்வு முடிந்ததும், அக்கல்லில் சிலையின் ஓவியம் தீட்டப்படும். அடுத்தது டிரஸ்சிங். முதற்கட்டமாக தேவையற்ற பகுதிகளைப் பெயர்த்தெடுக்கும் பணி. நான்காவது திரட்டுதல்.

இது செமி கட்டிங். இறுதிக்கட்ட பணி, தீர்மானம். ஆபரணமிட்டு, உடையுடுத்தி, இமை நீவி மனதுள் ஒளிந்திருந்த உருவுக்கு கல்லில் உயிர் கொடுப்பது. முன்பு போல உளி தட்டி செதுக்கும் சிரம மில்லை. இப்போது டிரை கிரைண்டர், நீடில் மெஷின், வீல், ஏர் டூல் என எல்லாம் மின்சார மயம். சிரமமான சிலைகளுக்கு, முதலில் சிமெண்ட் அல்லது பிளாஸ்டர் ஆப் பாரிஸ் கொண்டு மாதிரி சிலைகள் செய்து பார்த்து, பின் கல் தொடுகிறார்கள்.

சிங்கப்பூரின் ஒரு கல்வி நிறுவனத்துக்காக மாமல்லபுரத்தின் பிரபல சிற்பிகளில் ஒருவரான பாஸ்கரன் செய்துவரும் பிரமாண்ட மான சிற்பம் அழகோ அழகு. தத்துவ ஞானிகளான ஐன்ஸ்டீன், கன்பூஷியஸ், அரிஸ்டாட்டில் என மேலை நாட்டினரோடு நம் திருவள்ளுவரும் சம்மணமிட்டு அமர்ந்திருக்கிறார்.

நகரின் மேற்கிலும், தெற்கிலும் வியாபித்து நிற்கும் விடுதிகளும், உணவகங்களும் கூட பச்சை நிறம் போர்த்தியிருப்பதால் இந்த உப்புக்காட்டில் தனிமை சூழ்ந்த இடங்களிலெல்லாம் மலர்ந்திருக் கின்றன காதல் பூக்கள். பதினைந்தைத் தொடாத விடலைக்காதல், பதினெட்டில் நிற்கும் பருவக்காதல், ஊரார், உறவுகளை ஏமாற்றி தனிமையில் உடல் கலக்கும் கள்ளக்காதல் என ஒவ்வொன்றுக்கும் ஒவ்வொரு முகம்.

இளைய தலைமுறைக்கு வசந்தத்தின் கதவுகளைத் திறந்துவிட்ட சாஃப்ட்வேர் தொழில்நுட்பம், சனிக்கிழமைகளை சமத்துவ நாளாக்கி (?) விட்டதால், சாலையொட்டியுள்ள சவுக்குக் காடுகள் ஆண்பெண் பேதமற்ற பொழுதுபோக்கு (?) பூங்காக்களாகி விட்டன. அத்துமீறல்கள், அருவருப்புகள் என நவீன வாழ்வின் அச்சமூட்டும் போக்குகளை உணர்த்தும் எல்லாமும் மாமல்லபுரத்தின் அந்தப் புரங்களில் உண்டு.

மாமல்லபுரத்தில் நெடுங்காலம் விடுதி நடத்தும் இளைஞர் ஒருவர், பெயரை வெளியிடக் கூடாது என்ற உத்தரவாதத்தோடு சொல்லிய தகவல்கள் அதிர்ச்சி தருபவை.

''முன்னெல்லாம் அங்கொண்ணும் இங்கொண்ணுமா விபசாரம் நடக்கும். ஒரு கட்டத்துல மாமல்லபுரத்துக்கே அது கறையா மாற, போலீஸ் நெறைய நடவடிக்கை எடுத்து அதை கட்டுப்படுத்துச்சு. இப்போ நெலைமையே வேற. ஓரினச்சேர்க்கையில ஈடுபாடுள்ளவங்க, சிறுவர்கள்கிட்ட செக்ஸ் வச்சுக்கிறத விரும்புற வெளிநாட்டுக்காரங் களோட சொர்க்கமா மாமல்லபுரம் மாறிருச்சு. இதுக்குன்னு நெறய

புரோக்கர்களே இருக்காங்க. அது இல்லாம சில வெளிநாட்டு ஆளுங்க, மீனவ குழந்தைகளுக்கு டிரஸ் வாங்கிக் கொடுக்கிறது, சாப்பாடு கொடுக்கிறதுன்னு ஏமாத்தி அழைச்சிட்டுப் போயிடுறாங்க. இதனால நோயி, நொடின்னு பாதிக்கப்பட்டவங்க நெறைய பேரு. இதப்பத்தி பெத்தவங்ககிட்ட சொன்னா, ‘எம்புள்ள நல்லா இருக்கிறது உனக்கு புடிக்கலயா’ன்னு சண்டைக்கு வர்றாங்க. இந்த மாதிரி சீரழிஞ்சு மெண்டலாப் போன பையங்களும் இருக்காங்க சார். போதை கொடுக்கிற டிரக்ஸ் நடமாட்டம் இப்போ அதிகமாருக்கு. இங்க உள்ள பையங்கள வளைக்க, வெளிநாட்டுக்காரங்க யூஸ் பண்ற முக்கிய ஆயுதமே அதுதான் சார்...''

வெட்கித் தலைகுனிய வேண்டிய அவலம். உலக மக்கள் விரும்பி வந்து செல்லும் இடங்களில் 39வது இடத்தில் இருக்கிறது மாமல்லபுரம். கல்லே கலையாகி நிற்கும் இந்த பொக்கிஷங்களைப் பாதுகாத்து அடுத்த தலைமுறைக்குத் தரவேண்டியது நம் கடமை. ஆனால் எதைத் தரப்போகிறோம்..?

ഇര

பூவூர்

ஆத்துப்பாக்கம்...

திருவள்ளூருக்கு நெருக்கத்தில், பெரியபாளையம் ஊத்துக் கோட்டை சாலையில், ஆரணியாற்றின் கரையில் அமைதியாக அமர்ந்திருக்கும் பசுமை கிராமம். சுவரில் பச்சை பூத்த சிறுதெய்வக் கோவில்களும், இடியும் நிலையிலுள்ள ஆதி வீடுகளும் அந்த குட்டி கிராமத்தின் பழமைக்குச்சான்று. கிராமத்தின் எல்லையைத் தொடும்போதே நாசியைத் தழுவும் வாசனை மற்ற கிராமங் களிலிருந்து வித்தியாசப்படுத்துகிறது. ஆம்... இக்கிராமத்தின் எல்லா திசைகளிலும் விரிந்து கிடக்கின்றன ரோஜா, மல்லிகைத் தோட்டங்கள்.

ஒரு காலத்தில் தஞ்சைக்கு இணையாக நெல் சாகுபடி செய்த திருவள்ளூர் மாவட்டம், இப்போது வயற்காடுகளில் பூக்களை போர்த்திக்கொண்டிருக்கிறது. உலகமயம், தாராளமயத் தாக்கங்கள் இந்தியாவின் ஒட்டுமொத்த நெல் விவசாயத்தையும் முடக்கிய தருணத்தில், வயலைத் தொட்டே வாழ்ந்து பழகிய திருவள்ளூர் மக்கள் தேர்ந்தெடுத்தது மல்லிகையையும், ரோஜாக்களையும். முதன்முதலாக பூ சாகுபடியில் இறங்கி, எல்லோரையும் திரும்பிப் பார்க்க வைத்தது ஆத்துப்பாக்கம் விவசாயிகள் தான். அதன்பிறகு அத்தனை விவசாயிகளும் பூக்களின் திசையில்!

'நெல்லு போட்டால் பொன் விளையும் பூமி' ஆத்துப்பாக்கம். வீட்டுக்கு வீடு மாடுகள். முன்புற வாசலில் உள்ள குப்பைக்குழிகளே உரக்கிடங்கு. எருவைப்போட்டு உழுது, சரியான தட்பவெப்பத்தில் குதிருக்குள் சேகரித்த விதைகளை விதைத்துவிட்டால், எப்போதாவது களையெடுக்கத்தான் வயல் பக்கம் ஒதுங்க வேண்டியிருக்கும். முற்றிய நெல்மணி ''வா வா'' என்றழைத்த பிறகு கதிரறுத்து, தலை சுமந்து விற்றால் கிடைத்தது எல்லாம் லாபம்.

ஆனால், காலப்போக்கில் நிலங்கள் நலிந்து போக, ரசாயனங்கள் தின்று கொளுத்த பூச்சிகள் பயிர்களை மேய்ந்து அழிக்கத் தொடங்கின. உரங்களும், பூச்சி மருந்துகளும் வாங்கி கட்டுபடியாகாத விவசாயிகள், விட்டால் போதும் என்று நிலத்தை ரியல் எஸ்டேட் முதலாளிகளிடம் விற்கத் தொடங்கினர். அந்தக் காலகட்டத்தில் தான் 'பூக்கள போட்டா நல்ல வெல கெடக்குமாமே' என்று ஒரு பெரிசு காற்று வாக்கில் சொல்லிவிட்டுப் போக, சில முற்போக்கு விவசாயிகள் அதை வேதவாக்காக்கி செயலில் இறங்கினர். கொஞ்சம் கொஞ்சமாக அந்த கிராமத்தை ரோஜாவும் மல்லிகையும் ஆக்கிரமித்தன. அதன்பிறகே அடுத்த கிராம விவசாயிகள் விழித்தனர்.

இப்போது ஆத்துப்பாக்கத்தில் 150 ஏக்கரில் மல்லிகையும், 250 ஏக்கரில் ரோஜாவும் பயிரிடப்படுகிறது. இதில் பன்னீர் ரோஸ், சாதா ரோஸ், ரெட் ரோஸ், ஒயிட் ரோஸ் என பல வெரைட்டிகள். மிச்சமிருக்கும் நிலத்தில் கொஞ்சூண்டு நெல் சாகுபடி. கோயம்பேடு பூ மார்க்கெட்டில் ஒரு நாளைக்கு 3 டன் ரோஜாப்பூக்கள் விற்பனையாகின்றன. இதில் 2 டன் ரோஜாக்கள் ஆத்துப்பாக்கத்தில் விளைந்தவை.

பட்டுக்கோட்டை, வேலூர், ஆந்திராவின் ராஜமுந்திரி பகுதிகளிலிருந்து ரோஜா நாற்றுகள் வரவழைக்கப்படுகின்றன. 1 ரெட் ரோஸ் நாற்று ரூ. 2.75. பன்னீர் ரோஸ் நாற்று 1 ரூபாய் கூடுதல். ஏக்கருக்கு சுமார்4ஆயிரம் செடிகள். செடி நட்ட மூன்று மாதத்துக்குள் ரோஜாக்கள் மலரத் தொடங்கி விடும். 6 மாதத்தில் 2000 பூக்கள் பறிக்கலாம். ஏறக்குறைய 6ஆண்டுகளுக்கு தட்பவெப்ப நிலைக்குத் தகுந்தவாறு வருமானம்.

ரோஜாச் செடிகளின் நிரந்தர எதிரி பச்சைப்புழு. இந்த எதிரியை அழிக்க விவசாயிகள் எடுக்கும் எல்லா ஆயுதங்களும் செயலிழந்து விடுகின்றன. புழுக்களுக்குப் போக மிச்சமிருப்பது தான் விவசாயிக்கு.

சாலைக்கு ஒருபுறம் குடியிருப்பு. அது சார்ந்து பிரமாண்டமான ஏரி. எதிர் சாலையைக் கடந்தால் வயல்கள். நள்ளிரவு 1 மணிக்கு களை கட்டிவிடுகிறது ஆத்துப்பாக்கம். ஆண்கள், பெண்கள், பிள்ளைகள் எனகுடும்பமே அந்தக் காரிருளில் விழித்துக் கொள்கிறது. தலையில் முண்டாசு, கழுத்தில் சிறிய எமர்ஜென்ஸி லைட், கையில் கூடையோடு வயக்காடுகளை நோக்கி நீள்கிறது பயணம். வயக்காட்டில் இறங்கினால் 6மணி வரைவாசனையோடு பொழுது நகர்கிறது. கூராக நீட்டி நிற்கும் முட்களைத் தவிர்த்து, லாவகமாக பூக்கள் பறிப்பது சாதாரண காரியமல்ல. தொடர் பயிற்சிக்குப் பிறகுதான் அது சாத்தியப்படும்.

விடியற்காலையில் பெரிய சாக்குகள் சகிதம் ரோட்டில் ரெடியாக நிற்கிறார்கள் கோயம்பேடு வியாபாரிகளின் உள்ளூர் ஏஜென்ட்கள். 6 மணிக்கு அவசர அவசரமாக ரோட்டுக்கு வரும் விவசாயிகள், ரோஜாக்களைத் தந்துவிட்டு, மல்லிகைத் தோட்டத்துக்குள் இறங்கி விடுகின்றனர். பிள்ளைகள் அதே பரபரப்போடு யூனிஃபார்ம்களுக்குள் தங்களைத் திணித்துக்கொண்டு பள்ளிக் கூடத்துக்கு ஓடுகின்றன.

மல்லிகை நாற்றுகளை ராமேஸ்வரத்தில் இருந்து தருவிக்கிறார்கள். ஏக்கருக்கு 2500 நாற்றுகள். 2 வருஷம் அந்த நாற்றுகளோடு மல்லுக்கட்டினால் 3ம் வருடத்தில் பூக்கள் பார்க்கலாம். தொடக்கத்தில் 150 சேர் மல்லி கிடைத்தாலே பெரிது. '300 கிராம் 1 சேர்' எனகணக்குச் சொல்கிறார்கள். மல்லியில் அண்மைக் காலமாக சாறு உறிஞ்சும் பூச்சியின் தொல்லை அதிகரித்து விட்டதாம். இதற்காக அடிக்கப்படும் விஷங்களைடானிக்காக மாற்றிக்கொண்டு பூக்களின் வெண்மையை உறிஞ்சி விடுகின்றன புழுக்கள்.

ரோஜாக்களை, எண்ணிக்கை அடிப்படையில் விற்கின்றனர். 100 பன்னீர் ரோஜா குறைந்தபட்சம் 20 ரூபாய். சாதா ரோஜாக்களுக்கு கொஞ்சம் மவுசு குறைவு. அதிகாலை தொடக்கத்தில் கோயம்பேடு செல்லும் பூவுக்கு நல்ல விலை கிடைக்கிறது. சிறிய சாக்குகளில் கட்டப்படும் பூக்களை பஸ்கள், வேன்கள் மூலம் கோயம்பேடு கொண்டு சேர்க்கின்றனர் ஏஜென்ட்கள். பூக்கள் விற்பனை முற்றிலும் நம்பிக்கையை அடிப்படையாகக் கொண்டது. ஏஜென்ட்களிடம் பூக்களைத்தரும் போது விவசாயிகள் எண்ணுவதோ, எடை போடுவதோ இல்லை. அதேபோல் வியாபாரிகள் சொல்லும் கணக்கை அப்படியே ஏற்றுக்கொள்கிறார்கள்.

பெரும்பாலான விவசாயிகள், வியாபாரிகளிடம் கணிசமான தொகையை முன்பணமாகப் பெற்று விடுகின்றனர். பூக்களைப் பெற்று, விற்பனை செய்ய வியாபாரிகளுக்கு 15 சதவிகிதம் கமிஷன். ஏஜென்ட்களுக்கு 5 சதவிகிதம். மிச்சமிருக்கும் தொகை கடனில் கழிந்து விடும். வயலுக்குப் பூச்சிமருந்து அடிக்க, உரம் வாங்க அவ்வப்போது வியாபாரிகளே கதி.

கனகாம்பரம் செடிகளை பராமரிப்பது சிரமம் என்பதால் விவசாயிகள் அதை விரும்புவதில்லை. ஆனாலும், அங்கொன்றும் இங்கொன்றுமாக சில இடங்களை தன் நிறத்தால் நிரப்பி வைத்திருக்கிறது கனகாம்பரம்.

பகல் ஒரு மணி வரை மல்லி பறிக்கும் பணியிலேயே தீவிரமாக இருக்கிறார்கள் விவசாயிகள். வயலுக்கு மருந்தடித்தல், களை யெடுத்தல் என வயல்களைச் சுற்றியே நீள்கிறது வாழ்க்கை. எந்த வேலையிலும் ஆண், பெண் வேறுபாடில்லை. பூ பறிப்பதில் தொடங்கி மருந்தடித்து, கோயம்பேடு சென்று வியாபாரிகளிடம் முன்பணம் வாங்குவது வரை, சில குடும்பங்களில் பெண்களே செய்கின்றனர்.

சில ஆண்டுகளுக்கு முன் வயலுக்குப் போன கணவர் பாம்பு கடித்து இறந்ததிலிருந்து, அவரது மனைவி ராணி தான் 'ஆல் இன்ஆல்'. இரண்டு பெண் பிள்ளைகளை கரைசேர்க்க வேண்டிய கடமை. என்ன செய்வது என்ற கேள்வி எழுந்தபோது அந்த மனிதர் விட்டுச்சென்ற ஒன்றரை சென்ட் நிலம் நினைவுக்கு வந்தது. களமிறங்கி விட்டார். ஆண்கள் தோற்றுப்போகும் அளவுக்கு லாவகமாக தெளிப்பானை முதுகில் சுமந்து மருந்து அடிக்கிறார் ராணி.

காட்டாயிக்கு 60 சென்ட் நிலம். வயல் வேலைபோக மீதி நேரங்களில் கூலிக்குச் செல்வதும் உண்டு. அத்தனை வேலைகளும் காட்டாயிக்கு அத்துப்படி. கூலிக்கு ஆள் கிடைக்காதபோது தனியொரு ஆளாக நின்று சமாளித்த அனுபவமும் உண்டு.

ஆத்துப்பாக்கம் மக்கள் சவாலான விஷயமாகக் கருதுவது, விளையும் பூக்களை கோயம்பேடு மார்க்கெட்டுக்குக் கொண்டு சேர்ப்பதைத்தான். பெரியபாளையத்தில் தொடங்கி, கோயம்பேடு வரை ஆங்காங்கே செக்போஸ்ட்களில் நிற்கும் போலீசார் படுத்தும் பாடு சொல்லி மாளாது.

கள்ளச்சாராயக் கடத்தலைத் தடுப்பதாகக்கூறி பூமூட்டைகளைப் பிரித்துக் காட்டச் சொல்லியும், தினந்தோறும் இதே ரோட்டில் சந்திக்கும் டிரைவர்களை 'லைசன்ஸை எடு', 'ஆர்சி புக் எங்கே' என்றும் அநியாயத்துக்கு கடமை உணர்ச்சி காட்டுவதால், கால தாமதமாகி கோயம்பேடு போவதற்குள் பூக்கள் வதங்கி விடுகின்றன. அதனால் விலையும் கணிசமாகச் சரிந்து விடுகிறது. (ஆந்திர கள்ளச்சாராயம் எந்த சிரமமும் இன்றி சென்னைக்குள் நுழைவது வேறு விஷயம்!)

ஆயுதபூஜை, தீபாவளி, கிறிஸ்துமஸ், பொங்கல் காலங்களில் இம்மக்களின் முகத்தில் புன் சிரிப்பைக் காணலாம். இந்தக் காலங்களில் அதிக தேவை இருப்பதால் பூக்களுக்கு நல்ல விலை கிடைக்கிறது.

''நெல் சாகுபடி செய்ய முடியாதுங்கிற நிலை வந்தபின்னாடி பூக்கள் மட்டும் கை குடுக்கலன்னா ஆத்துப்பாக்கம்ங்கிற ஊரே பட்டியல்ல இருந்திருக்காது. விவசாயத்தைத் தவிர வேறெதுவும் தெரியாதவங்க நாங்க. இப்போ ஓரளவு நிரந்தரமான சாப்பாடு கெடைக்குது. உற்பத்தியையும் உழைப்பையும் ஒப்பிட்டுப் பாத்தா மிச்சம் எதுவும் இருக்காது. வீட்டுல நடக்கிற நல்லது கெட்டதுக்கு வியாபாரிகள நம்பித்தான் இருக்கோம். செயற்கை உரங்கள், பூச்சி மருந்துகள் இல்லாம சாகுபடி செய்ய எங்களுக்கும் ஆசதான். ஆனா, அதெல்லாம் மறந்து போன விஷயம். இனிமே புதுசாத்தான் கத்துக்கணும். தோட்டக்கலைத்துறை, விவசாயத்துறை அதிகாரிங்க எல்லாம் எங்க கிராமத்துப் பக்கம் வர்றதே இல்லை'' என்கிறார்கள் இப்பகுதியின் ராஜேந்திரன், சுப்பிரமணியன் ஆகியோர்.

இம்மக்கள் ஒரே குரலில் விடுக்கும் கோரிக்கை ஒன்று உண்டு. அது, பெரியபாளையம் பகுதியில் ஒரு சென்ட் தொழிற்சாலை வேண்டும் என்பதுதான். உற்பத்தியை மதிப்புமிகுந்த பொருளாக மாற்றும் வாய்ப்பை அரசு ஏற்படுத்தித் தந்தால் வாழ்க்கைத் தரம் உயரும் என்கிறார்கள் இம்மக்கள்.

இரவு பகலின்றி உழைக்கும் இந்த மனிதர்களின் வியர்வையால், ஆத்துப்பாக்கம் பூக்களுக்கு நறுமணம் சற்று அதிகமாகவே இருக்கிறது. ஒட்டுமொத்த சென்னைக்குமே ரோஜாவும், மல்லிகையும் வாரி வழங்கும் இந்த கிராமத்து மனிதர்களின் வாழ்க்கையில் தான் வாசமே இல்லை.

ஃஃ

மீனூர்

காசிமேடு! கடல் தன் அழுக்கு அலைகளால் தாலாட்டிச் செல்லும் உவர்பூமி. இரவு, பகல் எல்லா நேரங்களிலும் உறக்கமின்றி இயங்கும் இந்த ஊரில் கண்ணீராலும், வியர்வையாலும் இரட்டிப்பாக கரிக்கிறது கடல்.

சென்னையின் கடல் தொழிலுக்கு உரிய சூழல் நிறைந்த ஒரே பகுதி காசிமேடு. பிரமாண்டமான வணிக வளாகங்களில் சுக போகமாக இயங்கும் சாப்ட்வேர் கம்பெனிகளுக்கு இணையாக, கோடிகள் புரளும் திறந்தவெளி தொழிற்கூடம். சுவைமிகுந்த சீலா, சுறா, வஞ்சிரம், வவ்வால், நெத்திலி, மயில்க்கோலா, இறால் போன்ற அறிய கடல் உயிரினங்களின் கூடு. கூடை சுமப்பவரில் தொடங்கி, ரிக்‌ஷா இழுப்பவர் வரை பல்லாயிரம் பேருக்கு வாழ்க்கை தரும் புண்ணிய பூமி.

700 விசைப்படகுகள், 1000 பைபர்படகுகள், 300 கட்டுமரங்கள் என நீர் தெரியா வண்ணம் நிரம்பி நிற்கின்றன கலங்கள். பாலாறு, கிருஷ்ணா என அனல் பறக்கும் அரசியலுக்கு இடையே ஆயிரக் கணக்கான ஆந்திரகாரர்கள் அண்ணனாக, தம்பியாக காசிமேடு உப்புக்காற்றில் கலந்து வாழ்கிறார்கள்.

காசிமேடு என்றாலே பழைய சென்னை அகராதியில் ரவுடிகளின் தாய்வீடு. பணப்புழக்கம் மிகுந்த இந்த சின்ன கிராமத்தை ஆக்கிரமித்து படகு வாங்குவதில் தொடங்கி மீன் விற்பது வரை எல்லாவற்றிலும் ரவுடிகள் காசு பார்த்தனர். 'ஸ்கெட்ச்' போட்டு ஆளைத் தூக்கும் கலாச்சாரத்தின் முன்னோடி ஏரியா காசிமேடு தான்.

கடற்கரையில் வாங்கினால் காசுகுறையுமே என்று காசி மேட்டுக்கு வந்த அப்பாவிகள், மீன் வாங்கும் காசை பீர் வாங்கவும், சுண்டகஞ்சி குடிக்கவும் இழந்து சென்ற கதைகள் காசிமேட்டு சரித்திரத்தில் ஏராளம். ஒருகாலத்தில் அங்கு உயிரின் விலை மீன்விலையை விடக் குறைவு.

எல்லாம் ஒரு கட்டம் வரைதான். மீனவர்கள் உணர்வு பெற்று ஒருங்கிணைந்த போது ரவுடியிசம் காசிமேட்டை விட்டு காததூரம் ஓடிவிட்டது. இப்போது காசிமேட்டில் ரத்தவீச்சம் இல்லை. வியர்வையே மணக்கிறது.

கோடிக்கணக்கான ரூபாய் பணப்பரிமாற்றம் நடக்கும் காசிமேடு அடிப்படை வசதிகள் கூட இல்லாமல் அலங்கோலமாகக் கிடப்பது கொடுமையான அவலம். உரக்கம்பெனிகள், அணுமின்நிலையம், பெட்ரோலிய நிறுவனங்களில் இருந்து வெளியாகும் கழிவுகள் கடல்நீரை நிறம் மாற்றியதோடு, காற்றையும் விஷமாக்கி விட்டது.

பின்னிரவு, நள்ளிரவு பார்க்காமல் உப்புக்குள் திளைக்கும் மீனவன் குடிக்க, கடற்கரை அருகே குடிநீர்கூட கிடைப்பதில்லை. லட்சம் பேர் கூடும் ஒரு துறைமுக வளாகத்தில் கடலும், கடலோரமுமே கழிவறை. சாலைகள் எல்லாம் சகதிக்காடு. தூறலுக்கே குளமாகி, அடைமழைக்கு கடலாகி விடுகின்றன சாலைகள். ஆனாலும் இந்த அவலங்களையே அன்றாடமாக்கிக் கொண்டு வாழ பழகிவிட்டார்கள் இங்குள்ள மக்கள்.

பைபர் படகுகள் இரவு 12 மணிக்கே கடலுக்குள் இறங்கி விடுகின்றன. சிறிதும் பாதுகாப்பில்லாத இந்த படகுகளில் வெளிப் பக்கம் இன்ஜின் பொருத்தப்பட்டிருக்கும், மூன்று முதல் ஐந்து மீனவர்கள் பயணிக்கலாம். மழைக்கு ஒழியவோ, காற்றுக்கு ஒதுங்கவோ இடமில்லை. இறால், அயிலை, கத்தாலை, வஞ்சிரம், கானாங்கெழுத்தி, மத்தி, பின்னா, காரை, நண்டு போன்றவற்றை பிடிக்கலாம்.

இறால் மணிவலை, அயிலை வலை, கவளை வலை, எடவலை, நெத்திலி வலை, பச்சக்குட்டி வலை என மீனுக்கு தகுந்த வலைகள். ஒரு கிலோ வலை 1500 ரூபாய். 1 வலைச்செட்டுக்கு 40 கிலோ வலை தேவை. படகுக்கு அடுத்தப்படியாக வலை தான் மீனவர்களின் பெரிய முதலீடு.

துறைமுகம் தாண்டினால் காற்றும், நிலவும் தான் துணை. சுற்றிலும் சூழ்ந்து நிற்கும் தண்ணீரில் தத்தளிக்கும் ஜீவன். அவ்வப்போது மூச்சுக்குழாயை சூடாக்க பைநிறைய பீடி. அரைமணிக்கு ஒருமுறை வலையை இழுப்பதும், வலையில் பட்ட மீன்களை ஆய்வதும் மீண்டும் வலையை எறிவதுமாக நேரம் கழியும்.

கண்களில் வழியும் தூக்கத்தோடு காலை 10 மணிக்கு திரும்பும் படகு. அதன்பின் பங்குக் கூலி தொடங்கும். மீனவர்கள் யாருக்கும் பணக்கூலி இல்லை. 5 பேர் கடலுக்குள் சென்று கரையேறினால் படகுக்கு (படகின் உரிமையாளருக்கு) இரண்டு பங்கு. அதுபோக இருக்கும் மீன்கள் ஐந்து பங்காக்கப்பட்டு பகிரப்படும். அதுதான் அன்றைய ஜீவனம். வீட்டுக்குத் தேவையானது போக மிச்சத்தை ஏலக்கடையில் கொடுத்து பணமாக்கியவுடன் பலர் செல்வது டாஸ்மாக் கடைக்குத் தான். இது பற்றி கேட்கும் போது ஒரு மீனவரின் பதில்.

''என்ன பன்றது. கடலுக்குள்ள எறங்கிட்டா உசுருக்கு உத்தரவாதம் இல்ல. புயலோ, மழையோ மனசை திடப்படுத்த வேண்டாமா? பொண்டாட்டி புள்ளக்கூட வராது. போதைதான் கூடவரும். பல மீனவர்களுக்கு போதைதான் தன்னம்பிக்கை..''

வலைகளை சுத்தம் செய்து வீட்டுக்குச் செல்ல மதியமாகி விடும். சாப்பாடு இறங்கியதும் கிறங்கிய விழிகள் உறங்கத் துடிக்கும். படுத்தால் எப்போது விடியும் என்றே தெரியாத வாழ்க்கை. மனைவி, குழந்தைகளிடம் உயிரோட்டமான உணர்வுகளை வெளிப்படுத்த இயலாத வாழ்க்கைச்சூழல்.

விசைப்படகு மீனவர்களின் வாழ்க்கை இதைக்காட்டிலும் வலி நிறைந்தது. ஆழ்கடல் தொழில் செய்பவர்கள் 7 முதல் 10 நாட்கள் கடலுக்குள்ளேயே இருக்க வேண்டி வரும். ஆந்திர மாநிலம் விசாகப்பட்டினம் வரை நீள்கிறது இவர்களின் பயணம்.

கடலுக்குள் கிளம்பும் ஒரு விசைப்படகில் 75 கிலோ அரிசி, 4 லிட்டர் எண்ணெய், 1 கிலோ மிளகாய்ப்பொடி, 1 கிலோ புளி, முட்டைகள், காய்கறிகள், இருப்பு வைக்கப்பட்டிருக்கும். ஒரு கடலுக்கு (பயணத்துக்கு) டிரைவர் உள்பட 6 பேர். மாதம் மூன்று கடல் பயணம். ஒவ்வொரு முறையும் 3 பேருக்கு ஓய்வு. 2 ஆயிரத்து 400 லிட்டர் டீசலோடு களமிறங்கும் படகில் 10 பேரல்களுக்கு மேல் குடிநீர் இருக்கும். மீன்களைச் சேகரிக்க 100 பிளாக் ஐஸ் கட்டிகளை கொண்ட பெரிய ஃபிரீசரும் உண்டு. அண்மைக் காலமாக ஜி.பி.எஸ் சிஸ்டம், வயர்லெஸ், மொபைல் என விசைப் படகுகள் நவீனமயமாகி வருகின்றன.

காசிமேடு சிங்காரவேலர் நகரில் ஆயிரத்துக்கும் அதிகமான பெண்களின் தொழில் கருவாடு வியாபாரம். ''விடியக்காத்தால கரைக்குப் போயி கெடைக்கிற மீனை வாங்கியாந்து உப்புல ஊறவைச்சு, வெயில்ல காயவைச்சு பாதுகாத்து எடுத்து வித்தா 10, 20 கிடைக்கும். அதை வச்சுத்தான் வண்டி ஓடுது..'' என்கிறார் லூர்து. 37 வருஷமாக கடலோடு போராடுகிறது இவர் குடும்பம்.

மீனவர்களின் குடும்பப்பின்னணி, சமூகம் நிர்ணயித்திருக்கும் கட்டுப்பாடுகளுக்கு முரணானது. இரவு, பகல் நிச்சயம் இல்லாததால் தாம்பத்யம் கூட தடுமாற்றம் தான். போதுமான வருமானம் இருந்தும் சுகாதாரம், கல்வி பற்றியெல்லாம் கவலையில்லை. காசிமேட்டில் ஏராளமான சிறுவர்கள் எடுபிடிகளாக, உதவியாளர்களாக தங்கள் பால்யத்தை சிதைத்துக் கொண்டிருக்கிறார்கள்.

காசிமேட்டில் ஜீவிக்கும் நிறைய மீனவ குடும்பங்கள் வீட்டுக்கு ஒருவரை கடலுக்கு காவுகொடுத்த கதை வலி நிறைந்தது.

ஏர்வாடிக்காரரான ஜோசப் காசிமேட்டுக்கு வந்தது தாத்தா காலத்தில். படிப்பு தகராறு செய்ததால் சிறுவயதிலேயே கடல் சிநேகமானது. நெடுநாள் உழைப்பில் அண்மையில் தான் ஒரு பைபர் படகு வாங்கினார். படகின் கடன் கூட கட்டவில்லை. பக்கத்து வீட்டில் குடியிருந்த குமரனையும், கோடீஸ்வரனையும் பங்கு கூலிகளாக்கிக் கொண்டு கடலுக்குள் இறங்கினார். இன்று வரை வீடு வந்து சேரவில்லை.

ஜோசப்பின் மனைவி சாந்தி 2 சின்னஞ்சிறு குழந்தைளோடு காத்திருக்கிறார். ஜோசப்போடு கூலிக்குப் போன குமரனின் அப்பா

வேதானந்தம், சுனாமிக்குப் பிறகு கடல் தொழிலை கைவிட்டவர். இரண்டு மகன்களில் மூத்தவர் முருகானந்தன். திருமணமாகி முப்பதாவது நாளில் இறந்துவிட, இப்போது குமரனையும் இழந்து தவிக்கிறார்.

கோடீஸ்வரன் வீட்டில் இரட்டைக் குழந்தைகளை சுமந்து கொண்டு, 'மச்சான் வருவாரா' என்று புலம்பியபடி இருக்கிறார் மனைவி சரஸ்வதி.

காணாமல் போன மூவரும் வங்கதேசத்தில் கரையேறி இருக்கலாம் என்பது போன்ற வதந்திகள் அந்தக் குடும்பங்களை நம்பிக்கையோடு காத்திருக்க வைத்திருக்கின்றன. இதைப் போல ஏராளமான சோகங்களை உள்ளடக்கி வைத்திருக்கிறது இந்த உவர்பூமி.

தமிழ்நாடு முழுவதும் ஒவ்வொரு ஆண்டும் சராசரியாக 165 மீனவர்கள் காணாமல் போகிறார்கள் என்று கணக்கு சொல்கிறார் தென்னிந்திய மீனவர் சங்க மாநில தலைவர் பாரதி.

"ஜி.பி.எஸ், வயர்லெஸ் கருவிகள் இருந்தாலும் போதிய கல்வி அறிவு இல்லாததால் நிறைய மீனவர்கள் அதை பொம்மை மாதிரி தான் பயன்படுத்துறாங்க. லைப் ஜாக்கெட் வாங்கித் தாங்கன்னு அரசைக் கேட்டுக்கேட்டு தொண்டைத் தண்ணி வத்திப்போச்சு.." என்று குறைபடுகிறார் பாரதி.

காசிமேட்டைச் சுற்றியுள்ள பெரும் தொழில் நிறுவனங்களின் கழிவுகள் நேரடியாக கடலில் கலப்பதால் 30 கடல் நாட்டிக்கல் தூரம் கடல் மாசுபட்டுப் போனதாக தெரிவிக்கிறார் அகில இந்திய மீனவர் சங்க செய்தி தொடர்பாளர் நாஞ்சில் ரவி.

"இதனால குறைந்த தூரத்துக்கு மீன்பிடிக்கச் செல்லும் பைபர் படகுகள் வெறும் கையோடு திரும்ப வேண்டியிருக்கிறது.." என்கிறார் இவர்.

சின்ன வயதில் பிழைப்பு தேடி சென்னை வந்தவர்களை அரவணைத்து ஆயுள் தந்தது காசிமேடுதான். ஆயிரக்கணக்கானோரின் வாழ்க்கைக்கு அச்சாணியாக இருக்கும் மீனவனின் வாழ்க்கை தான் கேள்விக்குறியாகவும், கேலிக்குறியதாகவும் இருக்கிறது. அந்த வாழ்க்கையின் வலியை ஒரு மீனவர் இப்படிச் சொன்னார்..

''கடவுளுக்கும் மேல இந்த கடலை நம்பித்தான் தண்ணிக்குள்ள இறங்குறோம். காத்து, மழைக்கு தப்பி கரைக்கு வந்தா பணம், இல்லைன்னா பொணம்..''

நிதர்சனமான வார்த்தை..!